PHÚC LÊ

SÁCH TẾ BÀO GỐC

Mẫu Số Chung

Xuất Bản Tại Hoa Kỳ
2022

MẪU SỐ CHUNG

Dịch từ bản Anh Ngữ "The Common Denominator"

Tác giả: **Phúc Lê**

Dịch giả: *Hà Quách & Hà Cao*-Ban Phụng Sự NLG

Layout: *Phương Hoa*

Cố vấn kỹ thuật: *Thái Phạm*

Đọc bản dịch: *Đỗ Dung*

Trình bày bìa: *Thái Phạm*

Published in The United States

Copyright©2020 by Phuc Le and NLG-Energy Source Nang Luong Goc

ISBN: 978-1-3999-1257-0

Mục Lục

MẪU SỐ CHUNG

Kiến Tạo Thiên Đàng Hạ Giới
Với 5 Yếu Tố Tình Thương

PHÚC LÊ

Mẫu số chung có nghĩa là tất cả nhân loại trên Trái Đất cùng hiểu rõ ý nghĩa của Tình Yêu Thương.

Quyển sách này chỉ ra công thức cho tất cả mọi người có trái tim thiện lành để mở ra thời kỳ hòa bình cho hành tinh của chúng ta.

Lời Tri Ân

Tôi muốn cảm ơn người bạn của tôi, cô Davina Rubin, vì cô đã đặt trọn cả trái tim và tâm huyết vào dự án sách này để 'người Thầy Đặc Biệt của Tình Thương' có thể truyền tải thông điệp tới nhân loại.

Tôi cũng gửi lời cảm ơn sâu sắc tới cô Linda Davis vì những năm tháng cô đã cống hiến cho dự án sách này. Tôi rất ngưỡng mộ sự bền bỉ, tài năng và niềm đam mê của cô. Tôi cảm ơn cô đã dành nhiều thời gian lắng nghe tôi, nghe lại những ghi âm của các buổi phỏng vấn và có đủ sự trưởng thành trong tâm linh để hiểu các thông tin tôi muốn truyền tải và viết về nó. Tôi cảm ơn cô đã theo đuổi dự án này không biết mệt mỏi, giúp nó đơm hoa kết trái. Và cho dù bất kỳ khó khăn nào (có rất nhiều), cô đều tìm cách vượt qua để cuốn sách này có thể được xuất bản và đến tay nhân loại.

Tôi cũng muốn gửi lời cảm ơn đến ông Joe St Clair với khả năng soạn thảo, biên tập, marketing, và sự thấu hiểu tâm linh, từ một bản thảo còn rất thô sơ trở thành một quyển sách tinh hoa của nhân loại "Mẫu số chung để kiến tạo thiên đường trên Trái Đất". Tôi cảm ơn ông rất nhiều vì những đóng góp cho nhân loại.

Những người đóng góp cho dự án đều nhận ra rằng thông tin được viết trong cuốn sách đặc biệt này không thuộc về một tôn giáo hay quốc gia nào, mà nó dành chung cho nhận loại.

Lời cảm ơn đặc biệt tới anh James Ong đã giúp chỉnh sửa lại bản cuối của cuốn sách và làm việc cùng với nhà xuất bản.

Lời Tựa

Khi chú Phúc đề nghị tôi giúp biên tập lại bản thảo của cuốn sách, tôi cảm thấy đây là một vinh dự và là một đặc ân. Là con người, tất cả chúng ta đều hiểu qua trực giác về sức mạnh của tình yêu thương có thể giúp những ai đang cần tới nó, nhưng Chú Phúc có lẽ là người hiểu biết rõ nhất về năng lực chữa lành của tình yêu thương. Những hiểu biết tâm linh của Chú về cách những tần số rung động của tình yêu thương có thể chữa lành những vết thương sâu nhất ngày càng được nhiều người trên thế giới công nhận và tìm đến lắng nghe phần trình bày của Chú để họ cũng có thể vận dụng khả năng chữa lành kỳ diệu qua "5 Yếu Tố Tình Thương". Tại thời điểm khó khăn và xáo trộn trên toàn cầu này, những lời chia sẻ đầy trí tuệ của Chú Phúc chưa bao giờ quan trọng hay cấp thiết hơn thế.

-Joe St Clair

Lời Nói Đầu

Mục đích của cuốn sách này là phục vụ nhân loại bằng cách chia sẻ kiến thức của tôi về một dạng năng lượng chữa lành rất đặc biệt được gọi là NLG. Do đó, sứ mệnh của cuộc đời tôi là giúp mọi người trên toàn cầu kết nối với tần số năng lượng vi diệu này, nó chứa đựng cả tinh túy của tình thương yêu và trí tuệ. Thông tin có trong những trang sách này sẽ giúp mọi người ở mọi tầng lớp xã hội được hưởng lợi từ năng lượng vũ trụ độc nhất xuất phát từ một nguồn mà tôi gọi là 'Linh Hồn Đấng Tối Cao'. Điều này đạt được thông qua việc phát triển sự hiểu biết về một khái niệm được gọi là 'Năm Yếu Tố Tình Thương".

Cuốn sách này không phân biệt cấp bậc. Tôi không phân biệt bất kỳ ai là "tốt" hay "xấu", "tích cực" hoặc "tiêu cực" vì những sự khác biệt đó là do con người tạo ra, không liên quan đến các chủ đề được trình bày trong cuốn sách này. Tôi rất vinh dự được chọn là người tiếp nhận trí tuệ và kiến thức có trong những trang này và mục tiêu của tôi chỉ là giúp tất cả độc giả nhận được những lợi ích tương tự như tôi đã nhận được từ Linh Hồn Đấng Tối Cao. Vì vậy, cuốn sách góp phần chắt lọc nhiều điều mà tôi đã học được về NLG trong khoảng thời gian 5 năm thông qua việc tu tập nguồn trí tuệ tâm linh tuyệt vời này. Tôi hy vọng rằng tất cả độc giả của tôi sẽ can đảm để tin tưởng vào mong muốn của tôi là mang lại nhiều lợi ích về sức khỏe và trí tuệ. Với tư cách là bạn và là người anh em tri kỉ của bạn, mục tiêu của tôi là giúp bạn hiểu NLG là gì để tất cả nhân loại có thể cùng được hưởng lợi.

Tất nhiên, có nhiều triết lý, hệ thống tín ngưỡng, hệ tư tưởng và quan điểm tôn giáo tập trung vào các yếu tố khác nhau của tâm linh vốn có của chúng ta và tất cả hệ thống ấy đều cần được tôn trọng và thừa nhận. Tuy nhiên, nhiều hệ thống tín ngưỡng đã sai lầm khi cho rằng 'Thượng Đế' của họ phải hỗ trợ họ theo cách thức và tác phong mà họ mong muốn. Linh Hồn Đấng Tối Cao không thuận theo mong muốn của con người mà hoạt động từ một nơi xa hơn, đối xử với toàn nhân loại bằng tình yêu thương và sự tôn trọng bình đẳng mà chúng ta không thể hiểu hoặc định rõ được. Chúng ta phải tìm ra nguồn gốc của trí tuệ bên trong chúng ta - và NLG cho phép chúng ta tiếp cận trí tuệ này theo cách mà Linh Hồn Đấng Tối Cao chọn để hỗ trợ chúng ta.

Tất cả câu chuyện luôn có phần mở đầu, và để có thêm thông tin cơ bản và bối cảnh cho cuốn sách này tôi muốn giới thiệu với bạn một chút về quê hương của tôi. Một người bạn tốt của tôi từng nói với tôi rằng nếu tôi viết một cuốn sách, tôi phải cho mọi người biết một chút về cuộc sống của tôi. Vì vậy, tôi ngồi xuống viết về nơi mà tôi đã sinh ra. Tôi đã phát hiện ra một số sự trùng hợp bí ẩn có ý nghĩa rất sâu sắc. Tôi rất ngạc nhiên vì mọi cái tên ở quê tôi, ấp, xã, huyện, tỉnh, bốn cái tên đều mang ý nghĩa tâm linh, đều liên quan đến NLG. Nhưng tôi chưa bao giờ nhận thấy những ý nghĩa này trước đây.

Tên của nơi mà tôi sinh ra tại Việt Nam là ấp Phước Lý - "Phước Lý" có nghĩa là có lý trí sáng suốt thì sẽ tạo ra may mắn. Xã bao quanh Phước Lý gọi là Đại Phước - "Đại Phước" có nghĩa là phúc lành sẽ ùa về, để tất cả mọi người sẽ gặp nhiều may mắn và hạnh phúc hơn. Huyện của tôi được gọi là Nhơn Trạch - "Nhơn Trạch" có nghĩa là yêu thương sẽ tiếp tục lan tỏa như là dòng sông chảy. Và tỉnh Biên Hòa - "Biên Hòa" nghĩa là một nơi hòa bình và sống hòa hợp với tất cả mọi người. Có lẽ ý nghĩa của những cái tên này có mối quan hệ với NLG, chưa đi vào tiềm thức của tôi trước đây vì kinh nghiệm của tôi lúc đó không có gì ngoài những miêu tả này.

Thời điểm mà tôi được sinh ra và lớn lên, nơi này là một địa ngục của xã hội. Sự đau khổ của chiến tranh, đói nghèo và bệnh tật đã xảy ra hàng ngàn năm vì những tranh chấp lợi ích giữa trong và ngoài nước đã khiến nơi đây trở thành một nơi đau khổ. Tất cả các nhận thức khác nhau của thế giới về các triết lý và cách giải thích về Đấng Tạo Hóa của chúng ta đã được mang đến và đang được sử dụng ở đất nước này. Tất cả các tôn giáo trên thế giới đã hội tụ ở đây. Tất cả các triết lý khác nhau liên tục tác động đến những gì đang xảy ra, tạo ra những cảnh đau lòng, trong khi mỗi người đều tranh giành quyền lực với nhau. Đất nước Việt Nam nhỏ bé đã hội tụ đủ mọi dân tộc. Đây là nơi được sử dụng như một nơi để lập mưu giữa các quốc gia, triết học và chính trị đảng phái để mỗi bên cố gắng đạt được quyền lực trên toàn cầu. Đó là một đất nước đáng ra có thể sống tươi đẹp và thịnh vượng nhưng đã bị biến thành một địa ngục trên Trái đất với nhiều đau khổ, mất mát và nghèo đói. Đó là nơi sinh ra tôi. Đáng buồn thay, một nơi rất tồi tệ trên hành tinh vào thời điểm đó.

Cuốn sách này sẽ cho bạn một chìa khóa để mở ra sức mạnh của NLG trong chính cuộc sống của bạn và tôi vinh dự là người được chọn làm người hướng dẫn và cố vấn trên hành trình yêu thương này.

- Phuc Le

"Tình Yêu Thương - là nguyên lý cơ bản gắn kết tất cả mọi thứ lại với nhau, và khi chúng ta phớt lờ nó, chúng ta tự tạo nguy hiểm cho chính mình. Tình Yêu Thương là nguyên nhân khiến một nguyên tử oxy liên kết với hai nguyên tử hidro để tạo thành phân tử nước. Tình Yêu Thương là thứ giữ cho các hành tinh và các ngôi sao quay theo một khuôn mẫu. Tình Yêu Thương đã tạo nên núi non và đại dương. Tình Yêu Thương là nguồn năng lượng mạnh nhất và thông minh nhất trong Vũ Trụ".

Phúc Lê

Lời Giới Thiệu

Trong cuốn sách này "Linh Hồn Đấng Tối Cao – Năng Lượng Vũ Trụ" chỉ là một trong những thuật ngữ tôi thường sử dụng để truyền đạt khái niệm về 'tần số năng lượng rung động siêu thông minh của tình thương yêu'. Trong khái niệm NLG, mà chúng ta sẽ tìm hiểu trong cuốn sách này, tần số của tình thương này là tần số nguồn mà từ đó sự tồn tại của sự sống trên Trái Đất bắt đầu.

Tùy thuộc vào hoàn cảnh và văn hóa bạn sẽ thấy nhiều tên gọi mà chúng ta, loài người, đã chọn để gọi Đấng Tạo Hóa. Những tên ấy bao gồm 'Chúa', 'Thánh Allah', 'Giê-hô-va', 'thần Krishna', 'Phật Mẫu', 'Cha', 'Đấng Toàn Năng', 'Đấng Tối Cao' v.v. Bất kể chúng ta chọn cái tên nào để đặt cho nguồn gốc của sự tồn tại của chúng ta, nó sẽ luôn đề cập đến cùng một việc - thực thể đã tạo ra chúng ta." Chúng ta tìm kiếm những từ ngữ phù hợp để diễn đạt một số dạng năng lượng vũ trụ, trong đó chứa một tia sáng hoặc hạt giống của trí thông minh có tri giác. Nó là vô hạn, không thể đo lường được, vô tận và bất tử. Đôi khi tôi sẽ đề cập đến một số cái tên thiêng liêng này trong suốt cuốn sách, cuối cùng, tất cả đều mô tả cùng một thực thể.

Linh Hồn Đấng Tối Cao bao gồm nhiều yếu tố tạo thành một 'thế giới vô hình' mà chúng ta vẫn chưa biết nhiều về nó. Thế giới vô hình này chứa nhiều thực thể mà chúng ta đã đặt tên, như là 'Thiên Sứ', 'Sứ giả', 'Vị Thầy Tâm Linh' hoặc "Thần Hộ Mệnh". Thực chất họ đều là những 'nhà truyền giáo' có nguồn gốc từ Linh Hồn Đấng Tối Cao và có thể được coi là những tần số năng lượng thông minh siêu phàm. Để đơn giản hóa vấn đề, tôi sẽ chỉ sử dụng thuật ngữ 'Thiên Sứ' để biểu thị những thực thể này trong cuốn sách này. 'Thế giới vô hình' chỉ đơn giản là - vô hình, không thể nhìn thấy và được cấu thành bởi những năng lượng không thể tách rời với Linh Hồn Tối Cao - Năng Lượng Vũ Trụ. Các thực thể năng lượng vô hình này, theo mức độ hiểu biết của chúng ta, dường như tách biệt với Linh Hồn Tối Cao - Năng Lượng Vũ Trụ và đến Trái Đất ở các dạng khác nhau để hoàn thành các 'nhiệm vụ' hoặc 'sứ mệnh' cụ thể. Chúng ta có thể xem mỗi thực thể là các dạng năng lượng linh hồn riêng lẻ phát ra từ Năng Lượng Vũ Trụ cốt lõi này. Về bản chất, những thiên sứ hoặc dạng năng lượng này được Linh Hồn Tối Cao cho phép thực hiện một số hoạt động nhất định để giúp đỡ con người trong các lĩnh vực và cách thức mà chính những cá nhân này đã chọn. Những Thiên Sứ đều đang thực hiện nhiệm vụ cụ thể được phê duyệt bởi Linh Hồn Đấng Tối Cao – Năng Lượng Vũ Trụ. Những năng lượng này là 'như nhau' bất kể nhiệm vụ là phức tạp hay đơn giản mà họ đã chọn để hỗ trợ tất cả chúng ta, những người đang sống trên Trái đất. Chúng ta có thể nghĩ về Linh Hồn Đấng Tối Cao – Năng Lượng Vũ Trụ và những thực thể này là một nền văn minh tồn tại rất xa ngoài không gian.

Khi đề cập đến Linh Hồn Đấng Tối Cao, chúng ta cần làm rõ ngay từ đầu rằng Đấng Tạo Hóa là một biểu tượng tràn đầy năng lượng, không có hình dạng vật chất và không có giới tính. Để đơn giản hóa, tôi sẽ gọi Linh Hồn Tối Cao là 'Ngài' trong cuốn sách này dựa trên sự hiểu biết rằng Linh Hồn Tối Cao hợp nhất cả hai phẩm chất nam và nữ và kết hợp các bản chất thiết yếu của cả hai.

Tất cả mọi thứ trong vũ trụ đều được tạo thành từ năng lượng rung động ở những tần số khác nhau. Kể cả những thứ được xem là 'thể rắn' cũng bao gồm các trường năng lượng rung động ở cấp độ lượng tử. Những tần số rung động này kết hợp lại tạo ra "rung động của sự sống" tổng thể của mỗi linh hồn cá nhân và mỗi cá nhân đều có tần số riêng biệt. Một số ví dụ đơn giản sẽ đưa ra giúp bạn nhận ra bạn luôn hoạt động ở một nơi của tần số. Hầu hết chúng ta ở một thời điểm nào đó trong cuộc sống, sẽ bước vào một căn phòng và cảm nhận được yêu thương. Thực chất những gì chúng ta 'cảm' được là tần số năng lượng. Vào một thời điểm khác chúng ta bước vào một căn phòng và có thể cảm thấy 'lạc lõng' và chúng ta 'không thuộc về nơi đó'. Những gì chúng ta thực sự cảm nhận là tần số năng lượng đang cho chúng ta một hướng dẫn trực quan, chỉ ra cách chúng ta cần thực hiện hoặc đối xử trong hoàn cảnh đó.

Điện thoại của chúng ta và dịch vụ mạng cũng đã hỗ trợ chúng ta nhận thức được tần số, năng lượng và rung động. Chúng ta biết rằng để thực hiện nhiều khía cạnh nhiều vấn đề của mình, việc kết nối với bạn bè gửi cho chúng ta tần số tín hiệu là cần thiết như thế nào. Các thiết bị của chúng ta chỉ đơn giản là không hoạt động nếu không có những tín hiệu này. Giờ đây khoa học đã chứng minh con người cũng được cấu thành bởi năng lượng rung động ở những tần số khác nhau, bước tiếp theo là nghĩ đến ai là người gửi tần số của *chúng ta*, để chúng ta có thể hoạt động và vận hành chính xác trong cơ thể vật lý.

Câu trả lời cho câu hỏi này cực kỳ quan trọng. Tất cả chúng ta nhận những tần số từ Nguồn của chúng ta. Những tần số đó là những tần số tự nhiên, cực kỳ cao, quý giá, tinh tế và tinh vi mà con người không thể sao chép được. Chúng ta mô tả Nguồn này là 'Tần Số Năng Lượng Rung Động Siêu Thông Minh Của Tình Yêu Thương' mà tồn tại trong không gian và không có hình thức vật lý. Nguồn Năng Lượng của chúng ta, Linh Hồn Đấng Tối Cao - Năng Lượng Vũ Trụ đã sắp xếp mọi thứ tồn tại trong thế giới của chúng ta qua môi trường hóa học và tần số dao động. Đây là một mô tả rất đơn giản về những gì đang xảy ra. Cuốn sách này sẽ diễn giải chi tiết hơn về sự khởi đầu của chúng ta, sự tiến hóa của chúng ta, quy luật nhân quả của chúng ta và những gì đã xảy ra trong suốt ba tỷ năm sự sống ở đây trên Trái Đất. Cho đến bây giờ, sự hiểu biết của chúng ta còn rất hạn hẹp về những điều này bởi vì khoa học hiện đại mới chỉ tìm hiểu ở phần bề nổi.

Tôi đã được dạy về những sự thật của lịch sử thế giới của chúng ta trong suốt năm năm nghiên cứu giữa các chiều không gian bởi một 'vị Thầy Đặc Biệt', người đến từ một nơi có tình yêu thương thuần khiết. Tần số của Thầy ở đây trên Trái Đất là để giúp đỡ thế giới của chúng ta và là hiện thân của tình yêu thương và năng lượng, đủ để giúp đỡ toàn thể nhân loại. Khi tôi gần kết thúc năm năm tu học, tôi được dẫn lối kết nối với tần số năng lượng của Thầy để sử dụng hỗ trợ sự thăng tiến của nhân loại. Trong năng lượng này có cả một kiến thức dành cho sự phát triển thịnh vượng của Trái Đất. Thầy tôi sau đó hỏi tôi một câu đơn giản. Về cơ bản câu hỏi đặt ra là: "Dựa trên kiến thức tôi đã nhận được trong năm năm học của mình, tôi nghĩ cần phải làm gì vào thời điểm này để giúp đỡ nhân loại một cách tốt nhất?". Vì con người có quyền tự do nên tôi đã tự quyết định bắt đầu như thế nào và làm gì trước để giúp nhân loại đạt sự phát triển cao hơn với tần số năng lượng cao này. Tôi đã quyết định tập trung vào ba lĩnh vực, sức khỏe, sản xuất lương thực thực phẩm lành mạnh, và trí tuệ cho nhân loại. Vì vậy, những bước đầu năng lượng sẽ tập trung vào việc chữa lành tất cả các bệnh trạng đã gây ra quá nhiều đau đớn cho con người và duy trì sức khỏe tốt, có đầy đủ thực phẩm lành mạnh cho toàn thể nhân loại đủ dùng, để không một ai bị thiếu dinh dưỡng hay đói khát, và cho con người phát triển với đầy đủ trí tuệ để nhìn thấy lợi ích hợp tác với nhau, cùng nhau chấm dứt mâu thuẫn và chiến tranh. Chiến tranh kết thúc đồng nghĩa với việc nhân loại sẽ sử dụng các khả năng của mình để tạo ra một thế giới có lợi cho mọi sự sống. Bây giờ tôi đã có thể khai thác một tần số năng lượng cụ thể cũng như kiến thức liên quan và một kế hoạch cho những mục đích này. Tôi sinh ra gốc gác là người Việt Nam vì vậy tôi đã đặt tên cho loại năng lượng này bằng từ tiếng Việt là "Năng Lượng Gốc". Sử dụng ba chữ viết tắt tiếng Việt này, Năng Lượng rung động vì vậy được gọi là 'NLG'.

Phương pháp NLG – Năng Lượng Gốc dạy cả cách thực hành thiền lẫn những quan điểm cần thiết để có một cuộc sống ý nghĩa. Việc thiền định dẫn đến sự phát triển nội tâm bằng cách sử dụng một tần số linh thiêng dựa trên bản chất thực sự của chúng ta là tình yêu thương để giúp phát triển sức khỏe và trí tuệ của chúng ta.

Để phát triển bản chất thực sự của tình yêu thương, chúng ta sử dụng "Năm Yếu Tố Tình Thương". Những hình thức yêu thương bao gồm: (1) Yêu bản thân (2) Yêu gia đình (3) Yêu cộng đồng và đất nước (4) Yêu thế giới / nhân loại và (5) Yêu Nhân Sinh Muôn Loài Vạn Vật.

Điều quan trọng là bạn phải hiểu rõ rằng tất cả những gì thể hiện từ những trang đầu của cuốn sách này không phải là 'lý thuyết'. Những gì được nói trong các trang sách có thể được chứng minh bằng cách áp dụng phương pháp độc nhất này mang lại hiệu quả cho chúng ta ngay lập tức. Tôi đã học được kiến thức này trực tiếp từ vị Thầy NLG, người chính là bản chất của tình yêu thương. Bây giờ tôi muốn chia sẻ nó với mọi người để ai cũng có thể trực tiếp áp dụng cách làm này vào cuộc sống hàng ngày của mình. Nếu bạn đang gặp khó khăn và cần sự trợ giúp từ năng lượng tâm linh, kỹ thuật NLG sẽ cho bạn tất cả câu trả lời và tất cả những lợi ích mà bạn yêu cầu.

PHẦN 1: Người Đưa Tin

V ào ngày 20 tháng 09 năm 2009, tôi đến thăm và trò chuyện với một người bạn đồng đạo Giáo và cũng là người thầy của tôi. Trong lúc nói chuyện, anh cắt ngang tôi một cách lịch sự: *"Tôi đã chờ giây phút này lâu lắm rồi! Lời nhắn mà Sư Phụ tôi đã nói sẽ trở thành hiện thực ngày hôm nay. Ôi tôi hạnh phúc quá! Tôi đã hồi hộp chờ đợi ngày này trong nhiều năm rồi. Giờ tôi cảm thấy thật nhẹ nhõm cứ như gánh nặng được trút đi vậy. Bạn là người được nhắc đến có thể nói đúng mật mã! Sư Phụ tôi đã dặn hãy gửi lời nhắn đến người đó"*. Sau đó anh ấy nói với tôi một điều rất quan trọng. Anh nói, *"Bạn sẽ được giao một sứ mệnh lớn lao từ Đấng Tạo Hóa. Tôi đã giữ lời nhắn này trong nhiều năm để gửi đến đúng người mà Sư Phụ tôi đã dặn, người có thể mở được mật mã."*

Đây là những điều mà Sư Phụ của anh đã nói. *"Trong tương lai con sẽ gặp một người và sẽ nói đúng mật mã mà thầy đang nói với con. Hãy nói với người đó rằng điều bí mật này đến từ vị Thầy Đặc Biệt do Đấng Tối Cao gửi đến. Người này sẽ được giao trọng trách đặc biệt đóng góp cho sự tiến hóa của nhân loại. Hiện tại thầy không biết người này là ai – người đó như thế nào, vì đây là sự lựa chọn của Đấng Tối Cao. Con sẽ không thể nào nhận nhầm người khi gặp người đó. Sẽ không có sự nhầm lẫn. Quyết định cuối cùng về người này là ở Đấng Tạo Hóa. Thầy giao cho con nhiệm vụ này vì thầy sắp rời khỏi thế gian này. Thầy sẽ nhận một trọng trách mới. Thầy không biết khoảng thời gian nào, năm nào hay tháng nào con sẽ gặp được người biết mật mã này. Nhưng thời điểm ấy sẽ đến rất tự nhiên. Đừng mong hay chờ đợi điều này sẽ đến. Con sẽ tự biết được khi nó đến. Hãy cho người đó biết những gì thầy đã nói với con ngày hôm nay".*

Tôi chưa bao giờ dám nghĩ rằng mình có thể nhận một nhiệm vụ lớn lao như vậy. Điều này nằm ngoài sự tưởng tượng của tôi. Nước mắt tôi tuôn dài khi nghe những điều anh ấy nói. Tôi tràn ngập niềm vui và hạnh phúc, không chỉ cho bản thân tôi, mà cho toàn thể nhân loại. Tôi biết chỉ có Đấng Tạo Hóa mới có khả năng giúp đỡ nhân loại thoát khỏi những khó khăn trong thời điểm hiện tại. Tôi biết rằng rồi đây tất cả chúng ta sẽ có một hướng đi mới tốt đẹp hơn và có tương lai tươi sáng hơn. Tôi khiêm nhường nhận và tự tin hoàn thành sứ mệnh được giao phó.

Giữa đêm hôm đó, ngày 21 tháng 09, 2009, tôi cảm nhận sự tĩnh lặng và một dòng năng lượng rất dễ chịu bao trùm khắp cơ thể. Ngay sau đó tôi cảm thấy một sự ấm áp và dường như không còn trọng lượng hay khối lượng nào trong cơ thể nữa. Không có từ nào có thể diễn tả được niềm vui sướng khi tôi cảm nhận được điều kỳ diệu ấy. Có một sự hiện diện nào đó xuất hiện. Đó là khoảnh khắc đặc biệt nhất trong cuộc đời tôi. Tôi hỏi "Bạn là ai?"

Một linh hồn tuyệt đẹp đã trò chuyện với tôi. Người nói rằng Người đến từ một nơi rất xa với Trái Đất, từ Vũ Trụ. Rằng Người đến từ nền văn minh của Đấng Tạo Hóa, một nền văn minh với trí tuệ phát triển vượt bậc. Người nói rằng đây là lần đầu tiên Người đến hành tinh của chúng ta. Người đã xin phép Đấng Tạo Hóa đến quả địa cầu, để giúp giải quyết những khó khăn của nhân loại để chúng ta có thể tiếp tục tiến hoá. Người đã mang theo một món quà là nguồn năng lượng tình yêu thương cho tất cả mọi người có trái tim thiện lành và Người có đủ lòng yêu thương để giúp giải quyết tất cả các vấn đề của chúng ta trên hành tinh này. Người yêu thương nhân loại và muôn loài vạn vật. Khi tôi hỏi tên Người là gì, thì chỉ hồi đáp rằng cách duy nhất gọi Người là Tình Yêu Thương. Tôi gọi Người là vị Thầy của Tình Yêu Thương. Chúng ta có thể xem Thầy như một Thiên Sứ cao cả.

PHẦN 2: Thiên Sứ Và 5 Châu Lục

Tôi đã dành 5 năm để học với vị Thầy của Tình Yêu Thương, trước khi học NLG. "Thầy của Tình Yêu Thương" giới thiệu tôi 5 Thiên Sứ, mỗi vị phụ trách một châu lục trên Trái Đất. Mỗi vị đều nhìn thấy các vấn đề tương đồng đang xảy ra ở châu lục của họ. Con người tìm cách phân chia hành tinh này theo nhiều cách để chiếm lấy quyền kiểm soát và duy trì nó vì quyền lực và lợi ích của bản thân. Hầu hết các lãnh đạo ở từng quốc gia, trong suốt lịch sử đều muốn kiểm soát và duy trì quyền lực và lợi ích của mình. Thế giới tâm linh vẫn có trách nhiệm nhìn nhận những vấn đề đang xảy ra dù cho con người đang cố gắng phân chia thế giới thành các lục địa, khu vực, quốc gia và tiểu bang.

Tôi đã được dẫn dắt vào một hành trình lịch sử Trái Đất để hiểu rõ điều gì đã gây ra tất cả vấn đề trên hành tinh của chúng ta và được hướng dẫn cách giải quyết những vấn đề đã làm chậm sự phát triển và trưởng thành tâm linh của chúng ta. Những sai lầm này đã khiến chúng ta mắc kẹt vào những khuôn khổ giống nhau trong một thời gian dài mà không có kiến thức để phát triển được. Tôi được dẫn về lại quá khứ và nghe giới thiệu về những nền văn minh cổ đại để tôi có một sự hiểu biết toàn bộ về những gì đã và đang diễn ra. Tôi đã nhìn thấy toàn bộ lịch sử của quá trình tiến hóa của sự sống trên Trái Đất. Tôi đã được mở rộng kiến thức về từng con đường tâm linh mà nhân loại đã đi qua để có thể minh định rõ mọi thứ và không bị ai lừa gạt.

Trong quá trình học hỏi với những vị Thiên Sứ có trách nhiệm cho Trái Đất này, tôi được dẫn dắt qua các nhân tố quan trọng giúp tôi hiểu về sự thật của những tâm linh cổ đại và chu kỳ liên tục trên hành tinh chúng ta cho đến ngày nay.

Tôi đã tự mình trải nghiệm các bài học tâm linh, để tìm ra các giải pháp, bao gồm một phương pháp rất hữu ích có thể giải quyết các nhu cầu về sức khỏe của con người. Thế giới tâm linh liên quan đến mỗi con người chúng ta và tất cả mọi thứ xảy ra trên hành tinh này. Những linh hồn từ Thế Giới Vô Hình luôn cố gắng hỗ trợ chúng ta theo cách chúng ta muốn. Các vị ấy hướng dẫn và giúp đỡ chúng ta trong những yếu tố quan trọng nhất cho sự phát triển loài người. Tôi chia sẻ những gì tôi đã học được vì nó sẽ mang lại rất nhiều lợi ích cho toàn bộ loài người. Tất cả những gì tôi đang chia sẻ đều là sự thật từ "vị Thầy của Tình Yêu Thương" đến từ nền văn minh của Đấng Tạo Hóa.

Khi gần hoàn thành việc học của mình, tôi đã được giới thiệu một chương trình đặc biệt về năng lượng chữa lành đến từ nền văn minh của Đấng Tạo Hóa. Đó là NLG – Năng Lượng Gốc. Đây là năng lượng siêu nhiên trên hành tinh này. Đây là năng lượng đầu tiên mà Đấng Toàn Năng đã gửi đến Trái đất để tạo ra sự sống. Đây là năng lượng nguyên gốc khởi nguồn luôn có sẵn trong suốt quá trình tiến hóa của chúng ta, cho tới ngày nay và cho sự phát triển tiếp nối của sự sống. Nó chứa toàn bộ thông tin cho trí tuệ ở tất cả các tần số và cho tất cả các sự sống. Đây là một tần số cho tất cả con người và muôn loài vạn vật. Nó chứa đựng tất cả các cấp độ của tâm linh, từ nhỏ nhất đến cao nhất. Năng Lượng là thuật ngữ khoa học, nhưng thực chất đây là Tiên Thiên Khí, hay còn gọi là Năng Lượng Gốc. Đó là năng lượng của Linh Hồn Tối Cao từ ngoài không gian, mang sự sống đến hành tinh này. Đó là năng lượng của Đấng Tạo Hóa của chúng ta.

Năng Lượng Gốc luôn luôn được nâng cấp, bổ sung tần số của lợi ích theo thời gian, để đáp ứng phù hợp với sự tiến hóa của môi trường trên hành tinh. Những vị Thiên Sứ đã mang Luật tiến hóa vào Trái Đất. Chu kỳ hiện tại của Năng Lượng NLG được bổ sung bởi tất cả những Tần Số Siêu Trí Tuệ Cao Nhất để giải quyết những vấn đề bế tắc mà chúng ta đang gặp phải trên quả địa cầu này. Nó giải quyết tất cả mọi vấn đề đang diễn ra từ những quyết định sai lầm lớn cho đến những tư tưởng tiến bộ của con người trong việc tạo ra vật chất vì sự tốt đẹp chung của nhân loại và sự sống trên Trái Đất. Nó giải quyết tất cả mọi thứ từ A đến Z. Điều quan trọng nhất mà những người có trái tim thiện lành cần làm khi đã nhận được nguồn năng lượng này, là thay đổi tần số yêu thương của bản thân, để phù hợp với tần số yêu thương của NLG. NLG giúp nâng cấp hệ thống của chúng ta và việc học NLG là một quá trình hiểu và vận dụng trí tuệ của chúng ta để nắm bắt tần số này một cách nhanh chóng và đơn giản.

Thời gian và hành trình sự sống của chúng ta được thiết lập tiếp nối không ngừng nghỉ, qua từng phút, từng giờ, từng ngày và từng tháng. Không ai có thể ngừng lại quá trình này. Tất cả chúng ta tiếp tục hành trình như một linh hồn độc nhất và riêng biệt. Linh hồn chúng ta là vĩnh cửu và tất cả chúng ta cần nhìn nhận và thừa nhận sự thật này. Chúng ta phải sống với thực tế này. Chúng ta không thể phủ nhận sự thật này. Tất cả linh hồn trên Trái Đất chỉ có thể phát triển và tiến hóa bằng cách tái sinh luân hồi. Đây là cách thế giới chúng ta được sắp đặt vận hành bởi nền văn minh của tình yêu thương. Chúng ta không thể làm bất cứ điều gì để thay đổi được điều này. Nếu bạn hiểu điều này, bạn có thể tự mang lại nhiều lợi ích cho bản thân. Chúng ta cần có đủ năng lượng trí tuệ để có thể hiểu điều này. Chúng ta không biết cách giải quyết những vấn đề của chính mình. Cách duy nhất để chúng ta tiến hoá lên bậc cao hơn là kết nối với tần số năng lượng của Đấng Tạo Hóa. Trình độ của nền văn minh con người đạt được trên quả địa cầu này chưa đủ để giải quyết những vấn đề khó khăn. Vì vậy, chúng ta đã chờ đợi sự cho phép để hợp nhất với tần số năng lượng cao hơn của Đấng Tạo Hóa.

Vì chúng ta là con người, chúng ta nhận rất nhiều lợi ích từ Thế Giới Vô Hình. Cơ thể con người rất đặc biệt, chúng ta có thể học và tiến hóa nhanh hơn tất cả các loài khác trên Trái Đất. Con người được xem là loài thông minh nhất và dẫn đầu trên Trái Đất. Chỉ có con người mới được ban cho trí tuệ mà chúng ta đang có. Mỗi chúng ta cần nhận ra, trân trọng điều này và trở thành một linh hồn thiện lành. Đừng nghĩ rằng những gì bạn học được là đủ để đương đầu với thử thách phía trước. Phần tâm linh của Trái Đất vẫn phải đương đầu với rất nhiều vấn đề toàn cầu.

PHẦN 3: Thế Giới Đang Thay Đổi

T ôi muốn giúp đỡ tất cả sinh linh – toàn thể nhân loại trên hành tinh này – để họ nhận thức rõ lợi lạc họ nhận được khi có sự kết nối với NLG. Nếu năng lượng không được nâng cấp, con người không thể phát triển và thoát khỏi khuôn mẫu tư duy và thói quen cố hữu. Họ vẫn tiếp tục trên chiếc máy chạy bộ và chạy mãi với những vấn đề họ đang gặp phải. Nếu tất cả đồng lòng quyết định giải quyết các vấn đề trên Trái Đất, chúng ta sẽ ổn. Nhưng khi chúng ta làm việc riêng lẻ với từng cá nhân, chúng ta sẽ gặp khó khăn. Họ nói rằng họ **không** phải là người làm sai! Nhưng *họ mới chính* là người làm sai và tiếp tục với sự sai lầm đó, hết đời này sang đời khác! Tôi không muốn tranh luận với họ. Tôi chỉ muốn cho họ xem giải pháp. Tôi không đổ trách nhiệm ai là người làm sai.

Xuyên suốt lịch sử, có thể dễ dàng thấy vì sao chúng ta luôn gặp vấn đề trên hành tinh này. Lý do gì mà con người không mở lòng đoàn kết và tương trợ lẫn nhau trên toàn cầu, để có một hành tinh thịnh vượng, hòa bình? Đấng Tạo Hóa muốn giúp chúng ta giải quyết những vấn đề này. Tôi muốn giúp mọi người hiểu rõ rằng khi thực hành Năm Yếu Tố Tình Thương, họ nhận được rất nhiều lợi ích. Khi họ làm điều này, họ sẽ thấy họ có thể đạt được những gì họ muốn và hy vọng sau đó sẽ ngừng tranh chấp.

Khi tranh chấp, con người mất đi phước đức của chính bản thân. Kể cả khi thắng cuộc, họ vẫn mất rất nhiều phước đức. Vì vậy, thắng hay thua, tranh chấp không phải là phương án giải quyết vấn đề. Con người cần tìm ra giải pháp hữu hiệu hơn. Bất kỳ ai tìm đến giải pháp tích cực sẽ nhận được nhiều lợi ích từ Thế Giới Vô Hình. Con người cần suy nghĩ kỹ về điều này trước khi sử dụng những thói quen tiêu cực lần nữa. Khi tranh chấp, con người mất hết năng lượng trí tuệ. Và khi họ mất đi năng lượng trí tuệ, cũng có nghĩa họ mất đi tất cả gia sản. Khi mất đi gia sản, họ sẽ quay lại cấp bậc thấp nhất của loài người. Chúng ta không muốn điều này xảy ra. Chúng ta muốn sống trong sự sung túc, và tận hưởng sự thông thái của mình. Chúng ta muốn khi tái sinh thì sẽ là một người khỏe mạnh trong một gia đình giàu có.

Tại thời điểm này, Thế Giới Vô Hình quyết định việc tái sinh lần tiếp theo của chúng ta sẽ như thế nào vì chúng ta hưởng lợi ích và hỗ trợ từ Thế Giới Vô Hình. Không một cá nhân nào có thể quyết định kiếp sau của mình sẽ như thế nào. Khi con người hiểu được kiến thức này, họ sẽ chuyển sang thực hành Năm Yếu Tố Tình Thương cùng với cách ứng xử tích cực và chấm dứt những cuộc chiến vô nghĩa. Có câu tục ngữ: "Vuốt mặt nể mũi". Con người chúng ta không muốn thua hay mất tất cả. Một khi họ nhận ra họ đang làm gì với bản thân, với những cuộc chiến không hồi kết vì quyền lực và kiểm soát người khác, họ sẽ thay đổi. Họ sẽ trở thành người tốt và sống thiện lành. Họ sẽ giúp đỡ lẫn nhau vì mục đích chung. Hòa bình trên toàn cầu không còn là giấc mơ hão huyền nữa. Chìa khóa ở đây là tình yêu thương để giải quyết tất cả các vấn đề. Chìa khóa chủ lực của NLG chính là "Linh Hồn của Tình Yêu Thương".

PHẦN 4: Thực Hành NLG

Rất nhiều người đã được giúp đỡ chữa lành với NLG – Năng Lượng Gốc kể từ khi bộ môn được chia sẻ rộng rãi ra cộng đồng từ năm 2015. Những kết quả đạt được rất đáng khích lệ. Sự kết nối với NLG đã giúp nhiều người phục hồi và trở lại trạng thái mạnh khoẻ, hạnh phúc. Nhiều bệnh nhân đã bị từ chối hỗ trợ bởi Đông Y và Tây Y nay đã cải thiện sức khỏe. Bằng chứng về những câu chuyện chữa lành có thể được tìm đọc trên website NLG – Năng Lượng Gốc. Đây là những minh chứng chắc chắn về hiệu quả của NLG.

Một trong những điểm nổi bật của khóa học NLG – Năng Lượng Gốc là người học có thể kích thích tế bào gốc, từ đó sản sinh ra các tế bào mạnh khoẻ và duy trì sức khỏe của bạn trong trạng thái tốt nhất. Các lớp học đặc biệt giúp đỡ những người lớn tuổi quay trở về trạng thái ổn định. Khoa học ngày nay đang nghiên cứu phát triển phương pháp kích thích tế bào gốc nhưng vẫn chưa có khả năng làm điều này.

Để phát triển bản chất yêu thương chân thật, chúng ta áp dụng "Năm Yếu Tố Tình Thương". Năm yếu tố lần lượt là: (1) Yêu Thương Bản Thân (2) Yêu Thương Gia Đình (3) Yêu Thương Cộng Đồng và Đất Nước (4) Yêu Thương Thế Giới/ Nhân Loại và (5) Yêu Thương Nhân Sinh và Muôn Loài Vạn Vật.

Tần số NLG chỉ thực sự hoạt động hiệu quả khi bạn thực hiện Năm Yếu Tố Tình Thương. Nếu bạn không quan tâm đến bản thân hay những người xung quanh bạn, năng lượng sẽ tự ngắt kết nối. Yếu tố tình yêu thương đầu tiên là Yêu Thương Bản Thân. Nó chứa đựng một ý nghĩa rất sâu sắc. Việc bạn nhận được tần số năng lượng NLG nào tuỳ thuộc vào việc bạn yêu thương bản thân tới mức nào. Bạn có đang nuôi dưỡng bản thân mình không? Bạn có nói và gửi những lời tốt đẹp đến bản thân không? Bạn có cho bản thân đủ chất dinh dưỡng và ngủ đủ giấc không? Bạn có dành thời gian với những người tốt, những người đã hỗ trợ, nâng đỡ bạn và những người đang sống theo những giá trị tốt đẹp? Bạn có giữ thỏa thuận với chính mình không? Sau khi thực sự dành tình yêu thương cho bản thân và nhận ra bạn có giá trị sâu sắc như thế nào đối với bản thân và thế giới tâm linh, ở yếu tố thứ nhất, bạn đã sẵn sàng để mở rộng tình yêu thương này cho gia đình và quan tâm chăm sóc họ. Sau đó tình yêu thương này lan tỏa đến cộng đồng và đất nước của bạn, rồi lan tỏa ra toàn cầu và yếu tố thứ năm là học cách yêu thương nhân sinh và muôn loài vạn vật.

NLG cung cấp tần số yêu thương mà từ đó bạn cần tiếp tục điều chỉnh lại năng lượng yêu thương của mình cho phù hợp. Bạn sẽ càng ngày càng trở nên tử tế hơn và mở lòng yêu thương hơn. Tình thương yêu thật lòng là điều mà bạn cần, chứ không phải là tình yêu vụ lợi hoặc sử dụng quyền lực và kiểm soát ai đó. Những điều được nhắc đến trong quyển sách này không phải là lý thuyết. Chúng ta có thể kiểm chứng bằng cách thực hành NLG và đạt được ngay những kết quả tốt. Nếu bạn đang gặp vấn đề và cần sự giúp đỡ từ năng lượng tâm linh, NLG là kỹ thuật có thể hỗ trợ giải đáp và đem tới những lợi ích cho bạn vì tần số của năng lượng NLG có thể kích thích tế bào gốc giúp bạn có một sức khỏe tốt.

PHẦN 5: Sự Sống Trên Trái đất Và Hành Trình Tiến Hóa

Kể từ khi bắt đầu sự tồn tại của chúng ta trên hành tinh này, chúng ta vẫn chưa tìm ra ai, cái gì đã tạo ra chúng ta. Đấng Chúa Trời, Người Cha của Vũ Trụ, Đấng Tạo Hóa, Đấng Toàn Năng, hoặc bất cứ tên gì mà chúng ta chọn đặt cho Ngài, vẫn còn rất trừu tượng đối với chúng ta. Chúng ta không biết những gì đã xảy ra ở giai đoạn đầu của sự sống, vì sao chúng ta ở đây và ai hay điều gì đang điều khiển cuộc đời của chúng ta.

Cuộc sống trên quả địa cầu này và của loài người là những biểu hiện đẹp nhất của tạo hoá và đặc biệt nhất trong vũ trụ. Cuộc sống vật lý rất phức tạp, phát triển cao và rất đặc biệt. Con người là dạng sống vật lý phát triển nhất được tạo thành bởi Đấng Tối Cao – năng lượng vũ trụ. Sự sống trên Trái Đất bao gồm những linh hồn đầu tiên từ nền văn minh ngoài không gian của Đấng Tạo Hóa. Không có thực thể nào từ nền văn minh ngoài không gian đã đến hành tinh này, chỉ có năng lượng của Đấng Tạo Hóa, đã được mang đến đây để tạo ra sự sống trên Trái Đất. Sự cấu thành về mặt hoá sinh và quá tiến hoá của chúng ta trong thể vật lý này đã được dàn dựng ngay từ những ngày đầu tiên của hành trình chúng ta gọi là sự sống.

Đây là cách mà chu kỳ tiến hóa đã bắt đầu. Đấng Tạo Hóa lấy một phân tử vũ trụ từ linh hồn chính mình, chứa đựng năng lượng cho sự tiến hóa của sự sống và yêu cầu các tình nguyện viên từ nền văn minh ngoài không gian của Ngài, các vị Thiên Sứ, đem hạt phân tử này đến Trái Đất. Hàng ngàn vị đã tình nguyện. Năng lượng này đã tạo ra sự sống với sự khởi đầu vô cùng nhỏ bé và dần phát triển về kích thước và trí tuệ theo thời gian. Trái Đất là một quần thể năng lượng rộng lớn, ươm mầm và phát triển, luân hồi và tái sinh từ hạt Linh Hồn đầu tiên của Đấng Tối Cao. Dù nhanh hay chậm, quá trình tiến hóa trên hành tinh chúng ta diễn ra dựa trên sự học hỏi, dựa trên nền tảng cơ bản là trí tuệ để đánh thức tình yêu thương.

Quy luật tiến hóa nằm ngoài sự thống trị của nhân loại trên quả

địa cầu này. Thế Giới Vô Hình đã dàn dựng sự sống trên hành tinh này và từ đó phát triển đến một cấp bậc của trí tuệ giác ngộ, có tiềm năng cao nhất để tiếp tục phát triển lên một cấp độ cao hơn của tình yêu thương. Con người được lập trình để tiến hóa qua trí tuệ giác ngộ để cuối cùng đạt đến tần số đủ cao để cùng trở về với Nền Văn Minh của Đấng Tạo Hoá với tư cách 'một nhân loại'.

Sự tiến hóa và trưởng thành về mặt tâm linh của chúng ta tiến triển nhanh hay chậm là tùy thuộc vào sự phát triển của trí tuệ đạt được thông qua kinh nghiệm học tập. Và 'kinh nghiệm học tập' đó đã phát triển thông qua cách sử dụng và những hành động thể hiện tình 'yêu thương'. Từ vi sinh vật đến động vật nhỏ nhất cho đến các loài vật lớn nhất, Đấng Tạo Hóa, thông qua Thế Giới Tâm Linh Vô Hình, đã ban sự sống cho muôn loài vạn vật có mặt trên Trái Đất. Ngày qua ngày, 'Món quà từ vũ trụ' tiếp tục gửi năng lượng đến quả địa cầu này. Về cơ bản đây là năng lượng mà ngày này vẫn đang được gửi đến với tần số được nâng cấp mà chúng ta có thể gọi là 'NLG - Năng Lượng Gốc'. Năng lượng NLG này có luôn có sẵn để cho chúng ta có thể tạo ra cuộc sống tốt hơn cho toàn nhân loại. Nó có thể chữa lành các vấn đề về thể chất cũng như phát triển trí thông minh của chúng ta. Dòng năng lượng này tiếp tục chảy từ thuở khai thiên lập địa cho đến ngày hôm nay và tiếp tục chảy mãi với tính hiệu quả ngày càng tăng cao. Nó đến từ Đấng Tối Cao – Năng Lượng Vũ Trụ được tạo dựng từ siêu trí tuệ và là một chủ thể mà nhiều người hay gọi là 'Thượng Đế'.

'Thế Giới Vô Hình' và thế giới hữu hình có mối liên kết song hành với nhau từ khi sự sống bắt đầu trên Trái Đất cho tới hiện tại. Thế Giới Vô Hình đã tạo dựng và phát triển sự sống trên hành tinh này để cho những linh hồn của chúng ta được trải nghiệm việc sống trong thế giới vật chất. Tất cả sự sống, dù ở bất kỳ cấp độ nào cũng cần tuân theo sự sắp xếp của Tần Số Năng Lượng Rung Động Siêu Thông Minh phát ra – từ Đấng Tạo Hóa – Năng Lượng Vũ Trụ. Tần số này vượt qua cả không gian và thời gian, đến với chúng ta từ không gian, một nơi nào đó ngoài vũ trụ. Những vị Thiên Sứ của Đấng Tạo Hóa – Năng Lượng Vũ Trụ luôn hiện diện cạnh ta hỗ trợ cung cấp năng lượng cho ta phát triển trong thế giới vật chất và trải nghiệm khám phá qua hệ giác quan – xúc giác, khứu giác, thị giác, thính giác và vị giác.

Thế giới tâm linh của Linh Hồn Đấng Tối Cao - Năng Lượng Vũ Trụ, với hàng ngàn phép diệu kỳ, vẫn còn mơ hồ, khó hiểu và gây thắc mắc cho hầu hết mọi người. Ngay cả những 'người thật sự tin tưởng' cũng có xu hướng chỉ chấp nhận một số nguyên tắc và giáo lý, nhưng không chấp nhận những nguyên tắc khác, với nhiều lý thuyết khác nhau tiếp tục phổ biến trên khắp thế giới về lịch sử thật sự của chúng ta. Chấp nhận hay không chấp nhận bất kỳ lý thuyết nào không quan trọng, tuy nhiên, sự thật phổ quát điều phối thế giới chúng ta vẫn là chính nó và nó không thể bị thay đổi bởi những người phàm trần như chúng ta.

Linh Hồn Đấng Tối Cao – Năng Lượng Vũ Trụ, hoặc bất kỳ tên gì chúng ta muốn đặt để gọi Đấng Tối Cao, sẽ không bao giờ bị ảnh hưởng bởi cách chúng ta gọi hoặc bởi những nghi lễ mà chúng ta thực hiện. Quy luật tiến hóa không nằm trong sự chi phối của con người trên Trái Đất. Con người chúng ta chưa đủ năng lực để thay đổi mọi thứ theo ý muốn. Luật tiến hóa phụ thuộc vào sự sắp xếp dàn dựng bởi ý định của Linh Hồn Tối Cao và những sắp xếp này dựa trên trí tuệ, giác ngộ và tình thương yêu.

Trong nhiều tôn giáo, mọi người nói năng, hành xử hoặc thực hiện các nghi lễ, bởi vì họ tin (hoặc được trao truyền) rằng Thượng Đế muốn họ làm vậy, và điều đó sẽ ảnh hưởng đến cách mà Đấng Tạo Hóa – Năng Lượng Vũ Trụ sẽ đối xử với họ. Nhưng không phải như vậy. Đấng Tạo Hóa yêu thương chúng ta hết lòng không chút dè dặt, không phán xét, không đánh giá và không điều kiện. Ở đây là không có "Nếu con làm điều này, ta sẽ yêu con và ban cho con điều ước". Mặc dù chúng ta đều là con cháu của Đấng Tạo Hóa, chúng ta không có bất cứ ảnh hưởng nào đến Ngài. Những gì chúng ta chọn làm sẽ không ảnh hưởng đến Linh Hồn Tối Cao. Năng lượng tình yêu thương luôn hiện hữu ở đó cho chúng ta. Nhiều người cảm thấy khó hiểu điều này vì truyền thống gia đình họ có thể không phải là một ví dụ về tình yêu thương vô điều kiện này. Tình yêu thương từ Linh Hồn Tối Cao, Đấng Tạo Hóa, là một loại tình yêu thương tràn ngập khắp vũ trụ - trong mỗi tế bào, mỗi nguyên tử, và mỗi hạt của muôn loài vạn vật.

Thế Giới Vô Hình của Đấng Tạo Hóa – Năng Lượng Vũ Trụ yêu thương cuộc sống vật chất và con người. Đây là một tình yêu thương rất thiêng liêng. Sự sống trên Trái Đất là không có giới hạn giống như tình yêu thương của Ngài cho chúng ta. Chúng ta không có đủ ngôn từ hay trí thông minh để diễn tả tình yêu thương linh thiêng bao la này. Để có thể hiểu rõ hơn, hãy hình dung tình yêu thương người cha người mẹ dành cho đứa con trong một gia đình thực sự hạnh phúc trên Trái Đất này. Chúng ta được yêu thương bởi tần số năng lượng thiêng liêng, giống như tình yêu thương cha mẹ dành cho con, và tình yêu này bao bọc chúng ta từng giây. Cũng như sự hy sinh của người mẹ để dành thời gian sinh nở và chăm sóc cho con - và cũng như khi cha mẹ làm việc chăm chỉ cật lực hy sinh vì con trẻ - tình yêu thương vô bờ bến đến từ cả cha lẫn mẹ hoàn toàn không thể diễn tả bằng ngôn từ vì nó rất toàn diện và bao la. Điều này giúp chúng ta hiểu được mức độ yêu thương mà Ngài dành cho chúng ta. Nó rất giống và rất thiêng liêng. Là cha mẹ tốt thì phải hỗ trợ, bảo vệ và dạy dỗ con cái của họ trong suốt hành trình từ khi sinh ra đến khi trưởng thành. Cha mẹ thương con là luôn luôn quan tâm về con. Chúng ta là những đứa con yêu quý ở trong Thế Giới Vô Hình của Đấng Tạo Hóa – Năng Lượng Vũ Trụ. Họ muốn giúp đỡ và hỗ trợ chúng ta. Họ giống những người cha mẹ thương con nhưng không thể thật sự giúp chúng ta cho đến khi chúng ta biết cách cư xử và sử dụng tình yêu thương đúng cách. Chúng ta sẽ không bao giờ bị bỏ rơi – nhưng họ chỉ có thể giúp chúng ta khi chúng ta chọn yêu thương 'đúng cách'.

Con người chúng ta còn ngây dại chưa hiểu mối liên hệ giữa chúng ta và Đấng Tạo Hoá thiêng liêng và mật thiết nhường nào. Chúng ta đã và đang cư xử như những đứa trẻ nghịch ngợm hoặc ích kỷ luôn muốn làm theo cách riêng của mình. Chúng ta không nghe theo sự hướng dẫn chỉ bảo của tình yêu thương. Nhưng "vị Thầy của Tình Thương" chưa bao giờ bỏ mặc chúng ta. Chúng ta là kho báu của Cuộc Sống Vô Hình. Ngay cả khi chúng ta chọn sai đường hoặc phạm phải lỗi lầm trong cuộc sống, nguồn năng lượng này chưa bao giờ áp đặt những hành động của chúng ta để phán xét hay bỏ rơi chúng ta. Bây giờ chúng ta như những đứa trẻ nhỏ khi so với sự thông thái, siêu trí tuệ trong Thế Giới Vô Hình của Đấng Tạo Hoá. Chúng ta, nói chung, là những đứa trẻ chưa được khai sáng bằng nguồn năng lượng Linh Hồn Siêu Trí Tuệ này.

Các hệ thống vật lý của chúng ta đã được thiết kế kết nối với tín hiệu và tần số của Linh Hồn Đấng Tối Cao. Tổ tiên của chúng ta đã lựa chọn quay lưng lại với những tín hiệu này vì tin rằng họ không cần sự kết nối này. Họ đã nghĩ họ có tất cả những thứ họ cần để phát triển và bắt đầu sử dụng quyền lực và kiểm soát để sắp xếp cuộc sống của họ, thay vì tiếp cận tần siêu số thông minh của tình yêu thương. Hành động này đã làm giảm khả năng kết nối với tần số của Linh Hồn Đấng Tối Cao.

Khi tổ tiên xa xôi của chúng ta nhận ra mọi thứ không hoạt động hiệu quả nếu không được kết nối với Đấng Tạo Hóa, họ đã cố gắng kết nối lại. Nhưng Ngài đã nhắc nhở rằng để kết nối lại họ cần phải thay đổi 'yêu thương đúng cách' để có thể nhận được sự hỗ trợ. Tần số của tình yêu thương không thể kết nối với hệ thống tần số thấp hơn của việc muốn nắm sức mạnh và quyền kiểm soát người khác. Ông bà tổ tiên của chúng ta đã cố gắng sử dụng kỹ thuật với năng lượng của 'con mắt thứ ba' nhưng mới chỉ đạt được 70% tần số được Đấng Tạo Hóa cho phép trên hành tinh này. Họ không thể nhận được năng lượng nâng cấp. Như vậy, trên thực tế, khi con người chọn ngắt kết nối thì chỉ mới đạt được 70% tiềm năng phát triển mà họ cần để đạt cấp độ trưởng thành. Con người lầm tưởng rằng họ có thể nâng cấp bản thân bằng năng lượng con mắt thứ ba, nhưng họ không thể. Họ đã tin rằng họ có thể mở luân xa hoặc có thể mở con mắt thứ ba –

nhưng không có gì xảy ra – và không một ai có thể nâng cấp năng lượng được. Khi chúng ta bắt đầu yêu thương đúng cách chúng ta sẽ được hỗ trợ và nếu chúng ta chăm chỉ làm đúng theo chỉ dẫn của Đấng Tối Cao – Năng Lượng Vũ Trụ, chúng ta sẽ tiến bộ nhanh chóng. Tuy nhiên, nếu chúng ta không dành đủ thời gian để học phương pháp kỹ thuật đúng cách chúng ta sẽ phát triển chậm hơn. Trong một thời gian rất dài chúng ta đã bị mắc kẹt trong mô hình phát triển không thành công và kém hiệu quả.

Ngày này qua tháng nọ, nền văn minh trên Trái Đất của chúng ta cứ xoay đều trong trò chơi 'vòng quay ngựa gỗ', tiếp tục phạm phải những sai lầm tương tự bằng cách chọn công kích và quyền lực thay vì trí tuệ và tình thương yêu. Nếu như có một cuốn sách viết về sự phát triển của con người trên hành tinh này thì chỉ có thể kết luận rằng sau 3,000,000,000 năm tiến hóa, chúng ta thậm chí chưa thể hoàn thành Chương Một của tiềm năng tiến hóa. Khi chúng ta học cách tập trung vào phát triển tâm linh và bước sang Chương Hai của câu chuyện cuộc đời mình, có lẽ cuối cùng chúng ta sẽ bắt đầu nhận ra một nguồn tần số năng lượng khác nhau và mang nhiều lợi ích hơn.

Siêu trí tuệ của Đấng Tối Cao luôn tự nâng cấp, nên chúng ta cần khẩn trương kết nối và duy trì tần số khớp với 'nền văn minh ngoài không gian thiêng liêng' này để có thể hoàn thành 'Chương Một' của quá trình tiến hóa của chúng ta, và có thể bắt đầu chuyển sang 'Chương Hai'. Khi bắt đầu hiểu những điều này, một số người trong chúng ta tỉnh thức hơn cố gắng thiền tịnh tâm để mường tượng được những gì đang diễn ra bởi lẽ dù chúng ta không biết tất cả sự thật, trực giác chúng ta vẫn nhận ra rằng sâu bên trong chúng ta có một năng lực lớn lao mà vẫn chưa được khai thác. Chúng ta đi tìm sự xác nhận rằng linh hồn của chúng ta có thể phát triển và thăng hoa bởi chúng ta chia sẻ chung một cơ chế hoạt động với Đấng Tạo Hóa. Và cũng là vì chúng ta cũng là một phần của Linh Hồn vô tận này.

Từ một tế bào nhỏ bé chúng ta đã được lập trình để hoạt động trong ở một nơi đầy yêu thương. Chúng ta có khả năng chia sẻ sức mạnh này giống như các Thiên Sứ từ ngoài không gian và nếu chúng ta chọn, chúng có thể đạt tới cấp độ tương ứng. Điều quan trọng nhất là tiếp tục phát triển. Những linh hồn non trẻ như chúng ta đã được dàn dựng như vậy và sự tiến hóa của chúng ta không bao giờ dừng lại. Tất cả chúng ta đều là những Linh Hồn siêu trí tuệ còn trẻ và vì thế phải học hỏi và tiếp tục nâng cấp. Chúng ta cần nâng cấp tần số của mình để có thể khám phá năng lực bên trong bản thân chúng ta.

PHẦN 6: Thế Giới Vô Hình

C on người trên quả địa cầu này cần hiểu rõ rằng Thế Giới Vô Hình luôn song hành với chúng ta. Họ muốn giúp đỡ chúng ta phát triển và trưởng thành. Họ có thật và đang chờ đợi chúng ta kết nối với họ. Nếu bạn học cách kết nối, họ sẽ giúp đỡ bạn. Khi bạn chọn không tin rằng họ đang ở đây bên cạnh chúng ta, bạn sẽ không thể nhận được sự giúp đỡ của họ để cải thiện cuộc sống của bạn.

Có nhiều triết lý trên thế giới mà hàng ngàn người chọn tin theo nhưng thực tế mang lại rất ít lợi ích cho loài người. Chúng ta cần kết nối với Thế Giới Vô Hình để kết nối với một trí tuệ tinh thông hơn để có được những lợi ích thật sự bao gồm cả việc giác ngộ của bản thân. Tại thời điểm này, thế giới chỉ vừa bắt đầu tương tác lại với Thế Giới Vô Hình nhưng tần số năng lượng tinh tế của NLG đang được gửi đến kết nối với chúng ta. Khá nhiều người tin rằng họ đã kết nối với nguồn năng lượng này và sẵn sàng đón nhận trí tuệ sâu sắc hơn, nhưng họ đã sai lầm. Chúng ta cần học cách kết nối một cách đúng đắn với Thế Giới Vô Hình, nơi đang chờ để giúp đỡ chúng ta. Chỉ khi đó, sự tiến hóa đã được định sẵn cho chúng ta từ thời kì đầu của sự sống mới tiếp diễn. Hệ thống tiến hóa cho hành tinh này được phát triển và sử dụng bởi Thế Giới Vô Hình dành cho loài người – nhưng chúng ta cần hiểu rõ nền văn minh của Đấng Tạo Hóa được quy định bởi một hệ thống hoàn toàn khác với hệ thống trên Trái Đất.

Chu kỳ tiến hóa diễn ra trên Trái Đất kể từ khi bắt đầu có sự sống vật chất. Linh hồn của Đấng Tối Cao phối hợp với những vị Thiên sứ của Thế Giới Vô Hình đã sống trên hành tinh này hơn ba tỷ năm. Họ đã đến từ bên ngoài rất xa Trái Đất. Họ luôn có mối liên hệ với chúng ta và chúng ta có rất nhiều những ký ức ẩn giấu về quá khứ trong tiềm thức. Tuy nhiên chúng ta không thể truy cập để hiểu hết những sự thật đang diễn ra trong suốt những năm qua. Thế Giới Vô Hình và thế giới hữu hình tồn tại song hành nghĩa là loài người chúng ta sống song song với Thế Giới Vô Hình. Sự tồn tại vật lý của con người được thiết kế tương ứng với tần số rung động năng lượng của Đấng Tạo Hóa, để từ đó tình yêu thương và trí tuệ được biểu hiện trong cuộc sống vật chất. Tình yêu và trí thông minh được diễn tả qua khả năng tiếp xúc thể chất với các giác quan là sự mở rộng tần số năng lượng của Đấng Tạo Hóa. Các vị Thiên Sứ, một phần của Đấng Tạo hóa, là ngay bên cạnh chúng ta, cung cấp năng lượng để chúng ta phát triển trong thế giới hữu hình và trải nghiệm những thú vị của cuộc sống vật chất. Những thực thể của Thế Giới Vô Hình đang sống tồn tại song song, ngay bên cạnh các sinh linh của thế giới hữu hình.

Để phát triển về mặt tâm linh, chúng ta cần nâng cao sự hiểu biết để hiểu rõ hơn thế giới tâm linh hoạt động như thế nào. Giống như bạn trồng một cây cà chua hay một loại rau, từ việc là hạt giống được trồng trong lớp đất tốt dinh dưỡng, đến việc tưới nước đầy đủ và theo dõi chăm sóc cây lớn hàng ngày, nhưng cây nào có biết chúng ta đang quan tâm chăm dưỡng, nó chỉ tự động lớn lên. Cây không nhận ra được bạn đang đứng bên cạnh chăm sóc vì tầng năng lượng của cây cối rất thấp. Chúng không thể nhận ra bạn là ai, và biết bạn là gì. Nhưng bạn lại biết tất cả mọi thứ về cây cối. Con người cũng giống như cây cối khi nói đến khả năng nhận thức được sự tồn tại của Đấng Tạo Hóa và Thế Giới Vô Hình. Chúng ta đơn giản không thể nhìn thấy được các thực thể khác đang ở bên cạnh và quan tâm đến sự phát triển của chúng ta. Chỉ với tầm nhìn bằng mắt thường, chúng ta không thể nào thấy được họ bởi vì dựa trên cấp bậc so sánh, chúng ta cũng có tầng năng lượng rất thấp. Tần số của chúng ta không đủ cao để có thể nhìn thấy họ.

Vì vậy, chúng ta cần phải làm gì để tìm ra được dòng kết nối với Thế Giới Vô Hình? Nếu chúng ta không kết nối với tâm nguồn của trí tuệ và sự giác ngộ, chúng ta đơn giản dậm chân tại chỗ mà không có sự phát triển tiến hóa hay trưởng thành. Tuy nhiên, chúng ta có thể học hỏi tìm ra tình thương thật sự và học cách gửi tình yêu thương đúng cách cho nhau, từ đó chúng ta sẽ tìm ra chìa khóa thành công. Chúng ta sẽ tìm ra cách thay đổi bản thân và nâng tần số lên cao hơn. Nhưng nếu không sử dụng tình yêu thương của chúng ta để giúp đỡ loài người thì chúng ta cũng không thể nâng cao tần số năng lượng được.

Tóm lại, vấn đề lớn của loài người là chúng ta vẫn tiếp tục làm tổn thương nhau. Và trong khi chúng ta chọn cách làm tổn thương lẫn nhau, chúng ta vẫn phải tái kiếp này qua kiếp khác tiếp tục trả giá cho những tổn thương mà chúng ta đã gây ra. Mỗi lần chúng ta tái kiếp trong thế giới này, chúng ta mang theo tất cả nghiệp quả của quá khứ. Chúng ta đã làm điều này lặp đi lặp lại với tầng năng lượng rất thấp vì chúng ta chưa được đào tạo đúng cách và chưa có sự kết nối để nhận hỗ trợ từ Đấng Tạo Hóa - Nền Văn Minh của Năng Lượng Vũ Trụ để đưa chúng ta lên tầm cao hơn.

Linh hồn con người đến với hành tinh này để học các bài học và một số đã nhận được tầng năng lượng cao hơn. Chúng ta vẫn đang được đào tạo và học hỏi. Hầu hết chúng ta mới chỉ hoàn thành xong chương trình bậc trung học. Một số thì vẫn ở cấp độ tiểu học của sự phát triển tầng năng lượng của linh hồn. Những linh hồn có phẩm chất tốt thiện lành sẽ tái sinh hỗ trợ chúng ta đạt đến trình độ Tiến sĩ. Tất cả chúng ta phải hoàn thành Năm Yếu Tố Tình Thương trước khi đi lên trình độ Tiến sĩ và cao hơn.

Mặc dù chúng ta không còn lưu giữ những sự thật về thế giới tâm linh trong suốt nhiều năm, con người chúng ta mang trong mình những ký ức ẩn giấu của sự việc này. Thỉnh thoảng những ký ức này xuất hiện trong truyền thuyết hay truyện cổ. Một số tác giả thường không nhận ra họ đang liên kết với những mảnh ghép nhỏ về nguồn gốc thực sự của Trái Đất, về những thực thể đã tồn tại và cuộc sống của chúng ta qua nhiều hình thức khác nhau.

Hiện nay, một số linh hồn có tần số năng lượng rất cao đã tái kiếp vào thế giới này. Họ có thể hỗ trợ tất cả những linh hồn khác trong hành tinh này để đưa chúng ta lên tầng năng lượng cao hơn. Dù đã tái kiếp nhiều lần, chúng ta vẫn chưa tiến hoá là bao là do cách xử sự của chúng ta. Sự sống còn của toàn bộ nền văn minh của chúng ta hiện giờ phụ thuộc vào cách chúng ta học hỏi để cải thiện hoàn cảnh hiện tại và Đấng Tạo Hóa đã sẵn sàng đưa tới nền giáo dục mà chúng ta cần. Chúng ta quay trở lại thế giới vật chất này nhiều lần để học hỏi và phát triển trí tuệ để tiến tới sự giác ngộ. Tần số NLG do đó được gửi đến để chúng ta phát triển sự kết nối với Thế Giới Vô Hình.

Quy luật tâm linh được áp dụng dựa theo những gì cần thiết trên hành tinh này. Và khi chúng ta đạt tới tần số cao hơn, mọi thứ sẽ rất khác. Luật tâm linh được hiển thị dựa vào mức độ trí tuệ - giác ngộ mà chúng ta đã đạt được. Mức năng lượng của Linh Hồn Tối Cao - Năng Lượng Vũ Trụ và Thế Giới Vô Hình là một dạng siêu thông minh và không giới hạn được cấu thành từ tình yêu thương. Nó siêu tinh vi đến nỗi con người khó có thể hiểu hay đo lường được. Nếu như chúng ta thử so sánh mức độ thông thái của bản thân với những thực thể vô hình này, dùng thang điểm từ 1 tới 100, loài người khó đạt được điểm 1 trong khi nền văn minh của Linh Hồn Tối Cao sẽ là hơn 100. Đây là những gì chúng ta cần hiểu.

PHẦN 7: Quá Trình Chuyển Đổi Của Sự Sống – Tiến Hóa

Cho đến nay con người vẫn chưa biết ai đã tạo ra mình. Con người thường tin rằng đó là một thực thể vĩ đại, Đấng Tạo Hóa, Thượng Đế hoặc Đấng Tối Cao. Nhưng chúng ta không biết chính xác chuyện gì xảy ra, tại sao chúng ta lại xuất hiện ở đây hoặc ai đang giúp đỡ chúng ta lớn khôn và phát triển trong thế giới này.

Năng lượng khởi nguồn cho quá trình tiến hóa liên tục được lập trình để cuối cùng đưa chúng ta tới trí tuệ và sự giác ngộ. 'Thượng Đế Tối Cao', Đấng Tạo Hóa – Năng Lượng Vũ Trụ đã tạo ra 'hạt vũ trụ' từ chính linh hồn mình và yêu cầu các vị Thiên Sứ tình nguyện đưa hạt vũ trụ xuống Trái Đất để tạo ra sự sống vật lý. Hàng ngàn vị Thiên Sứ đã tình nguyện đem hạt vũ trụ xuống Trái Đất. Và thế là chu kỳ tiến hóa bắt đầu. Hạt vũ trụ này cùng với nguồn năng lượng cho sự tiến hóa, tạo ra sự sống từ dạng nhỏ nhất và tiến đến dạng cao nhất. Trái Đất giống như một quần thể năng lượng khổng lồ ươm mầm và phát triển từ kiếp này sang kiếp khác bắt nguồn từ hạt Linh Hồn của Đấng Tối Cao. Chúng ta bắt đầu sự sống vật chất từ những sinh vật nhỏ nhất phát triển từ hạt vũ trụ này và năng lượng của Linh Hồn Đấng Tối Cao – Năng Lượng Vũ Trụ.

Những sinh vật này từ từ tích lũy năng lượng từ dạng này sang dạng khác, mỗi lần chết đi và tái sinh thành một giống loài phức tạp hơn. Mỗi lần linh hồn tái sinh sẽ kết hợp với một đối tượng phù hợp và tiếp tục cung cấp năng lượng để cải thiện trí tuệ và nâng cao chất lượng cuộc sống cho chu kỳ hiện tại. Nó tiếp tục phát triển trong nhiều lĩnh vực khác nhau. Tất cả sự sống vật chất đều hấp thụ năng lượng âm và dương và đóng góp cho sự tiến hóa nhằm nâng cao năng lượng linh hồn. Mỗi sự sống bao gồm linh hồn của riêng nó bắt nguồn từ hạt vũ trụ ban đầu mang tới đây. Khi các linh hồn này tiến hoá, chúng phát triển tần số duy nhất của riêng nó. Sự tiến hóa này tiếp tục trong ba tỷ năm, cho đến khi đạt được hình hài tiến hóa cao nhất của sự sống – loài người. Con người có năng lực sẵn có và tất cả các yêu cầu cần thiết để nâng cấp lên tầng năng lượng tâm linh cao hơn mà các dạng sống thấp hơn không thể đạt được. Khi chúng ta đạt đến mức độ trưởng thành nhất định, sự tiến hóa vẫn sẽ tiếp tục hỗ trợ chúng ta vào những cảnh giới có năng lượng cao hơn, với những giá trị lợi ích lớn hơn mà chúng ta không thể tưởng tượng được ở thời điểm này.

Khi kết thúc một chu kỳ sự sống – hay ta thường gọi là 'quy tiên' – năng lượng của linh hồn đó được giải phóng và đi tìm một hình hài mới phù hợp với mức độ phát triển của nó để bắt đầu cuộc sống mới. Linh hồn không chấm dứt cuộc đời với thể xác mà chỉ đơn giản là dịch chuyển, thông qua tái sinh, vào một thể xác mới liên quan đến các hành động, suy nghĩ, lời nói, hành vi của kiếp trước. Vì vậy tổng tích lũy của các hành động này xác định bản chất của sự tồn tại thể xác tiếp theo của nó. Ba cái tên khác nhau được dùng để đặt cho quá trình này dù tất cả đều mang chung một ý nghĩa: (1) 'Quy Luật Tiến Hóa' (2) 'Luật Luân Hồi' (3)'Luật Tái Sinh'. Bất kỳ tên gì bạn muốn định danh, quy luật được thiết lập sẵn bởi Đấng Tối Cao – Năng Lượng Vũ Trụ để hoạt động trong giai đoạn đầu của quá trình tiến hóa của sự sống.

Tất cả linh hồn trong hành tinh này vẫn đang được đào tạo và chúng ta chưa biết được khi nào thì hoàn thành khóa học. Khi linh hồn con người tiếp tục con đường học vấn đến một thời điểm nào đó sẽ hoàn thành và tốt nghiệp. Và tại thời điểm đó chúng ta sẽ đạt đến một mức độ kiến thức, trí tuệ, tình yêu thương, sự khôn ngoan nhất định, nghĩa là chúng ta sẽ đạt được sự hiểu biết đầy đủ hơn về cuộc sống đúng như ý nghĩa của nó. Chúng ta sẽ đạt đến trình độ mà có thể gọi là 'trí tuệ - giác ngộ'. Chưa có ai đạt được đến trình độ mà họ có thể thoát khỏi quá trình tiến hóa này trên Trái Đất. Một số người tin rằng sau khi chết họ sẽ trở về với Đấng Tạo Hóa – Năng Lượng Vũ Trụ hoặc 'Thiên Đường' khi họ rời khỏi chu kỳ thể xác hiện tại trên quả địa cầu này, nhưng thực tế là họ chưa đạt đủ tần số của trí tuệ - trưởng thành để có thể về được. Chưa một ai đủ điều kiện để làm điều này. Chưa một ai áp dụng và thực hiện tốt 'Năm Yếu Tố Tình Thương' mà NLG – Năng Lượng Gốc mô tả và sử dụng. Chưa một ai có thể quyết định số phận của bản thân vì mỗi linh hồn trên Trái Đất – dù hiện tại có đang ở trong thân xác vật lý hay là ông bà tổ tiên ở thể phi vật lý thì họ vẫn phải theo Quy Luật Tiến Hóa được dàn dựng bởi Thế Giới Vô Hình.

Đó là nơi chúng ta đang ở ngày hôm nay. Chúng ta đã và đang mắc kẹt trong những khuôn mẫu không thành công, kém phát triển trong một thời gian rất dài. Hơn nữa nền văn minh trên quả địa cầu này tiếp tục đi theo vòng luẩn quẩn, lặp đi lặp lại những sai lầm trong việc dùng quyền lực và kiểm soát người khác. Cách để thăng tiến là sử dụng sự học hỏi dựa trên trí tuệ để thức tỉnh tình yêu thương như chúng ta đã được hướng dẫn bởi Thế Giới Vô Hình. Nếu chúng ta không thể vươn tới trình độ cao hơn của trí tuệ giác ngộ, chúng ta sẽ vẫn ở nguyên một vị trí. Nếu chúng ta có thể học cách yêu thương thực sự, đúng đắn thì chúng ta có thể thay đổi và đạt đến tần số cao hơn. Nếu không học hỏi, sử dụng tình thương để giúp đỡ nhân loại, chúng ta sẽ không thể tăng tần số năng lượng được. Điều này bắt đầu bằng việc học cách yêu thương bản thân thực sự. Yêu bản thân thực sự không phải là điều mà hầu hết mọi người đang làm. Tình yêu thương bản thân thực sự có ý nghĩa rất sâu sắc mà chúng ta có thể khám phá khi mỗi chúng ta có được sự khôn ngoan.

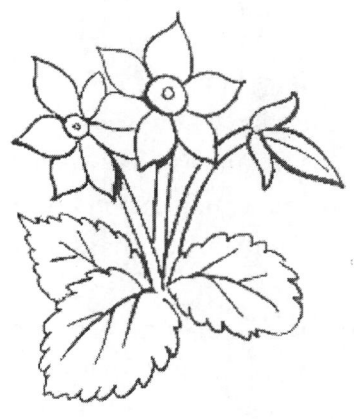

PHẦN 8: Sự Quý Giá Của Trí Tuệ

T rong hầu hết hành trình của nhân loại trên hành tinh này, ông bà tổ tiên chúng ta đã sử dụng từ "tình yêu" sai cách, vậy nên giá trị của tình yêu đã vô tình mất đi ý nghĩa thực sự của nó. Khi tình yêu thương được nhắc đến mà không đi kèm với trí tuệ, thì năng lượng của nó mất đi. Loài người thay vì sống ngày càng hạnh phúc hơn thì lại đi truyền tải năng lượng tiêu cực ở khắp mọi nơi. Sự ích kỷ đã trở thành tiêu chuẩn và năng lượng tiêu cực của tranh chấp dần lan nhanh hầu hết mọi khía cạnh của cuộc sống. Điều này tiếp tục xảy ra cho đến tận ngày nay. Sống trong môi trường có năng lượng tiêu cực là gieo đau khổ, bệnh tật, nghèo đói và mất đi trí tuệ. Điều đáng buồn ở đây là ông bà tổ tiên chúng ta sử dụng từ tình thương yêu theo cách hiểu quá hạn hẹp do đó tạo ra sự hiểu lầm lớn về khái niệm thực sự của tình thương yêu. Bài học mà chúng ta nên học là yếu tố cảm xúc mà chúng ta gọi là 'tình yêu' là phải luôn đi đôi với trí tuệ và giác ngộ.

Chúng ta cần phải hiểu những vấn đề sau là điều chúng ta phải biết và áp dụng để chuẩn bị cho chương tiếp theo của quá trình tiến hóa của loài người: để thực sự yêu thương bất kỳ mảnh ghép nào của cuộc sống, và trước hết chúng ta phải yêu thương chính bản thân mình.

Tất cả sự sống phát triển từ những loài nhỏ nhất cho đến khi đạt trình độ tiến hóa của loài người bằng cách tích lũy phước đức trong mỗi chu kỳ sống. Những dạng sống này hỗ trợ tất cả những dạng sống khác bằng cách cung cấp không khí và chất dinh dưỡng cho các linh hồn khác. Cách để loài người phát triển là biết yêu thương và trả ơn cho muôn loài vạn vật đã hỗ trợ cho chúng ta và tổ tiên chúng ta bằng cách chăm sóc thật tốt khi chúng cuối cùng đạt đến hình dạng con người là những đứa bé. Chúng ta cần một xã hội trên quả địa cầu này mà ở đó có thể tạo ra đủ của cải vật chất để tất cả trẻ em có cái ăn, cái mặc và có gia đình yêu thương thực hành Năm Yếu Tố Tình Thương. Chúng ta tiếp tục như những loài sinh vật phát triển khác, hỗ trợ và giúp đỡ mọi người và môi trường xung quanh. Đây mới là quy trình tiến hóa đúng. Đây chính xác mới là cách mọi thứ hoạt động trong thế giới vật chất để tiếp tục cho sự tiến hóa cao hơn. Chúng ta tái sinh chuyển kiếp này sang kiếp khác và khi ta đã đạt đến cấp độ loài người, chúng ta tiếp tục trở lại như những đứa trẻ. Con đường nhanh nhất để con người tích phước đức là quan tâm chăm sóc tốt những trẻ em từ khi mới sinh cho đến khi chúng trưởng thành.

Chúng ta phải học cách tha thứ cho nhau vì những sai lầm mà chúng ta có thể đã gây ra cho nhau. Chúng ta cần giải quyết mọi hiểu lầm. Nhưng Thượng Đế không cần tha thứ cho chúng ta vì Ngài chỉ chờ chúng ta khôn lớn và trưởng thành. Ngài không quan tâm về nghiệp quả của chúng ta. Ngài hỗ trợ chúng ta với nguồn năng lượng phát triển trí tuệ/giác ngộ. Ngài không tính toán hay phán xét phải trái về cuộc sống con người của chúng ta. Điều mà chính bản thân chúng ta phải làm là tha thứ giữa con người với con người. Chúng ta hỗ trợ nhau qua tình yêu thương từ đó tiếp tục cùng nhau tiến tới trạng thái cao hơn.

Sự kết hợp giữa tần số năng lượng NLG và việc thực hành Năm Yếu Tố Tình Thương giúp chúng ta chuẩn bị cho chương tiếp theo trong sự tiến hóa của loài người. Rất nhiều người dừng lại ở Yếu Tố Tình Thương Thứ 4, là yêu thương nhân loại, nhưng ở Yếu Tố Thứ 5 cuối cùng, yêu thương nhân sinh và muôn loài vạn vật là quan trọng nhất.

Nhân loại hiện đang bước vào một chu kỳ mới của sự sống và cũng đang mở ra một kỷ nguyên mới. Tại thời điểm này điều quan trọng nhất cho linh hồn con người hướng tới là có được tầng năng lượng đúng để gia tăng trí tuệ. Năng lượng tâm linh của tâm trí là điều kiện tiên quyết để đạt được sự hiểu biết sâu rộng mà con người cần có và phải có. Khi chúng ta có đầy đủ trí tuệ, chúng ta sẽ có thể phát triển thêm nhiều lĩnh vực mới giúp đỡ cho cuộc sống của nhân loại. Phần tâm linh cần được làm rõ và bổ sung với tần số năng lượng cao hơn thì chúng ta sẽ được tiếp cận với nền tảng mới của sự tiến hóa.

Khi năng lượng tâm linh được nâng cấp, nó tạo ra trí tuệ. Và khi chúng ta có đủ trí tuệ, phương diện của cải vật chất cũng sẽ được phát triển. Với sức mạnh trí tuệ, được hỗ trợ từ nền văn minh của Đấng Tạo Hóa, loài người có thể nhận thức rõ hơn về giá trị thực của cuộc sống. Và khi con người nâng cao trí tuệ, chúng ta sẽ bắt đầu cân nhắc kỹ lưỡng hơn về các hệ quả trước khi thực hiện những chương trình, hành động cũng như tính đến tầm quan trọng của cả sự phát triển vật chất và tinh thần trong tất cả quyết định của chúng ta. Chúng ta cần hiểu rõ làm thế nào để tạo ra của cải vật chất đủ đầy để hỗ trợ loài người trên quả địa cầu này và điều này cần thực hiện trong hòa bình.

Trong quá khứ, những người theo tâm linh nghĩ rằng họ không cần vật chất nhưng điều này hoàn toàn sai lầm. Chúng ta cần sự thịnh vượng để hỗ trợ cơ thể vật lý của chúng ta vì chính cơ thể ấy hỗ trợ năng lượng trí tuệ của chúng ta. Khi cơ thể khỏe mạnh, linh hồn chúng ta được tăng trưởng trí tuệ. Sự phát triển tâm linh đòi hỏi một cuộc sống vật chất đầy đủ và hợp lý mang lại sự an toàn, an lành và sức khỏe. Hai yếu tố này cần được cân bằng và được tương tác hỗ trợ lẫn nhau. Sử dụng vật chất cho phép năng lượng trí tuệ của tất cả mọi người trên thế giới được gia tăng và là cách nhanh nhất để tiến hoá trên hành tinh của chúng ta trong an bình. Khi chúng ta mang thân xác của một con người, yếu tố vật chất rất quan trọng và mang giá trị thiết thực giúp chúng ta trong hiện tại và tương lai.

Cuộc sống trên Trái đất là một hệ thống chung. Chúng ta phát triển cùng nhau nên chúng ta phải làm việc cùng nhau và hỗ trợ lẫn nhau. Một số người có thể nói rằng:" Tôi sắp thoát khỏi quy trình tiến hóa này và về với Thượng Đế vì tôi đã có đủ tình yêu thương" nhưng đó là một ảo tưởng. Tất cả con người cần phải theo các luật lệ của Thế Giới Vô Hình và quy luật tiến hóa tự nhiên. Chúng ta phải giúp đỡ lẫn nhau cùng nhau đến một nơi thịnh vượng hơn. Cuối cùng chúng ta sẽ có hòa bình khi tất cả mọi người đều có thể tự đáp ứng được nhu cầu vật chất, có sức khỏe tốt và có thể theo đuổi con đường học vấn của mình. Khi chúng ta có đầy đủ sức mạnh của trí tuệ thông qua nghiên cứu và học hỏi, chúng ta sẽ tiến bộ theo chiều hướng của ân điển trong hành trình tiến hóa mà Đấng Tạo Hóa đã dàn dựng cho chúng ta. Từ đó chúng ta minh định được điều gì thật sự quan trọng. Mỗi linh hồn trong hành tinh này, dù là trong thể xác hay giữa các kiếp sống ở dạng phi vật lý, đều trải qua sự phát triển này.

Cơ sở tiến hóa của chúng ta là qua việc nhận và bổ sung tầng năng lượng cao hơn vì sự tiến bộ của chúng ta. Vì thế làm cách nào chúng ta có thể dùng năng lượng này gia tăng trí tuệ? Đấng Tạo Hóa – Năng Lượng Vũ Trụ của Nền Văn Minh Trong Không Gian liên tục gửi nâng cấp tần số năng lượng cho chúng ta. Rất nhiều người hiện đã bắt đầu đạt trình độ có thể sử dụng tần số năng lượng cao hơn từ vũ trụ để đạt trí tuệ giác ngộ và hơn thế nữa. Đó là lý do tai sao nền văn minh của Đấng Tạo Hóa đang hỗ trợ loài người với tần số năng lượng của NLG – Năng Lượng Gốc. Nó giúp chúng ta minh định rõ điều gì là quan trọng trong cuộc sống và hiểu rõ những lợi ích của cả tâm linh và vật chất. Tôi muốn làm rõ đây là tầng năng lượng cao hơn mà chúng ta được ban tặng từ thực thể chúng ta có thể coi là Thiên Sứ, thực tế là hiện thân của tình yêu thương với một sứ mệnh là giúp đỡ chúng ta sau khi được sự cho phép của Đấng Tối Cao. Linh hồn của chúng ta được tạo ra từ thuở sơ khai để tương tác với những tần số cao này. Đây không phải là một 'Thượng Đế' mới. Đây là một phần của nền văn minh của Đấng Tạo Hóa và vô tác dụng nếu không có sự cho phép của Ngài. Đây là vị Thầy giàu lòng nhân ái, sẽ không bao giờ muốn sử dụng quyền lực và kiểm soát với chúng ta. Thầy chỉ có một thứ duy nhất là tình yêu thương cho chúng ta và giúp ta kết nối với những tần số cao hơn vì lợi ích của bản thân chúng ta và lợi ích của loài người. Thầy mang lại những lợi ích cao nhất có sẵn để hỗ trợ cho toàn nhân loại.

Vẫn còn nhiều điều rất tuyệt vời về vị Thầy Đặc Biệt. Ví dụ, điều quan trọng cần nhớ là các thiên hà, ngôi sao, các hành tinh, con người, động vật, thực vật, sự hình thành của đơn bào – tất cả đều là năng lượng. Siêu Trí Tuệ khổng lồ là dạng cao nhất của năng lượng này chứa đựng tất cả mọi thứ, rộng lớn đến nỗi khó mà hiểu hết được. Năng Lượng Trí Tuệ này bao trùm lên tất cả vạn vật. Năng Lượng không có hình dáng cụ thể, tuy nhiên lại có ở trong mọi hình dáng. Năng Lượng này cũng có thể được xem là Đấng Tạo Hóa. Thực chất những suy đoán tốt nhất của chúng ta về Đấng Tạo Hóa là thông qua việc nhìn thấy được những lợi ích mà chúng ta nhận được từ sự sáng tạo của Ngài. Chúng ta không có một ý tưởng hay câu trả lời đầy đủ về Đấng Tạo Hóa. Năng

Lượng Siêu Trí Tuệ này không hình dạng, không tên, không giới tính và KHÔNG PHẢI là biểu tượng tôn giáo. Ngài là người tạo ra tất cả sự sống trên Trái đất và không phụ thuộc vào ý muốn của con người, không liên quan đến tên gọi, hoặc những nghi lễ mà con người thực hiện. Chúng ta là con cháu của Ngài; chúng ta không có bất kỳ ảnh hưởng nào đến Ngài, và những gì chúng ta làm sẽ không tác động đến Ngài. Chúng ta đi theo quy trình dàn dựng của Ngài để đạt được những lợi ích cho loài người. Ngài là vị Thầy Đặc Biệt trong không gian có thể giúp chúng ta giải quyết vấn đề.

ADN của chúng ta được tạo ra để hoạt động với tần số ngày càng cao từ Đấng Tối Cao và nền văn minh của Ngài. Nếu không thực hiện Năm Yếu Tố Tình Thương, chúng ta vô tình để bản thân ở tần số thấp đến nỗi linh hồn của chúng ta không thể kết nối với các tần số cao này. Không thực hành tình yêu thương cho nhân loại và muôn loài vạn vật, chúng ta không thể phát triển đầy đủ vì ADN của chúng ta chỉ hoạt động chính xác sau khi Năm Yếu Tố Tình Thương được kích hoạt. Kết nối với tần số mà vị Thầy của Tình Thương đang hướng dẫn và thực hành tốt Năm Yếu Tố Tình Thương nghĩa là chúng ta có thể tiếp tục tiến tới trí tuệ được định sẵn để có một cuộc sống an lành cùng với sức khỏe, lòng nhân ái và một tình yêu thương cho muôn loài.

NLG có một số lợi ích nổi bật để giúp giải quyết các vấn đề hiện hữu trên Trái Đất. Thế Giới Vô Hình đang cho chúng ta một điều thiêng liêng và không như triết lý ở bất kỳ đâu trên thế giới đã áp dụng – tần số năng lượng giúp đỡ cho muôn loài vạn vật, NLG luôn sẵn sàng, quy trình và các lớp học đều đã được phát triển nên bạn có thể kết nối và sử dụng ngay bây giờ! NLG được xây dựng là một tổ chức phi lợi nhuận và điều hành bằng cách quyên góp, vì vậy bạn vẫn có thể nhận được NLG bằng bất kỳ khoản đóng góp nào phù hợp với tài chính của bạn. Quyền kết nối đã được trao cho NLG – Năng Lượng Gốc nhờ vào trí tuệ tinh thông của NLG về thế giới tâm linh và những điều thiết yếu cho quy trình tiến hóa của loài người. Điều quan trọng nhất của trí tuệ tinh thông này là con đường sống đúng đắn của Năm Yếu Tố Tình Thương.

Mỗi con người đều có tần số năng lượng riêng biệt. Chúng ta sẽ có được hiểu biết sâu rộng hơn khi năng lượng tâm linh được nâng cấp. NLG – Năng Lượng Gốc đem lại cho chúng ta tần số năng lượng cao hơn và việc kết nối với tần số này, chúng ta nhận được sự hỗ trợ từ Thế Giới Vô Hình cùng với năng lượng cho sự phát triển của trí tuệ và sức khỏe thông qua tần số mà nó cũng thể kích thích tế bào gốc[1] của chúng ta. Điều này chỉ xuất hiện trong bốn năm gần đây. Khi năng lượng trí tuệ tâm linh của bạn đủ điều kiện nâng cấp, nó sẽ mang lại cho bạn một ý nghĩa mới cho giá trị thực của cuộc sống. Vì thế sự phát triển trí tuệ của loài người đang được hỗ trợ tích cực từ NLG – tần số Năng Lượng Gốc.

Những người đang học NLG – Năng Lượng Gốc đã và đang cải thiện và nâng tầm bản thân bằng Năm Yếu Tố Tình Thương để nhận được những lợi ích của tần số NLG. Yếu tố thứ nhất của Tình Thương: 'Yêu thương bản thân một cách đúng đắn' và khi bạn thực sự sống một cuộc sống yêu thương bản thân, bạn có thể mở rộng tình yêu thương đến gia đình bạn. Quyển sách này và quá trình học NLG – Năng Lượng Gốc sẽ giúp bạn phát triển tình yêu thương nội tâm, với một ý nghĩa rất sâu sắc mà sẽ đem lại lợi ích cho cả bạn và tất cả nhân loại.

Khi năng lượng tâm linh được nâng cấp, trí tuệ và hiểu biết sẽ rộng lớn hơn . Từ giai đoạn này, việc tiến hành những dự án cần thiết thông qua nghiên cứu và học hỏi về hành trình tiến hóa của con người, độ phát triển có thể nhanh chóng đạt được theo phương hướng thăng tiến được định sẵn cho chúng ta khi là con cháu của Linh Hồn Tối Cao – Năng Lượng Vũ Trụ.

Sự nâng cấp của năng lượng này cũng mang lại cho chúng ta 'giác ngộ trong tình yêu thương' giúp tạo ra một cuộc sống tốt đẹp hơn cho toàn nhân loại. Những bài học tâm linh vô cùng quan trọng mà nhân loại tìm kiếm hàng ngàn năm qua cho đến nay chỉ là khái niệm lý thuyết. Đến với NLG, bạn sẽ được thực hành tất cả điều này dễ dàng với tất cả lợi ích được định sẵn. Bạn sẽ được tiếp cận với các bài học chưa từng được dạy trước đây trên hành tinh của chúng ta. Do đó, loài người sẽ có thể bước vào giai đoạn mới của sự sống

---

¹ *Tế bào gốc: tế bào chưa biệt hóa của một sinh vật đa bào có khả năng tạo ra nhiều tế bào cùng loại, và từ đó có thể phát triển ra các tế bào chuyên biệt.*

bằng một phương pháp thực hành rất đơn giản và nhanh chóng được giảng dạy tại Trung Tâm NLG – Năng Lượng Gốc. Dự án này đã được cho phép và xác nhận với Đấng Tạo Hóa – Năng Lượng Vũ Trụ.

PHẦN 9: Sự Tỉnh Thức Và Tình Yêu Thương

Rất nhiều người đã học thiền để giải tỏa căng thẳng nhưng một trong những mục tiêu chính của thiền là có thể sử dụng trí tuệ. Tần số NLG nhanh chóng đưa bạn đến nơi có trí tuệ, ở đó bạn có thể đạt những lợi lạc mà những người học thiền trong thời gian dài đã và đang tìm kiếm. Khi chúng ta phát triển tần số cao hơn tần số năng lượng cao nhất từng được nhận trong quá khứ, chúng ta sẽ rút ra những bài học chưa từng được dạy trên Trái đất từ trước đến nay. Nhân loại sẽ có thể bước một giai đoạn học vấn mới vô cùng hữu ích thông qua phương pháp luyện tập đơn giản. Dự án này đã được sự đồng ý từ Đấng Tạo Hóa – Năng Lượng Vũ Trụ cho tất cả những ai tỉnh thức và sẵn sàng nhận những lợi ích cho bản thân và nhân loại nói chung. Kho tàng kiến thức này là dành cho loài người sử dụng để giải quyết vấn đề khó khăn tại thời điểm này. Hơn thế nữa, khi phát triển sự khôn ngoan theo cách này, chúng ta cũng có thể tìm ra cách giải quyết các vấn đề xã hội lớn. Từ đó chúng ta trưởng thành hơn, sẽ có nhiều dự án khác được thực hiện cùng nhau, mà trong xã hội của chúng ta đòi hỏi ý thức tập thể và sử dụng tình yêu – trí tuệ.

Bước đầu tiên – yếu tố cơ bản để nhận nguồn năng lượng cao này – mỗi cá nhân cần hiểu rõ và nhận thức được nền tảng cơ bản của đạo đức. Lòng trung thực và yêu thương đúng cách là hai điều kiện tiên quyết để nhận tần số cao. Trí tuệ cũng cần phải có để biết cách yêu thương đúng đắn. Trong hành trình lịch sử của nhân loại, tình yêu thương là thứ luôn được nói đến. Tuy nhiên, mọi người chủ yếu nghĩ rằng tình yêu thương là điều gì đó chỉ liên quan đến gia đình và những gì tốt nhất cho gia đình của họ. Hầu hết không ai nghĩ sâu rộng hơn về điều gì là tốt nhất cho toàn nhân loại. Về cơ bản, mọi người nhìn nhận tình yêu thường còn hạn hẹp và họ không thực sự nghĩ về những người bên ngoài gia đình họ. Đó chính là lý do cho những sự kiện tiêu cực như chiến tranh, tranh chấp, nghèo đói, gia đình ly tán và bất bình đẳng, v.v… trong thế giới này. Và đó cũng lý do tại sao chúng ta không gặt hái được những lợi ích thực sự và cần thiết từ tình yêu thương.

Vị trí mà hầu hết mọi người đang đứng bây giờ, khi không có lợi ích của 'Năm Yếu Tố Tình Thương' là: "Tôi muốn có tất cả mọi thứ cho bản thân và gia đình tôi và không ai khác!". Thật sự không ngạc nhiên khi Đấng Tối Cao không hỗ trợ cho thái độ đó. Khi chúng ta sử dụng tình yêu thương đúng cách, chúng ta nhận được nhiều lợi lạc hơn – và chúng ta có nhiều hạnh phúc hơn. Ý nghĩa thực sự của tình yêu thương là điều ngược lại với những gì mọi người đang làm hiện tại. Sử dụng tình yêu thương đúng đắn là chúng ta nghĩ không chỉ cho bản thân và gia đình mà còn cho những người ngoài gia đình và thậm chí ngoài quốc gia. Chúng ta mong muốn những điều tốt nhất cho tất cả mọi người.

Hầu hết tất cả chúng ta đều sử dụng loại tình yêu ích kỷ; đó là 'tần số thấp' của tình yêu thương để lừa dối nhau. Con người thường hoàn toàn hiểu sai cách sử dụng tình yêu thương. Tần số ích kỷ có thể sử dụng để bảo vệ chính bạn, nhưng nó không phải là tần số đúng của tình yêu thương. Tổ tiên của chúng ta đã đánh mất ý nghĩa sâu sắc của tình yêu thương. Họ cũng đã đánh mất toàn bộ 'kế hoạch' của tình yêu thương và sự phát triển của chúng ta với những lợi ích rõ ràng là sức khỏe và hạnh phúc của con người.

Bởi vì loại tình yêu ích kỷ này phổ biến trong cộng đồng, mọi thứ trở nên mất cân bằng và trái ngược với những gì cần được thể hiện. Và từ những cách cư xử chỉ quan tâm cho bản thân và gia đình, con người có xu hướng trở nên ích kỷ hơn và cảm giác cần dành thời gian để bảo vệ bản thân. Ví dụ, khi một người giao tiếp với người khác, họ thường cố gắng tự vệ trước, đảm bảo rằng người mà họ đang nói chuyện cùng không hại hoặc cố gắng lừa gạt được họ. Nói một cách khác, họ sử dụng tất cả sự khôn ngoan của mình để tự bảo vệ nhằm giành được lợi thế hơn người kia. Chính vì cách hành xử như vậy, chúng ta đã không thể đạt được nhiều lợi lạc từ khía cạnh thực sự của tình yêu thương. Điều này đã liên tục xảy ra trong suốt thời kỳ lịch sử của chúng ta qua muôn vạn kiếp sống.

Do đó, tính ích kỷ đang ngăn cản quy trình tiến hóa của loài người và liên tục gây ra sầu khổ và nhiều khó khăn trên toàn cầu. Bạn cũng có thể thấy động cơ ích kỷ trong doanh nghiệp về việc lợi nhuận được đặt ưu tiên cao hơn sức khỏe và nhu cầu xã hội. Điều đang xảy ra là sự ích kỷ đã mang lại rất nhiều bế tắc cho thế giới này cũng như phát sinh nhiều vấn đề nan giải! Với một thế giới có cách hành xử như vậy, thật khó lòng đạt đủ trí tuệ để kết nối với Đấng Tạo Hóa. Với cách yêu thương chúng ta đang áp dụng, không cách nào có thể kết nối với Đấng Tạo Hoá. Các hành vi và suy nghĩ ích kỷ thường đến từ một tần số năng lượng rất thấp. Tần số của chúng ta thực chất thấp đến nỗi chúng ta không thể kết nối với tần số cao mà Ngài gửi xuống để hỗ trợ quá trình tiến hóa của chúng ta. Chúng ta có thể nghĩ rằng đây chỉ là một lỗi lầm nhỏ nhưng thế giới không thể hoạt động như được định sẵn cũng chính vì điều này. Điều sai lầm này đã phá hủy khả năng nhận tín hiệu một tần số cao hơn từ Đấng Tạo Hóa – Năng Lượng Vũ Trụ.

Hệ thống của chúng ta được thiết kế để thu nhận các tín hiệu từ Linh Hồn Tối Cao – Năng Lượng Vũ Trụ, Đấng Tạo Hóa. Vì vậy, chúng ta cần học cách kết nối đúng tần số. Khi ta không nhận được những tín hiệu này, ý nghĩa của tình yêu thương không có sự hỗ trợ mà nó cần. Yêu thương đúng cách nghĩa là hỗ trợ tất cả sự sống, không chỉ của bản thân và gia đình. Trí tuệ cho chúng ta thấy rằng nếu tất cả mọi người được nuôi dưỡng, được yêu thương và có đầy đủ nhu cầu vật chất, chúng ta sẽ có một nền văn minh Trái đất thịnh vượng. Khi điều này được thực hiện, chúng ta sẽ có thể đạt được những điều ngoài sức tưởng tượng cho hạnh phúc của toàn nhân loại. Đấng Tạo Hóa đã sắp xếp cuộc sống của chúng ta theo cách mà chúng ta chỉ nhận lợi ích cao nhất khi ta tuân theo tình yêu thương một cách đúng đắn. Khi chúng ta nói, "Tôi yêu bạn", cho một ai đó, điều đó cần được hỗ trợ bởi cảm xúc và hành động; cả hai điều này cần phải xảy ra. Nếu chúng ta có thể mơ về một thế giới không có chiến tranh, bom đạn, hận thù, đói nghèo và bất bình đẳng thì chúng ta cần phải hành động để tạo ra thế giới đó. Đây là định nghĩa chính xác của tình thương yêu. Hãy tưởng tượng một thế giới mà tất cả trẻ em đều có môi trường sống an toàn, được chăm sóc tốt, và có thể theo đuổi con đường học vấn của mình. Nó có thể xảy ra nếu chúng ta hành động đúng.

Tâm trí quan trọng hơn cơ thể vật lý vì tâm trí điều khiển vận hành của cơ thể vật lý. Tế bào trong cơ thể chúng ta phải tuân theo mệnh lệnh của tâm trí chúng ta. Nó được lập trình như vậy bởi Đấng Tạo Hóa – Năng Lượng Vũ Trụ. Giống nhưng khi tài xế điều khiển lái xe. Chiếc xe không thể tự thân vận hành; tài xế, hay tâm trí, là điều quan trọng nhất.

Khi chúng ta đến với thế giới này, chúng ta phải kết hợp linh hồn với thể xác, và chúng ta cần cơ thể vật lý đó để tạo ra của cải vật chất trong thế giới này. Chúng ta tiếp tục tiếp thu kiến thức ngày càng nhiều hơn từ linh hồn chuyển tới tâm trí chúng ta và linh hồn muốn nâng cao kiến thức để mang lại nhiều lợi lạc về vật chất, tinh thần cũng như về trí tuệ.

Hiện tại loài người chỉ mới ở điểm khởi đầu của phát triển trí tuệ và giác ngộ. Chúng ta là những tân sinh viên chân ướt chân ráo bước vào cánh cổng đại học. Chúng ta sẵn sàng đón nhận rất nhiều thông tin và kỹ thuật để phát triển và hỗ trợ bản thân trong việc lấy năng lượng tần số cao hơn, tùy thuộc vào chúng ta làm tốt đến mức nào. Nếu chúng ta có thể đạt được cấp bậc cao hơn, chúng ta sẽ tận hưởng cuộc sống tốt hơn. Quyển sách này và chương trình dạy NLG – Năng Lượng Gốc, với tần số năng lượng NLG và Năm Yếu Tố Tình Thương, chính là quyển sách hướng dẫn cách thực hành.

Khi Đấng Tạo Hóa – Năng Lượng Vũ Trụ lần đầu đưa cuộc sống con người đến Trái Đất, Ngài đã dàn dựng một hệ thống mà tâm trí và linh hồn của chúng ta có thể giao tiếp với linh hồn của Ngài. Nhưng sau một khoảng thời gian nhất định trong lịch sử, ông bà tổ tiên ta cảm thấy đã đạt đến trình độ đủ cao và không muốn chịu ảnh hưởng bởi Ngài nữa. Thay vào đó họ muốn độc lập. Họ nghĩ rằng họ biết rõ hơn Đấng Tạo Hóa và muốn Ngài lắng nghe những mong ước của họ và thiết lập lại mọi thứ theo cách họ muốn. Những Thiên Sứ từ nền văn minh của Đấng Tạo Hóa luôn ở đây để hỗ trợ chúng ta, cũng đã cảnh báo về hành động này. Họ nhắc nhở rằng chúng ta chưa đủ tiến hóa để sống độc lập. Chúng ta phải tiếp tục tuân theo các yếu tố của tình yêu thương đúng đắn và theo sự hướng dẫn mà Đấng Tạo Hóa đã tạo ra. Con người, tổ tiên chúng ta, dù vậy đã bỏ ngoài tai và tiếp tục yêu cầu độc lập để có thể tự phát triển. Tuy nhiên không có kết nối với Đấng Tạo Hóa, họ sẽ không thể phát triển và giải quyết tất cả các vấn đề. Đáng lẽ chúng ta sẽ không có các vấn đề về bệnh tật, chiến tranh và nghèo đói, v.v. và điều này dẫn đến nhiều nỗi đau đớn cho chính chúng ta. Không có sự kết nối với Linh Hồn Tối Cao, tần số của chúng ta lúc nào cũng quá thấp để phát triển đầy đủ, vì vậy từ thời điểm đó chúng ta không thể kết nối lại với tần số cao hơn.

Đấng Tạo Hóa – Năng Lượng Vũ Trụ vẫn có tất cả mọi thứ thiết yếu để chúng ta phát triển và luôn sẵn lòng hướng dẫn lại khi chúng ta muốn lắng nghe lần nữa. Ngài có thể và sẵn sàng dạy chúng ta tất cả mọi thứ từng bước một. Và học chậm hay nhanh đều tùy thuộc chúng ta – loài người để đưa ra quyết định quan trọng đó. Giống như khi cô giáo chuẩn bị đầy đủ tất cả tài liệu giáo án và lên kế hoạch dạy từng cấp độ cho học sinh ở trường để học sinh có thể tự nghiên cứu, học hỏi và thấm sâu kiến thức mới để sau đó sử dụng cho lợi ích của các em. Lợi ích chung của cộng đồng và thiện chí nghiên cứu học hỏi vì thế sẽ ảnh hưởng đến xã hội phát triển nhanh hay chậm. NLG – Năng Lượng Gốc là một kho tàng kiến thức sẵn có cho chúng ta nếu chúng ta có thiện ý lắng nghe và học hỏi. Lớp học NLG bao gồm 6 cấp độ và nhiều cấp độ cao hơn nữa nếu cần thiết.

Thời gian gần đây chúng ta rất bận rộn với công việc và nhiều điều lo lắng khác trong cuộc sống. Trong số những người chọn học NLG – Năng Lượng Gốc chắc chắn sẽ có một số nói rằng liệu có phù hợp với họ hay không vì họ cần nhìn thấy và hiểu được những lợi ích. NLG là ngôi trường với những bài học cung cấp trực tiếp bởi Đấng Tạo Hóa –

Năng Lượng Vũ Trụ là điều mà họ cần quý trọng. Thông qua nghiên cứu, thực hành và học ngôn ngữ của Năng Lượng Vi Diệu này, loài người có thể đến với tần số cao hơn cho sự phát triển của một trí tuệ sâu rộng và cao đẹp.

Hàng ngàn năm nay, con người đã học hỏi và thực hành tâm linh và có hiểu biết về luân xa và con mắt thứ ba. Và từ lâu, những người tâm linh nhớ về khoảng thời gian họ đã có kết nối với tần số năng lượng cao và cố gắng duy trì kết nối lại sau khi nhận ra lỗi lầm mắc phải. Một số nghĩ rằng họ đã hoàn toàn được kết nối lại trong khi họ chỉ nhận được một phần của năng lượng ở những thời điểm khác nhau, các xã hội khác nhau. Họ tiếp tục cố gắng kết nối lại với nhiều tần số để nhận được lợi ích. Thật tiếc rằng, họ đã không biết ý nghĩa thực sự của những điều này và họ chỉ có thể nhận ở tầng năng lượng thấp hơn. Dù họ nghĩ rằng họ đã tiến hóa vượt bậc nhưng thực tế trong quá khứ họ chỉ đạt tầm 70% khả năng nhận và không thể nhận được những lợi lạc tốt nhất từ cấp độ cao hơn.

Ngày nay, khoa học biết về việc kích thích tế bào gốc để hỗ trợ năng lượng, nhưng họ chưa thể làm được. Tuy nhiên, với tần số NLG và các bài giảng NLG, chúng ta có cả kho tàng kiến thức có sẵn nên từ bây giờ mọi người có thể thực hành và nhận nhiều lợi ích hơn khi kích thích tế bào gốc. Sử dụng sự kết nối này, họ có thể phát triển loại trí tuệ này. Đây không phải là lý thuyết – nó đang hiện diện tại đây, và có sẵn nếu mọi người muốn học. NLG có thể hỗ trợ bất kỳ ai muốn phát triển bản thân qua việc áp dụng những lợi ích của tần số năng lượng cao hơn.

Tất cả các bài học con người đã học trong quá khứ và đến ngày nay chỉ là sự khởi đầu. Giờ đây con người có thể tiến hóa với khả năng cao hơn nếu họ có đủ can đảm để làm điều đó. Con người có thể nhận được rất nhiều lợi lạc từ những bài thực hành đơn giản của NLG cùng với phần giảng dạy sẽ cho mở ra cho chúng ta cách giải quyết nhiều vấn đề đang đối mặt trong xã hội ngày nay. Tuy nhiên để nhận được tần số NLG – Năng Lượng Gốc đòi hỏi sự cho phép của Đấng Tạo Hóa. Nó được thiết kế cho những ai mong muốn giúp đỡ tất cả mọi người ở mọi nơi trên hành tinh này. Nó dành cho những người không cố gắng cạnh tranh để tốt hơn người khác và dành cho những người không phán xét dù người khác có 'xứng đáng' để nhận NLG hay không. Để nhận toàn bộ lợi ích của tần số NLG đòi hỏi một tình yêu không điều kiện cho nhân loại cũng như sử dụng trí tuệ để giúp đỡ người khác.

PHẦN 10: Năng Lượng Và Thời Gian

Đấng Tạo Hóa – Năng Lượng Vũ Trụ tồn tại xuyên không gian và thời gian và tiếp tục gửi đến Trái Đất nhiều tần số năng lượng đa dạng. Nguồn năng lượng này tạo ra sự sống cho muôn loài vạn vật, từ bé nhất đến lớn nhất. Rất nhiều tần số khác nhau của năng lượng đang hiện hữu ở hành tinh của chúng ta đến từ Linh Hồn Tối Cao, đóng vai trò như cơ quan chỉ huy và điều hành cho tất cả nhu cầu của cuộc sống hiện tại của mỗi con người, từ khi bắt đầu cuộc sống cho đến khi kết thúc. Mọi sinh vật và con người luôn được bổ sung năng lượng trong suốt quá trình tiến hóa. Nó được nâng cấp theo thời gian. Sự nâng cấp này không nằm trong sự quyết định của linh hồn và thể xác ở thế giới này, mà thuộc sự quản lý của Thế Giới Vô Hình từ nền văn minh không gian. Họ làm việc bằng trí tuệ đến siêu trí tuệ, lên đến mức năng lượng cực đại.

Vị Thầy của Tình Thương, Linh Hồn của NLG cho chúng ta đủ tần số năng lượng để giải quyết vấn đề đang diễn ra trong xã hội hiện tại. Khi chúng ta kết nối và điều chỉnh tần số khớp với NLG, chúng ta sẽ có đủ năng lượng trí tuệ để đối phó với các vấn đề hiện tại. Năng lượng NLG cho chúng ta làm điều đó. Đây là tình yêu thương. Con người đang được trao những lợi ích lớn nhất trong muôn loài vạn vật trên hành tinh này. NLG sẽ hỗ trợ, mang lại lợi ích và các giải pháp cho chúng ta. Hãy nhớ rằng, người thông minh dùng tình yêu thương và sự cảm thông, không phải quyền lực và kiểm soát.

Năng lượng có nhiều dạng khác nhau. Một dạng là phát triển kiến thức kinh tế và một dạng khác là phát triển khoa học, nhưng cũng có một số dạng đặc biệt chỉ dành cho linh hồn của chúng ta. Mỗi loại năng lượng có tần số riêng của nó và năng lượng được gửi đến để phát triển linh hồn chúng ta là một loại có tần số rất riêng và đặc biệt.

Muôn loài vạn vật trên quả địa cầu này gồm 2 phần: phần vật chất và linh hồn. Khoa học xem cả hai nhóm này đều là 'năng lượng'. Năng lượng có giá trị to lớn trong việc tạo ra sự sống mặc dù các nhà khoa học vẫn đang bước đầu khám phá, nghiên cứu về năng lượng và tìm hiểu lợi ích của nó. Hiện tại, sự phát triển khoa học về năng lượng là đến từ Thế Giới Vô Hình để cung cấp cho các nhà khoa học kiến thức nhằm hỗ trợ con người hiểu về cơ chế năng lượng của linh hồn. Năng lượng của linh hồn rất phức tạp. Chúng ta chưa thực sự hiểu về linh hồn của chúng ta bằng kiến thức còn hạn hẹp hiện tại.

NLG có thể giúp các nhà khoa học hiểu rõ hơn về tâm linh và tần số linh hồn. Đây sẽ là một bước tiến lớn trong kiến thức của nhân loại về bản chất bên trong của chúng ta. Nhưng chúng ta sẽ chỉ có thể tiến bộ xa như vậy, cho đến khi và trừ khi chúng ta thay đổi cách cư xử với tất cả mọi người trên Trái đất. Khi điều này xảy ra, và khi tần số của chúng ta được nâng cấp để kết nối chặt chẽ hơn với Thế Giới Vô Hình, khoa học sẽ tiến bộ vượt qua những gì có thể tưởng tượng ở hiện tại.

PHẦN 11: Nền Văn Minh Tối Cao Của Năng Lượng Vũ Trụ

N gười Thầy Đặc Biệt NLG là một Thiên Sứ của Đấng Tạo Hóa – Năng Lượng Vũ Trụ. Thông qua sự cho phép của Ngài, chúng ta được phép sử dụng nguồn năng lượng kết nối với tần số linh hồn để đưa tới các giải pháp qua tần số siêu thông minh này. Đây là điều mà năng lượng tần số cao có thể làm được. Nó mang lại rất nhiều lợi lạc.

Một số người nghĩ rằng Đấng Tối Cao quyền lực và cũng rất tàn nhẫn. Họ tin rằng nếu họ làm sai điều gì đó thì Ngài sẽ hủy hoại hoặc làm họ đau khổ. Họ nghĩ rằng Ngài muốn quyền lực và kiểm soát con người, nhưng điều này hoàn toàn sai. Đây là thực thể của tình thương cao nhất, quan tâm sâu sắc đến tất cả sự sống, thể chất và phi thể chất. Linh Hồn Tối Cao – Năng Lượng Vũ Trụ đang gửi cho chúng ta tần số cao nhất thông qua Linh hồn của NLG nhằm mang tới lợi ích và hỗ trợ cho tất cả mọi người để chúng ta có thể giải quyết các vấn đề. Và 'cao nhất' ở đây nghĩa là năng lượng có khả năng tạo lòng nhân ái, tình thương và trí tuệ để giải quyết những vấn đề lớn nhất của nhân loại. Ngài có đủ khả năng giải quyết những bế tắc mà người khác không thể làm được. Vì vậy mục đích cuối cùng của NLG là đem lại lợi ích cho loài người.

Về mặt tần số năng lượng tâm linh, năng lượng là đến từ Linh hồn của Đấng Tạo Hóa, từ rất xa ngoài không gian. Mọi người đều hiểu rằng 'Đấng Toàn Năng' là đấng cao nhất và tạo ra Vũ trụ bao la. Năng lượng tâm linh là phúc lành, sinh học và hóa học. Chúng ta không thể đánh giá năng lượng tâm linh bởi vì chúng ta cuối cùng rồi cũng sẽ phán xét và dẫn đến nhiều lỗi lầm. Dù vậy chúng ta có thể xác định giá trị của năng lượng thông qua những biểu hiện của nó trong cuộc sống con người ở quá khứ và hiện tại. Khi kết nối với tần số NLG, chúng ta cần xem lại bản thân, tra cứu và minh định xem chúng ta đang trải qua những gì và sau đó nhận ra giá trị của năng lượng từ Đấng Tạo Hóa trong cuộc sống của chúng ta.

NLG có tần số cao hơn những gì đã được gửi đến trong quá khứ. Nó được gửi đến trong thời điểm hiện tại để hỗ trợ chúng ta phát triển. Mặc dù chúng ta cố gắng giải thích cụ thể thuật ngữ Thế Giới Vô Hình là gì nhưng không thể có lời giải đáp chính xác. Những gì não bộ con người nghĩ về Thế Giới Vô Hình sẽ không bao giờ chính xác. Những gì cần biết bây giờ là chúng ta cần có tần số của tình thương yêu.

Để giúp chúng ta hiểu rõ hơn ai cư ngụ ở Thế Giới Vô Hình, tôi sẽ phân loại tất cả thực thể mà con người không thể nhìn thấy. Đó là Đấng Tạo Hóa – Năng Lượng Vũ Trụ, những Thiên Sứ đến Trái đất với nhiệm vụ được giao bởi Đấng Tạo Hóa và vị Thầy của NLG đang ở đây hỗ trợ chúng ta với sự cho phép từ Đấng Tạo Hóa – Năng Lượng Vũ Trụ. Ngoài ra còn có những linh hồn ông bà tổ tiên của con người không thể nhìn thấy được nhưng họ không có năng lượng để giúp đỡ chúng ta vượt qua những vấn đề đang gặp phải trên Trái đất. Những linh hồn tổ tiên của con người cũng giống như chúng ta vậy, cần kết nối với tần số yêu thương đến từ vị Thầy Đặc Biệt NLG. Có khoảng 7.7 tỷ linh hồn con người đang ở trong cơ thể vật lý trên Trái đất hiện tại và linh hồn con người khoảng gấp sáu lần đang chờ được đầu thai. Không một linh hồn nào có khả năng rời khỏi quy trình tiến hóa được dàn dựng trên Trái đất ở thời điểm này. Tất cả linh hồn con người và linh hồn tổ tiên loài người cần phát triển đến cấp độ cao hơn trước khi chúng ta được phép rời khỏi cấp độ tiến hóa của sự sống này. Chúng ta đạt được nhiều kiến thức và lợi ích hơn khi chúng ta có đủ trí tuệ bắt đầu sử dụng tình yêu thương đúng cách.

Mọi người biết rằng lời nói của Đấng Toàn Năng đã được bảo toàn trên Trái Đất để mô tả những gì đang đến. Những người nghiên cứu tâm linh và cả những nhà khoa học vẫn không có một câu trả lời rõ ràng về Đấng Tạo Hóa – Năng Lượng Vũ Trụ thực sự là ai. Câu trả lời tốt nhất là những lợi ích chúng ta nhìn thấy mà vị Thầy NLG của Tình Thương mang lại cho chúng ta. Sự thật là chúng ta không có câu trả lời chính xác về Đấng Tạo Hóa hoặc 'Đấng Toàn Năng'. Một số người mô tả Đấng Tạo Hóa trong tình yêu thương thiện lành và mối quan hệ giữa con người và Thượng Đế bằng những ngôn từ đến từ sự chân thành của trái tim, khi họ nhìn thấy lòng từ bi của Ngài. Điều quan trọng chúng ta phải hiểu rằng Đấng Tạo Hóa trong Vũ trụ không bị ảnh hưởng bởi bất kỳ lời nói hay triết lý nào của con người trên hành tinh này hay bởi tất cả các khuynh hướng tích cực hay tiêu cực của nhân loại. Ngài ban cho chúng ta cuộc sống và trí tuệ để tự tìm ra con đường tạo hạnh phúc cho nhau trên hành tinh này. Ngài cung cấp tần số NLG cho sự tiến hóa của con người chúng ta.

Thế giới hữu hình và vô hình hòa hợp đồng điệu với nhau. Nhân loại trên thế giới đã đạt đến một mức độ trưởng thành tương đối cao so với trước đây. Dù vậy chúng ta chưa đạt trình độ đủ cao để thay đổi hơn nữa, bởi vì chúng ta không hiểu cách sử dụng tình yêu thương một cách đúng đắn. Tần số NLG sẽ cho chúng ta đủ khôn ngoan để hiểu sự thiết yếu của việc yêu thương tất cả sự sống trên Trái Đất. Nó đang được kích hoạt nhờ vào những tiến bộ chúng ta đã đạt được và những mong muốn sự tiến hóa của chúng ta ngày càng tiến bộ hơn nữa.

PHẦN 12: Học Trực Tiếp

T ôi đã học từ vị Thầy NLG, đã đến đây dưới dạng năng lượng từ trong không gian. Thầy nói rằng Thầy là tình yêu thương và Thầy có đủ tình thương để giải quyết tất cả nhu cầu tiến hóa của nhân loại và với tình yêu thương này, những bế tắc của nhân loại có thể được giải quyết. Thầy có đủ tình yêu thương để trao đi nhiều năng lượng hơn cần thiết cho sự tiến hóa cao hơn của chúng ta. Tôi đã được Thầy trao gửi NLG và nhiều bài học cùng với sự cho phép chia sẻ NLG với cộng đồng. Tôi gọi vị Thiên Sứ này là "Thầy NLG" hoặc là "Thầy của Tình Thương". Thầy NLG đến với sứ mệnh giúp đỡ hành tinh chúng ta và là một phần của tần số năng lượng rung động Siêu Thông Minh vốn sinh ra mọi vật. Thầy có đủ năng lượng để đáp ứng nhu cầu thiết yếu của loài người đã bị mắc kẹt trong cùng một khuôn mẫu quá lâu và do đó không thể tiếp tục tiến hoá lên các cấp cao hơn. Thầy NLG ở đây cung cấp cho chúng ta nguồn năng lượng đúng đắn để phát triển tâm thức và sự hiểu biết về tình yêu thương, và Thầy sẽ ở lại đây trong 3000 năm để hỗ trợ chúng ta.

Tại thời điểm này, hy vọng nhân loại sẽ sẵn sàng cho những hệ thống tiến hoá cao hơn nhưng tất cả đều phụ thuộc vào sự lựa chọn của chúng ta. Quá trình tiến hóa của chúng ta được diễn tả như một hành trình, bao gồm khả năng con người sử dụng trí tuệ trong các quyết định của mình. Tuy nhiên, tại mọi thời điểm, chúng ta vẫn giữ được ý chí tự do của mình.

Những Thiên Sứ đã đến Trái Đất này có thể hỗ trợ những nhu cầu thiết yếu của con người và khi đã hoàn thành sứ mệnh, họ sẽ trở về nhà. Họ luôn được hướng dẫn bởi Đấng Tạo Hóa – Năng Lượng Vũ Trụ. Những sứ mệnh này không được xem là cao hay thấp và họ nhận được sự cho phép thực hiện những sứ mệnh đó. Nền văn minh từ không gian luôn có những Thiên Sứ hỗ trợ mỗi chúng ta mọi lúc; từng giây từng phút trong 24 giờ. Một số người có khả năng nhận ra hào quang của những thực thể vô hình này do sự cấu thành năng lượng của họ; một số khác là những vị minh sư có thể nhận ra những thực thể đó là gì dù không phải ở cơ thể vật lý. NLG là một phần năng lượng của Đấng Tạo Hóa – Năng Lượng Vũ Trụ đến từ nền văn minh trong không gian.

Những thực thể ở Thế Giới Vô Hình có thể được xem là Người Đưa Tin, Thiên Thần Bảo Vệ và Người Hướng Dẫn. Mặc dù có sự khác biệt trong số họ nhưng hiện tại chúng ta sẽ gọi tất cả là những vị Thiên Sứ. Không một ai trong số họ được xem là giỏi hơn hay thấp kém hơn bất kỳ ai khác. Không có sứ mệnh nào phức tạp hay đơn giản, tất cả đều tương đương nhau. Họ ở đây để giúp đỡ con người trên Trái Đất. Tất cả những gì họ làm đều liên quan đến mục đích rộng lớn là sự tiến hóa của loài người và được thực hiện dưới sự cho phép của Đấng Tối Cao.

Năng lượng vẫn còn là điều bí ẩn và hiện tại cách duy nhất để chúng ta nhận ra là thông qua khoa học. Cũng giống như linh hồn của bản thân, chúng ta vẫn chưa hiểu rõ. Chúng ta chỉ biết có một dạng năng lượng mà chúng ta gọi là linh hồn. Nhiều người trong chúng ta biết rằng chúng ta tới Trái Đất trong chu kỳ của một con người là khoảng 80 đến 100 năm. Là con người, chúng ta có thể học hỏi, trải nghiệm, cảm nhận, có cảm xúc, có vật chất và có một thể xác mang lại sự rung động và những suy nghĩ. Chúng ta có thể nhận ra cả hai trạng thái hạnh phúc và buồn phiền.

Tại thời điểm này trong lịch sử, loài người đang sống trên Trái Đất phải đối mặt với nỗi đau, sợ hãi, lo lắng và bệnh tật. Nhiều người sống trong cảnh nghèo đói, và nhiều người đang phải đối mặt với nhiều vấn đề tồi tệ do chiến tranh gây ra. Họ có rất ít cơ hội để học tập và phát triển trí tuệ khi ở trong hoàn cảnh như vậy. Đây là những điều chúng ta cần phải quan tâm tới để giải quyết những vấn đề của con người. Khi chúng ta giải quyết những vấn đề của gia đình nhân loại, chúng ta sẽ có nhiều thông tin hơn từ việc tái kết nối qua Đấng Tạo Hóa và tần số NLG. Sự kết nối sử dụng tần số NLG làm gia tăng thêm khoảng 29% tần số năng lượng của chúng ta so với tần số có sẵn trước đây.

Kiến thức này đang được chia sẻ rộng rãi vì nó đem lại rất nhiều lợi ích cho nhân loại. Những gì được chia sẻ ở đây đều là sự thật từ Đấng Tối Cao. Mỗi chúng ta đều có một linh hồn đích thực của riêng mình, vô hình và kết nối với cơ thể vật lý của chúng ta. Vì vậy chúng ta có năng lượng của cả thể xác lẫn linh hồn. Vị Thầy NLG hỗ trợ chúng ta bằng Linh Hồn nhưng không có cơ thể vật lý như con người. Những Thiên Sứ đến từ Nền Văn Minh Trong Không Gian cũng vậy, có Linh Hồn nhưng không có cơ thể vật lý. Mỗi con người đều có một vị Thiên Sứ bên cạnh để hỗ trợ chúng ta mọi lúc mọi nơi. Thế Giới Vô Hình là có thật và dù không có hình dạng vật lý như chúng ta nhưng họ có một sự hiện diện về năng lượng.

Một sai lầm mà tất cả chúng ta đều mắc phải là chúng ta thường cố gắng nói ta biết một điều gì đó nhưng căn bản là không biết. Khi nói bất kỳ điều gì chúng ta đều cần phải có bằng chứng. Chúng ta có thể chứng minh tần số NLG là có thật vì chúng ta có thể thu được những lợi ích thực sự mà có thể sử dụng ngay bây giờ. Đó là những gì chúng ta có thể học hỏi từ NLG. Học tập, hiểu biết và thực hành sẽ đem lại cho chúng ta rất nhiều lợi lạc. Tin vào điều này hay không là do chúng ta quyết định. Mục đích của NLG là không lấy đi niềm tin hay bất kỳ triết lý nào bạn đang theo. Những điều được gửi gắm ở đây là sự thật và nhiều lợi lạc cho nhân loại. Không một ai có quyền hay áp đặt bạn thay đổi suy nghĩ. Quyển sách này đơn thuần là chia sẻ những bài học từ Nền Văn Minh trong Không Gian.

NLG – Năng Lượng Gốc được trao tặng cho chúng ta bởi Thế Giới Vô Hình thông qua vị Thầy NLG, vì lợi ích chung của loài người. Tất cả chúng ta đều đang trên hành trình tiến hóa mà không một ai có thể thay đổi. Sự thật này mang lại rất nhiều lợi lạc mà không làm tổn hại đến bất kỳ ai hay bất kỳ sự sống nào. Nếu bạn không tin điều này bây giờ, bạn sẽ tin trong tương lai, bởi vì nó là sự thật và không có sự lựa chọn nào khác. Trí tuệ của chúng ta quyết định sự hiểu biết của chúng ta về những vấn đề này.

PHẦN 13: Chia Sẻ NLG Với Cộng Đồng

N ăng lượng trong vũ trụ thay đổi vì tất cả mọi thứ đều thay đổi. Ngay cả năng lượng của Trái Đất cũng cần được nâng cấp theo thời gian. Những lần nâng cấp của năng lượng sẽ hỗ trợ chúng ta sống tốt hơn và sống trong bình an. Những nâng cấp chúng ta nhận được gọi là tần số NLG – Năng Lượng Gốc. Học NLG có thể được xem như bước vào năm thứ nhất một trường đại học tuyệt vời. Mỗi cấp đều có trong chương trình NLG từ năm nhất đến năm hai, năm ba rồi đến năm cuối cấp. Các khoá học đã được chuẩn bị và đợi bạn ở các lớp NLG và bên trong tần số NLG. Sau khi nhận được kiến thức trình độ cử nhân, bạn sẽ tham gia vào khóa sau đại học và thậm chí có thể tiến đến trình độ Tiến Sĩ. Việc này sẽ chuẩn bị cho sự tiến hóa của nhân loại ở nhiều lĩnh vực quan trọng như là việc sử dụng tình yêu thương và sống hoà hợp đúng cách, phát triển công nghệ, phát triển và cung cấp tất cả thực phẩm dinh dưỡng cần thiết cho tất cả mọi người trên hành tinh này, những tiến bộ trong xã hội và những kỹ năng mà chúng ta không thể tưởng tượng tại thời điểm này.

Vị Thầy của Tình Thương NLG đã được Đấng Tạo Hóa cho phép chia sẻ NLG với cộng đồng vì tần số NLG – Năng Lượng Gốc đáp ứng nhu cầu chung của toàn thể nhân loại. Học phương pháp thiền NLG rất đơn giản và không mất nhiều thời gian hàng ngày của bạn. Tần số năng lượng NLG có nhiều lợi ích to lớn trong cả lĩnh vực tâm linh cũng như khoa học và sẽ giúp mỗi người nhận phát triển thành công hơn và có cuộc sống viên mãn hơn. Đây là món quà quý giá nhất được trao tặng trong sự tiến hóa của nhân loại. Bạn sẽ không có lựa chọn nào tốt hơn NLG cho sức khỏe và sự phát triển trí tuệ. Nó là món quà giúp giải quyết tất cả các vấn đề mà con người đang tìm kiếm. Trên Trái Đất, tất cả sự sống phải tuân theo quy luật tiến hóa chung mà không một ai có thể thay đổi. Không ai có thể thoát khỏi sự thật này. Với tần số năng lượng cao hơn, sự tiến hóa sẽ tiếp tục diễn ra như đã hoạch định, nên chúng ta sẽ phát triển tới năng lực cao nhất và hơn thế nữa.

Ở đầu khóa học NLG, một trong những lợi ích là nhận được tầng năng lượng cao để cân bằng hệ miễn dịch bằng cách hỗ trợ các tế bào gốc của chúng ta. Điều này rất quan trọng nên chúng ta phải sử dụng đúng tần số để thực hiện. Năng lượng NLG cung cấp chính xác cho chúng ta tần số năng lượng được nâng cấp để hỗ trợ tế bào gốc. Nếu năng lượng tần số cao không khớp với hệ thống tần số của tế bào gốc trong cơ thể chúng ta, tế bào gốc sẽ không thể được hỗ trợ đúng cách. Đây là những gì xảy ra khi chúng ta bị bệnh. Nếu các tế bào trong cơ thể không được hỗ trợ đủ năng lượng, chúng sẽ mất ổn định và dần mất khả năng có thể làm việc theo trình tự thích hợp. Sau đó các tế bào gửi tín hiệu đến não và cảnh báo "Ôi, chân tôi đang bị đau". Với cơ chế hoạt động hiện tại, người bị bệnh sẽ trả lời, "Ừ, để tôi lấy thuốc uống cho hết đau". Khi chúng ta sử dụng thuốc, nó có tác dụng tốt nhưng cũng có một số không tốt – chẳng hạn như tác dụng phụ không mong muốn. Trong thời gian ngắn điều này vẫn ổn. Nó cũng giống như bạn đưa thuốc cho ai đó đang bệnh và làm cho họ ngủ. Trong khi người đó đang ngủ, họ cảm thấy ổn. Nhưng khi tỉnh dậy, thì hoàn toàn ngược lại. Họ chưa thực sự được chữa lành. Thuốc chỉ đang che lấp vấn đề và làm cho họ cảm thấy khỏe hơn trong một thời gian ngắn. Nhưng thuốc thường xuyên gây ra các vấn đề mới cho những cá nhân sử dụng vì thuốc không mang lại lợi ích cho sức khỏe về lâu dài. Tín hiệu mà thuốc gửi đến vấn đề thường là cố gắng làm toàn bộ cơ chế hoạt động ngừng hoạt động. Nó có thể hỗ trợ tạm thời nhưng về lâu dài, những tổn hại của tác dụng phụ có thể ảnh hưởng đến cơ thể.

Vì vậy, chúng ta phải có đủ khả năng giải quyết các vấn đề sức khỏe ở bên trong cơ thể nơi vấn đề phát sinh. Khi các tế bào gửi tín hiệu đến não báo có vấn đề, những tế bào này đang yêu cầu sự giúp đỡ vì chúng cần tần số năng lượng cao hơn hỗ trợ chúng. Để hiểu rõ hơn về cơ chế hoạt động này, hãy nghĩ đến những lúc chúng ta ăn. Chúng ta biết rằng hệ tiêu hóa có nhiệm vụ tiêu hóa thức ăn. Hệ thống các tế bào chuyển hoá thức ăn thành năng lượng và chất dinh dưỡng. Các tế bào nhận được sự hỗ trợ chúng cần và hoạt động tốt hơn. Những cơn đói sẽ không còn cho đến khi các tế bào báo cần thêm thức ăn.

Bất cứ khi nào các tế bào không thể giải quyết vấn đề, chúng sẽ cho bạn biết. Các tế bào sẽ gửi thông tin cảnh báo đến não bộ rằng 'đang đau' khi bất kỳ bộ phận nào của cơ thể đang có vấn đề. Điều chúng ta cần biết ở đây là làm cách nào các tế bào gửi tín hiệu đến não bộ và làm cách nào não bộ gửi tín hiệu tới linh hồn. Khi điều đó xảy ra, não bộ nghe thấy yêu cầu và gửi yêu cầu tới linh hồn để linh hồn có thể tìm ra cách giải quyết vấn đề. Năng lượng của Thế Giới Vô Hình có khả năng hỗ trợ linh hồn của từng cá nhân. Sau đó, linh hồn sẽ gửi tín hiệu phản hồi về não và não sẽ gửi lại những tín hiệu đến những tế bào có liên quan để giải quyết vấn đề. Các tế bào sẽ nhận tần số năng lượng NLG được nâng cấp và có thể thực hiện vai trò của mình và do đó, giải quyết những vấn đề của sức khỏe. Điều này sẽ xảy ra không phụ thuộc vào việc có dùng thuốc hay không. Chúng ta mong muốn cơ thể được chữa lành khi vấn đề bắt đầu phát triển ở giai đoạn đầu. Các tế bào giải quyết vấn đề với tần số năng lượng cao hơn cũng cần có dinh dưỡng đầy đủ. Những bữa ăn hợp lý và đầy đủ dinh dưỡng, cùng với với tần số năng lượng cao hơn để nuôi dưỡng tế bào, các tế bào sẽ trở về trạng thái khỏe mạnh bình thường. Hệ thống của chúng ta hoạt động bình thường – sức khỏe của chúng ta sẽ trở lại quân bình. Mỗi chúng ta đều có linh hồn riêng biệt dù linh hồn không ở dạng vật chất. Linh hồn được chăm dưỡng bởi năng lượng của Thế Giới Vô Hình. Linh hồn điều khiển tín hiệu từ não bộ và linh hồn lại là chỉ huy của năng lượng não bộ.

PHẦN 14: Sự Tiến Hóa Của Vũ Trụ Và Năng Lượng

Hành tinh của chúng ta luôn trong trạng thái thay đổi liên tục – có lúc theo hướng tốt hơn có lúc không. Suy nghĩ và hành động của con người cũng luôn thay đổi. Đôi khi những suy nghĩ và hành động này có lợi cho chúng ta – nhưng đôi khi chúng tiêu cực và làm tổn thương cuộc sống. Vì vậy, sự phát triển của chúng ta cứ đi lên và xuống. Qua thời gian, năng lượng thích ứng phù hợp được cung cấp cho quá trình tiến hóa của chúng ta cũng giống như tần số năng lượng của một cuộc sống ổn định của mỗi cá nhân thay đổi theo thời gian.

Nếu linh hồn không thích ứng bằng cách sử dụng nguồn năng lượng bổ sung này từ vũ trụ, thì những tế bào trong cơ thể chúng ta sẽ bị xáo trộn và gây nhiều trở ngại do thiếu năng lượng. Việc này sẽ dẫn đến nguy cơ bệnh tật. Tuy nhiên, sự xáo trộn trong cơ thể vật lý chỉ là yếu tố phụ. Yếu tố quan trọng nhất là sự thay đổi của năng lượng ngoài không gian rộng lớn. Và chính những thay đổi này ảnh hưởng đến năng lượng của linh hồn. Năng lượng của linh hồn cũng tác động đến toàn bộ sự sống trên hành tinh này. Nếu phần năng lượng này không được bổ sung kịp thời, chúng ta sẽ dần mất đi sự ổn định về cả tinh thần lẫn bên trong cơ thể vật chất. Điều này có nghĩa là năng lượng của linh hồn khi bị thiếu hụt cần phải được bổ sung thường xuyên để thích ứng với quy trình tiến hóa của Vũ Trụ. Chính điều này, nền văn minh của Đấng Tạo Hóa đã thêm một tần số năng lượng phù hợp với hoàn cảnh, sự hiểu biết và bổ sung cho năng lượng tâm linh của chúng ta. Dù vậy, trong suốt thời gian những thay đổi diễn ra, Đấng Tối Cao – Năng Lượng Vũ Trụ không thay đổi và sẽ không bao giờ thay đổi.

Năng lượng bắt nguồn từ nền văn minh vũ trụ tác động lên não bộ - hoặc chính xác hơn là tâm thức – của tất cả sự sống trên hành tinh. Tâm thức của sự sống sau đó sẽ gửi tín hiệu và điều phối các tần số sao cho chúng phù hợp với năng lượng của tất cả tế bào trong cơ thể để việc hấp thụ năng lượng cần thiết có thể diễn ra. Tỷ lệ cao nhất được dùng để nuôi dưỡng các cơ quan lục phủ ngũ tạng và tỉ lệ cao nhất có thể đạt được bằng cách sử dụng tình yêu thương đúng cách. Tất cả các tần số năng lượng được cung cấp vào đúng thời điểm để phù hợp với những hoàn cảnh mới. Điều này dẫn đến sự tiến hóa liên tục của vũ trụ. (Trong suốt quá trình tiến hóa, nền văn mình ngoài không gian đã hỗ trợ cải thiện đáng kể phần năng lượng của con người, nhưng những gì có sẵn cho chúng ta vào thời điểm tiến hoá này là mạnh nhất kể từ thời cổ đại. Giờ đây chúng ta có một bản 'nâng cấp' toàn diện cho toàn nhân loại và muôn loài vạn vật).

Vào thời điểm này trong lịch sử loài người, khoa học ứng dụng chỉ có thể nghiên cứu về cơ thể vật lý. Năng lượng của Linh hồn chưa được tìm hiểu rõ và chưa có khả năng khám phá năng lượng kỳ diệu phát ra từ thế giới tâm linh vô hình. Chúng ta cần phải hiểu rõ rằng khoa học và công nghệ hiện đại và tất cả các lĩnh vực của xã hội, triết lý và tôn giáo đều bắt nguồn từ 'năng lượng trí tuệ' tâm linh. Tất cả cấp bậc của tri thức, trí tuệ và các hoạt động của con người và muôn loài vạn vật sử dụng cùng một nguồn năng lượng của Linh hồn nhưng với tần số khác nhau. Nền văn minh trong không gian kiểm soát và vận hành những tần số này.

Khi trình độ tâm thức của con người được nâng cao và sự hiểu biết về Linh Hồn Tối Cao được khai mở và chấp nhận, cuộc sống sẽ tập trung vào lợi ích chung và hòa bình cho toàn nhân loại. Con người sẽ làm việc để phụng sự cho sự phát triển của trí tuệ tâm linh. Mọi người sẽ chấp thuận Sự Thật và cuối cùng sẽ hiểu đúng nghĩa từ tâm linh. Trí Tuệ Tâm Linh có nghĩa là trí tuệ đại diện cho tất cả hành động mang lại lợi ích cho sự phát triển của tất cả các nhu cầu cuộc sống cần thiết của nhân loại. Nó đến từ Nền Văn Minh của Đấng Tạo Hóa và được đem đến Trái đất để hỗ trợ cho con người ở tất cả các lĩnh vực. Nhưng để sự hỗ trợ này diễn ra, loài người phải tuân theo những điều kiện tiên quyết. Và luật tâm linh yêu cầu chúng ta sử dụng nhiều phương diện của tình thương một cách đúng đắn.

Theo thời đại chúng ta đang sống, tần số của hành tinh này cũng được cập nhật bởi vũ trụ. Hiện tại năng lượng ngoài không gian đã nhiều lần được nâng cấp. Nếu chúng ta không nâng cấp tần số của bản thân và không thay đổi, chúng ta sẽ gặp nhiều vấn đề nan giải. Hệ thống trên hành tinh này phụ thuộc vào Thế Giới Vô Hình vì nó chịu trách nhiệm về sự thay đổi tần số của Trái đất, mỗi linh hồn và tất cả sự sống. Thế Giới Vô Hình cung cấp tần số để hỗ trợ cơ thể vật lý của chúng ta duy trì sự tồn tại, tiện nghi, thịnh vượng và an toàn. Nếu chúng ta thiếu kết nối với các tần số này hay còn gọi là nguồn cung cấp chính của năng lượng, chúng ta sẽ gặp rất nhiều rắc rối.

Hiện tại, nhiệt độ của Trái Đất đang tăng nhanh và điều này sẽ ảnh hưởng đến toàn bộ hành tinh. Làm thế nào chúng ta sống sót? Câu trả lời là chúng ta cần năng lượng để điều chỉnh lại những việc chúng ta đang làm. Chúng ta phải thực sự thay đổi hoặc là phải sống với sự nóng lên toàn cầu này. Thế giới khoa học đang cảnh báo chúng ta về nhiệt độ gia tăng vì băng ở Bắc Cực và Nam Cực đang tan chảy nhanh.

Nếu việc này tiếp tục thì cơ thể vật lý của chúng ta sẽ bị ảnh hưởng. Nó dẫn đến bệnh tật, hoặc tần số của linh hồn sẽ không biết cách xử lý vấn đề và dần mất kiểm soát. Vì vậy chúng ta cần nâng cấp tần số để nhận hỗ trợ từ NLG. Bằng sự kết nối đến tần số cao hơn, chúng ta sẽ nhận được thông tin để giải quyết vấn đề này và nhiều vấn đề khác. Nhận được sự giúp đỡ là tùy thuộc vào mong muốn của con người sử dụng những tần số nâng cấp từ vị Thầy của NLG để cải thiện trí tuệ, kiến thức và nhận được nhiều lợi lạc khác. Nếu loài người nhận thức rõ những lợi ích của NLG và chấp thuận sử dụng những tần số này, NLG có khả năng thay đổi kiến thức để hỗ trợ loài người giải quyết các vấn đề. Chúng ta phải đưa ra quyết định về việc kết nối những tần số NLG. Nói một cách khác, điều này tùy thuộc vào loài người – tất cả chúng ta – về những gì sẽ xảy ra.

Tầng năng lượng cao hơn đến Trái Đất không liên quan đến tần số ở hành tinh này. Nó không liên quan đến việc con người phàn nàn về nhau hoặc hận thù nhau. Nó không phải là việc không thích ai đó vì họ đi theo một triết lý khác, hoặc than vãn rằng bạn không được tiếp cận với học vấn trình độ cao, v.v. Năng lượng trong vũ trụ đổi thay liên tục và điều này ảnh hưởng đến tất cả linh hồn chúng ta. Sự thay đổi của năng lượng trong vũ trụ ảnh hưởng đến linh hồn nguyên bản của chúng ta vì vậy nếu không được kết nối với tần số năng lượng trí tuệ cao hơn, chúng ta sẽ không có đủ sự hỗ trợ để giải quyết các vấn đề của chính mình. Và khi không có tần số trí tuệ cao, chúng ta sẽ yêu cầu trợ giúp sai cách và sẽ không nhận được những lợi ích mà chúng ta cần. Điều này sẽ dẫn đến nhiều khó khăn nghiêm trọng mà chúng ta đang thấy.

Rất nhiều người, tại thời điểm này, nghĩ rằng họ có thể giải quyết vấn đề trên Trái Đất bằng sức mạnh. Họ nghĩ rằng cách này là hướng đi đúng để tìm ra giải pháp. Nhưng thực chất lại là một hướng đi cực kỳ nguy hiểm và tiêu cực. Hướng đi này không giúp ích được gì cho linh hồn. Vũ trụ đã thay đổi mọi thứ theo cách mà những người muốn giải quyết vấn đề bằng sức mạnh chỉ vì họ không có đủ năng lượng và dễ rơi vào bế tắc. Chúng ta đang gặp phải vấn đề này ngay trong hiện tại. Sự thiếu hiểu biết làm cho những người tiêu cực không biết đâu là điểm dừng cho đến khi họ thấy được lợi ích cho chính bản thân. Khi chúng ta đưa lời khuyên với những người có sức mạnh trong tay, họ nên thay đổi cách họ đang làm để giúp nhân loại, họ sẽ hoàn toàn không muốn lắng nghe. Khi họ được khuyên bảo nên thay đổi cách cư xử, vì tình yêu thương với muôn loài vạn vật và đem bình an cho con người, đơn giản họ chỉ bỏ ngoài tai. Chỉ khi họ nhận ra rằng việc thay đổi cách thức dùng quyền lực và ngừng làm tổn thương người khác mới đem lại cho họ sức khỏe tốt và cuộc sống lâu dài thông qua việc sử dụng năng lượng NLG, họ mới thay đổi. Khi họ nhìn thấy được những lợi ích của việc dùng trí tuệ họ sẽ tự động thay đổi. Họ sẽ nhận ra đây là hướng đi đúng. Khi họ nhận thức được họ vừa giữ vị trí và địa vị xã hội vừa chuyển sang hướng đi yêu thương nhân loại và hòa bình, từ đó họ sẽ tìm thấy hạnh phúc.

Những người tỷ phú sẽ không muốn trở thành một người lao động bình thường khi họ tái kiếp. Họ vẫn sẽ muốn ở vị trí mà họ từng ở trong kiếp trước. Nếu họ giúp con người bây giờ, họ có thể làm điều đó vì họ sẽ nhận được điểm thưởng từ Thế Giới Vô Hình nhờ vào những hành động khôn ngoan ngay tại thời điểm này. Ví dụ, nếu họ đang ở cấp bậc như Tổng Thống và họ giúp nhân loại đạt được thái bình thì kiếp sau họ có thể sẽ là Tổng Thống lần nữa. Thay đổi tần số NLG của trí tuệ sẽ mang lại lợi ích cho chính họ. Đây chính là cơ chế hoạt động của NLG – Đấng Tối Cao. Ngài đã tạo ra một hệ thống hỗ trợ để tất cả mọi người khi theo NLG đều có thể nhận được nhiều lợi lạc. Nếu những nhà lãnh đạo này không thay đổi, họ vẫn tiếp tục suy nghĩ và nói rằng, "Hướng đi của tôi là tốt nhất", họ sẽ không thể nào kết nối được năng lượng NLG và nhận được nhiều lợi ích. Nếu họ cố gắng kết nối năng lượng NLG để dành quyền lực riêng cho bản thân và muốn tiếp tục đi theo con đường tiêu cực, dĩ nhiên họ vẫn có thể chọn làm thế. Không một ai trong thế giới này có quyền lực sức mạnh muốn kết nối NLG mà không thực hiện 5 Yếu Tố Tình Thương. Tất cả mọi điều trong quyển sách này được chỉ dạy từ vị Thầy NLG của Tình Thương. Thầy cho chúng ta một kho tàng kiến thức mà chúng ta đang đọc. Khi chúng ta sử dụng tình yêu thương, vị Thiên Sứ sẽ đến và hỗ trợ chúng ta và hướng dẫn ta vào một hướng sống khác.

Chúng ta cần nhận thức rõ sự thay đổi của năng lượng trong không gian và sự thay đổi của năng lượng ở hành tinh này. Nếu chúng ta tìm ra được hướng đi kết nối với sự hỗ trợ của NLG để đem về năng lượng đầy lợi lạc, bản thân chúng ta sẽ có thể sống ổn định và cân bằng, sống khỏe mỗi ngày. Chúng ta sẽ có thể nâng cao trí tuệ để tiếp tục học hỏi nghiên cứu ở trình độ cao hơn trên hành tinh này. Chỉ có năng lượng NLG có khả năng hỗ trợ, cải thiện, và thay đổi cuộc sống của chúng ta ngày một tốt hơn. NLG không có nghĩa là kiểm soát, không phải là quyền lực. Nó không quan tâm đến việc hỗ trợ mọi người tin vào triết lý mà họ đang theo. NLG không phải là quyền thế mà mọi người cần phải tôn trọng hoặc phục tùng như một sức mạnh duy nhất – hoặc bị đánh trả nếu họ không làm theo. Dù bất cứ điều gì mọi người muốn theo, NLG sẽ không can thiệp vào. Chúng ta không thể nói với họ rằng họ cần thay đổi. Chúng ta cần giải thích những giá trị lợi ích khi theo cơ chế hoạt động của NLG để biến nó thành hiện thực. Chúng ta không nói điều này là đúng hay sai. Chúng ta hỗ trợ tất cả mọi người để tăng lợi ích cho nhau.

Các nhà khoa học ngày nay đã mang lại rất nhiều cải tiến và nâng cấp cho loài người. Nhưng hiện tại chúng ta chưa nhận ra rằng Thế Giới Vô Hình hỗ trợ các nhà khoa học phát triển, hiểu rõ năng lượng và tạo ra của cải vật chất để hỗ trợ con người. Sự hiểu biết về linh hồn của con người vẫn còn hạn hẹp trong khoa học nhưng sẽ được khai mở trong trong thời gian tới. NLG sẽ giúp các nhà khoa học hiểu rõ hơn về tâm linh và tần số của linh hồn.

PHẦN 15: Khái Niệm Của Linh Hồn

K hi nhắc tới 'tâm linh', chúng ta thường nói về nhiều sinh mệnh và nhiều linh hồn cùng nhau. Khi nói tới linh hồn, chúng ta đề cập về tính cá nhân – linh hồn của tôi hay của bạn. Chúng ta cần có một khái niệm mới về linh hồn. Chúng ta cần một sự hiểu biết rộng hơn chúng ta đã có trong quá khứ. Linh hồn của chúng ta là một sự kết hợp giữa tâm trí, tinh thần và nhiều thứ khác. Nó cũng bao gồm trí tuệ nữa. Chúng ta có thể gộp từ 'tâm trí – tinh thần' và 'trí tuệ' để tạo ra một thuật ngữ mới "tâm trí – tinh thần – trí tuệ" .Tất cả mọi thứ trên Trái Đất, tất cả mọi điều chúng ta làm và cách chúng ta tương tác với nhau đều sử dụng tâm trí – tinh thần – trí tuệ – từ chính trái tim linh hồn của chúng ta. Nó là sự kết hợp của trí tuệ tâm linh, trí thông minh và kho tàng kiến thức của chúng ta. (Tuy nhiên, Thế Giới Vô Hình không sử dụng cùng một tâm trí – tinh thần – trí tuệ vì họ có một cơ chế hoạt động khác chúng ta).

Chúng ta không muốn giới hạn trái tim linh hồn của chúng ta, tâm trí - tinh thần – trí tuệ của chúng ta trong một khái niệm tâm linh nhất định. Điều này cũng giống như mọi tình huống trong cuộc sống. Dù chúng ta cố gắng tách biệt nhiều thứ ra khỏi nhau và thành nhiều mảng khác nhau nhưng nhìn chung, mọi thứ chỉ có một hệ thống. Cố gắng tách rời mọi thứ không chỉ làm mất kết nối giữa con người với nhau mà còn ảnh hưởng đến cả hệ lập trình sống trên Trái Đất.

Trí tuệ, kiến thức và tất cả các hoạt động khác của con người và muôn loài vạn vật đều sử dụng chung một nguồn năng lượng nhưng với tần số khác nhau. Những tần số này đến từ nền văn minh của Thế Giới Vô Hình, nền văn minh của Đấng Tạo Hóa. Nhờ sự hỗ trợ của những tần số này, linh hồn của chúng ta có đủ sự khôn ngoan để xác định cách hỗ trợ bản thân theo hướng lợi lạc nhất. Rất nhiều người cố gắng tách biệt khoa học với tâm linh và tâm linh với khoa học. Khoa học thường được đề cập không liên quan đến tâm linh. Các nhà khoa học có khuynh hướng nói rằng hai vấn đề này hoàn toàn khác nhau. Khoa học đơn giản không hiểu rằng hai lĩnh vực này hỗ trợ cho nhau. Khoa học từ đâu mà có? Nó đến từ trí tuệ, từ linh hồn, từ tâm trí – tinh thần – trí tuệ. Nếu bạn có trí tuệ, bạn có khoa học. Nếu bạn không có trí tuệ, bạn không có gì cả. Không có trí tuệ các nhà khoa học không thể sáng tạo phát minh được. Khoa học đến từ đâu? Nó đến từ tâm linh. Và tâm linh đến từ đâu? Nó đến từ linh hồn của chúng ta, hay trái tim linh hồn vì nó là một. Và linh hồn đến từ đâu? Nó đến từ Thế Giới Vô Hình. Và Thế Giới Vô Hình từ đâu ra? Đến đây chúng bắt đầu lạc lối dù thực tế nó đến từ Năng Lượng Gốc. Có lẽ sau đó chúng ta hỏi tiếp, "Năng Lượng Gốc là gì?", Năng Lượng Gốc giúp chúng ta khám phá, hiểu sự vật hiện tượng và mang lại lợi ích để hỗ trợ chúng ta. Trong quyển sách này chúng ta đề cập đến Thế Giới Vô Hình như một phần của nền văn minh của Đấng Tạo Hóa. Năng Lượng Gốc đến từ đây.

Chỉ khi mức độ tỉnh thức của nhân loại được nâng cao, nhận thức về linh hồn cũng như điều gì là tốt nhất cho lợi ích chung cho nhân loại mới được hiểu rõ. Kiến thức này sẽ tạo nên thiên hạ thái bình cho toàn nhân loại. Trí tuệ tâm linh vì vậy sẽ cho chúng ta sự khôn ngoan mà con người cần để đạt lợi ích cho toàn nhân loại theo chiều hướng tích cực và tràn đầy yêu thương.

Con người vẫn cố gắng phân biệt bản thân với những người khác. Rất nhiều người muốn tin rằng bằng cách nào đó họ tốt hơn người khác. Và tương tự mỗi cộng đồng muốn tuyên bố rằng họ tốt hơn cộng đồng khác. Nếu mỗi chúng ta có thể nhìn nhau qua trí tuệ tình thương, nếu chúng ta có thể nhìn thấy từng trái tim linh hồn đều có trong mỗi chúng ta và nếu chúng ta có thể dừng lại tất cả sự cạnh tranh liên tiếp đối với nhau, loài người sẽ phát triển mạnh mẽ.

Khi một ai đó quyết định sử dụng hệ thống NLG, họ sẽ không theo hệ thống đã được sử dụng bởi ông bà tổ tiên của họ trong thế giới này. Thay vào đó, những gì thế giới tâm linh mong muốn là chúng ta có quyền đi tự do vào bất kỳ hệ thống nào bằng sự thừa nhận của bản thân họ về điều gì tạo nên hạnh phúc và lợi lạc nhất cho con người.

Chúng ta cần minh định rõ Thế Giới Vô Hình đem sức mạnh và lợi ích của việc kết nối với NLG – Năng Lượng Gốc đến những con người thực sự hiểu ý nghĩa của tình thương. Nó chỉ dành cho những người hiểu rõ ý nghĩa thực sự của tình yêu thương đối với bản thân, đối với đồng loại và đối với tất cả sự sống. Thế Giới Vô Hình có thể nhìn rõ ngay lập tức người nào tới học NLG vì những lý do đúng đắn.

Rất nhiều người nhận được kết nối nhưng họ lạc lối và không thể duy trì nó. Nếu họ muốn duy trì sự kết nối này, họ phải học cách làm việc cùng nó và thay đổi nhiều về cách suy nghĩ thông qua những kiến thức họ nhận được từ NLG. Con người nhận được kết nối NLG cần thực hành hàng ngày và chấp nhận rằng cần thời gian để hiểu rõ cách sử dụng để đạt được lợi ích tối đa. Nó giống như học ngoại ngữ vậy. Bất kỳ ai nhận được tần số năng lượng NLG với trái tim chân thành, sẵn sàng học hỏi và thay đổi sẽ nhận được những lợi ích và tiếp tục xây dựng kết nối.

Tần số Năng Lượng Gốc NLG không bao giờ bị nhầm lẫn vì năng lượng biết con người thật của chúng ta. Những ai tìm kiếm lợi ích chung cho toàn nhân loại sẽ được hướng dẫn và hỗ trợ.

Con người khi đến với NLG sẽ nhận được nhiều lợi ích nếu họ làm theo các hướng dẫn được dạy. Nếu họ đang học với mục đích trau dồi kiến thức để tăng sức mạnh và kiểm soát người khác, họ sẽ không thể nào nhận được những lợi ích từ NLG. Nó giống như khi chúng ta làm việc tại một công ty. Chúng ta phải tuân theo các nguyên tắc và không thay đổi cấu trúc công ty.

Nếu con người nói rằng họ đã có đủ kiến thức, có một nền giáo dục tốt và họ sẽ thay đổi NLG theo cách mà họ muốn, điều này sẽ không thể nào thực hiện được. NLG là một hệ thống được dàn dựng bởi Đấng Tạo Hóa – Năng Lượng Vũ Trụ. Chỉ thông qua hệ thống này những lợi ích mới đến được tay nhân loại. Nếu mọi người muốn NLG hỗ trợ hiệu quả hơn cho bản thân thì họ phải thực hiện tốt Năm Yếu Tố Tình Thương như Đấng Tạo Hóa yêu cầu. Nếu họ tăng tình yêu thương theo cách mà họ muốn và nó khác hoàn toàn so với cách Đấng Tối Cao chỉ dẫn, họ sẽ lạc lối.

Tôi sẽ kể một câu chuyện về một vị thầy tâm linh bậc cao tại Việt Nam. Vị thầy này nói rằng ông sẽ gọi tần số năng lượng cao bằng triết lý của riêng ông vì nó cao hơn NLG. Nhưng khi làm vậy, ông không thể nhận kết nối được. Thầy nói rằng nếu Đấng Tối Cao, Thượng Đế đang hiện diện ở đây vì nhân loại, ông có thể gọi Ngài theo cách riêng mình. Tôi trả lời rằng đúng vậy, thầy có thể gọi Ngài theo nhiều cách khác nhau, nhưng Đấng Tối Cao - Năng Lượng Vũ Trụ không đáp ứng những gì thầy muốn. Thay vì vậy chúng ta phải học và làm những gì Ngài cho phép. Chúng ta không thể tự tăng tần số năng lượng bằng các phương pháp của bản thân. Nếu bạn cố gắng liên lạc vị Thầy NLG theo cách bạn muốn, bạn sẽ không thể kết nối được. Đấng Tối Cao đã chỉ dạy và cho phép phát triển và thăng tiến theo sự hướng dẫn của NLG.

Chúng ta không cần quay về và lặp lại những bài học từ các chu kỳ lịch sử trước đây. Đấng Tối Cao không cần chúng ta nâng cấp tần số để phát huy trí tuệ và kiến thức. *Nhưng chúng ta cần nâng cấp vì bản thân mình.* Từ bây giờ chúng ta cần hiểu rõ từ 'tâm linh' là kiến thức từ Đấng Tối Cao – Năng Lượng Vũ Trụ của Nền Văn Minh để con người học hỏi. Điều quan trọng nhất trong thời điểm hiện tại đối với nhân loại là có được nhận thức chuẩn xác để thúc đẩy sự tiến hóa của loài người. Chúng ta cần chỉnh sửa những quan điểm không chính xác, những quan điểm không có lợi cho mục đích chung xây dựng một thiên thường trên Trái Đất.

Nếu các lãnh đạo thế giới trong các lĩnh vực khác nhau có thể nhìn nhận rõ các vấn đề của thế giới chúng ta một cách chính xác và tìm cách giải quyết, nhân loại có thể nhanh chóng ổn định trở lại. Trong trường hợp này, tất cả mọi người luôn được chào đón với tần số năng lượng quý giá. Áp dụng các bài học NLG vào cuộc sống kiến tạo một thiên đàng hạ giới. Các bài học trí tuệ tâm linh từ Nền Văn Minh Ngoài Không Gian đang chờ đợi trong tần số nâng cấp này để giúp chúng ta phát triển trí tuệ - giác ngộ. Đấng Tạo Hóa – Năng Lượng Vũ Trụ yêu thương chúng vô bờ bến và đang chờ đợi chúng ta phát triển và học hỏi cho lợi ích của bản thân, không phải cho họ.

Nếu bạn chỉ học những hướng dẫn cơ bản của NLG, bạn vẫn nhận được nhiều lợi ích. Nhưng đừng cố thể hiện kiến thức của bạn và tạo ra cái mới. Bạn sẽ không nhận được lợi ích gì từ phương thức này. Đừng cố tạo ra một Thượng Đế NLG đầy quyền lực nói rằng, "Ôi, Ngài là người giỏi nhất trong vũ trụ". Chúng ta không cần tạo quyền lực cho Ngài và Ngài cũng không cần bất cứ điều gì từ chúng ta. Chúng ta không cần tôn thờ Ngài theo cách mà chúng ta thường nghĩ là nên làm vậy. Ngài cũng không cần điều đó. Chỉ cần yêu bản thân bạn, yêu những người xung quanh bạn, yêu thương nhân loại. Đó là điều bạn nên làm.

Với NLG, bạn không cần cúi đầu hàng nghìn lần để thể hiện tình yêu và sự kính trọng hay thực hiện bất kỳ cử chỉ tương tự. Không cần những hành động như thế. Tình yêu của Ngài dành cho nhân loại luôn tồn tại dù chúng ta có làm gì và Ngài không cần bất kỳ sự tôn thờ nào đó từ bạn. Chỉ cần yêu thương người khác một cách thiện lành và ôn hòa, tránh tiêu cực và tăng tính tích cực. Hãy sống một cuộc đời để cải thiện bản thân và hỗ trợ người khác theo hướng tốt. Đó mới là cách thể hiện tình thương cho cuộc sống. Đơn giản chỉ cần sử dụng năng lượng NLG và Năm Yếu Tố Tình Thương là đủ. NLG dành cho người bình thường sử dụng để có một cuộc sống hạnh phúc hơn.

Sau khi kết thúc Lớp 1, bạn có thể sử dụng 80% năng lượng NLG và sau Lớp 2 bạn có thể sử dụng 85% năng lượng này. Khi hoàn thành Lớp 3 bạn có thể sử dụng 90% tần số năng lượng NLG. Thế Giới Vô Hình, NLG, không hề giới hạn kiến thức và hiểu biết của chúng ta. Nhưng chúng ta cần minh định rõ việc sử dụng năng lượng đúng đắn để đạt được lợi lạc.

PHẦN 16: Nâng Cao Nhận Thức Của Bản Thân

C on người thường nói rằng "ngoài kia" rất xa Trái Đất có một Đấng Tạo Hóa là một vị có Tất Cả Quyền Năng, tuyệt vời và có tất cả mọi thứ mà con người cần. Họ nói rằng Thiên Đường ở ngoài kia và không phải ở đây, trên Trái Đất này. Trên khắp thế giới con người có rất nhiều nghi lễ, phong tục và hoạt động khác nhau mà họ tin tưởng sẽ làm hài lòng Thượng Đế và mang lại lợi ích cho bản thân họ. Một số quỳ lạy nhiều lần trong ngày, một số thắp hương và nến thể hiện sự thành tâm đến Ngài. Một số người có vài quyển sách để đọc nghĩ rằng điều này sẽ làm Ngài rất hạnh phúc và Ngài sẽ cho họ những gì họ muốn. Những công trình kiến trúc đắt tiền được xây dựng để thờ phụng và làm hài lòng Thượng Đế. Tất cả những hành động này đều không mang lại kết quả có giá trị nào cả. Bởi vì Thượng Đế không cần bất cứ điều gì từ chúng ta. Ngài không cần hay muốn những hành động này. Việc thể hiện sự tôn trọng của chúng ta với Ngài theo cách này là hoàn toàn sai lầm. Hành động duy nhất mà chúng ta cần làm trên Trái Đất này là yêu thương con người nhân loại và làm cho cuộc sống của muôn loài vạn vật ngày càng tốt đẹp hơn. Những cố gắng, hành động, của cải của chúng ta cần tạo ra sự thịnh vượng và hòa bình trên toàn cầu. Dù bạn làm gì trong cuộc sống của mình, hành động quan tâm chăm sóc bản thân và sống ôn hòa với mọi người là cách ứng xử duy nhất mà Đấng Tạo Hóa mong muốn thấy từ bạn.

Ngài yêu thương chúng ta vô bờ bến và cho chúng ta cả trí tuệ lẫn tri thức và khả năng tạo ra của cải vật chất hỗ trợ nhu cầu vật chất. Chúng ta, là con người, cần học cách sử dụng những thứ được ban tặng một cách đúng đắn. Đấng Tạo Hóa không ngăn chặn chúng ta làm việc đúng hay sai nhưng cho chúng ta khả năng sử dụng nhận thức của mình để xem lại những hành động nào của mình tạo nên hạnh phúc và hoà hợp với bản thân và người khác. Nếu con người không có đủ trí tuệ và đưa ra quyết định sai, họ phải nhận thức được những gì họ làm không đem lại kết quả tốt và không tạo lợi ích cho loài người. Từ đó họ cần phải thay đổi cách ứng xử tích cực hơn. Ngài đã cho chúng ta khả năng này.

Con người thường nói rằng nếu Ngài có lòng yêu thương đến như vậy, tại sao lại có chiến tranh? Câu trả lời đơn giản là Ngài không quản lý điều khiển tình hình vật lý của chúng ta trong thế giới này. Câu hỏi đúng hơn sẽ là: "Tại sao chúng ta cho phép chiến tranh xảy ra trong hành tinh này?". Chúng ta được ban tặng trí tuệ và kiến thức và khả năng tạo ra vật chất để hỗ trợ cơ thể vật lý. Chúng ta cần nhận thức học hỏi những điều này một cách chính xác để đem lại lợi lạc cho con người. Khi chúng ta hành động với tình yêu thương và ôn hòa trên Trái Đất bằng cách nhận thức rõ những gì đang xảy ra là kết quả của hành động của chính mình, từ đó chúng ta sẽ nhận ra được điều gì tạo nên hạnh phúc và thịnh vượng cho nhân loại.

Tất cả chúng ta đều có khả năng nhận ra phần 'tâm linh' thông qua nhận thức. Và chúng ta có thể thấy những lợi ích mà Đấng Tạo Hóa mang lại thông qua nhận thức về điều gì mang lại hạnh phúc cho bản thân và toàn nhân loại.

Tuy nhiên, chúng ta không thể sử dụng kiến thức con người để định rõ kiến thức và trí tuệ của Nền Văn Minh ở Thế Giới Vô Hình. Nếu chúng ta làm vậy, chắc chắn sẽ hiểu sai. Chúng ta đơn thuần không thể hiểu được vì họ tiến bộ hơn nhiều so với con người. Vị Thầy NLG đã từng nói rằng cách tốt nhất để biết về Thầy là tình yêu thương. Những Giảng Huấn NLG đang sử dụng tần số NLG cho lợi ích của

nhân loại vì tần số NLG đem lại nhiều giá trị quý giá cho tất
cả mọi người.

PHẦN 17: Tần Số Của Lợi Ích

Q uyển sách này chỉ tóm tắt ngắn gọn về bộ môn NLG. Nó là phần giới thiệu các khái niệm cơ bản vì NLG trình bày sự thật mà cho đến nay, con người vẫn chưa thực sự hiểu hết. Hầu hết các giải thích về Thế Giới Vô Hình đều có những thiếu sót lớn và không tiết lộ toàn bộ sự thật về thế giới tâm linh. Cho đến ngày nay rất ít các vị thầy đủ điều kiện tiếp cận Đấng Tối Cao – Năng Lượng Vũ Trụ để tìm hiểu chi tiết hơn. Vì vậy, hầu hết cả khái niệm về tâm linh từ xưa chủ yếu là phỏng đoán.

Chính vì vậy, kiến thức của con người về Thế Giới Vô Hình còn rất hạn hẹp. Họ phỏng đoán rất nhiều, nhưng những gì họ đoán đúng thì rất ít. Vì thế con người không thể đem lợi lạc cho nhân loại từ những phỏng đoán và triết lý của mình và hầu hết những hiểu biết về thế giới tâm linh là không chính xác. Tuy nhiên, chúng ta đang bước vào một kỷ nguyên mới và đã kết nối với thế giới tâm linh tốt hơn, nơi tạo ra con người. Bây giờ chúng ta sẽ học hỏi một cách chính xác hơn, chân thực hơn và nhận được nhiều thông tin hữu ích hơn vì chúng ta được ban tặng một bộ môn tiến hóa với nhiều lợi lạc.

Trong quá khứ xa xôi, có thể là hơn một triệu năm trước, tổ tiên của loài người có liên kết chặt chẽ với nền văn minh trong không gian – Thế Giới Vô Hình. Nhưng trong hành trình tiến hóa chúng ta đã mắc phải sai lầm và mất kết nối với tần số cao hơn của lợi lạc và phát triển. Khi nhận ra sai lầm, tổ tiên xa xưa của chúng ta đã muốn kết nối lại với Nền Văn Minh của Đấng Tạo Hóa, nhưng vào thời điểm đó họ đã không biết các nguyên tắc để kết nối và không biết cách sử dụng đúng tần số để kết nối. Nói cách khác, họ đã không đạt tiêu chuẩn để kết nối lại. Kể từ đó, tất cả quan điểm của chúng ta về thế giới tâm linh từ xưa đã có rất nhiều sai sót nên chúng ta vẫn chưa thể đạt đến cảnh giới thực sự của Tâm Linh. Chúng ta thậm chí còn chưa chạm đến được. Rất nhiều hệ thống mà con người tự tạo ra mang triết lý mơ hồ và mất định hướng. Chúng ta đã mất rất nhiều thời gian đi theo những thông tin không chính xác. Chúng ta chưa tìm được một khái niệm rõ ràng để hỗ trợ nâng cao giá trị cuộc sống.

Nếu không có những lợi ích từ bộ môn NLG và tần số năng lượng, con người sẽ không tin rằng những nguyên lý quan trọng và tuyệt đối từ NLG liệu có chính xác hơn tất cả những triết lý khác đang tồn tại khắp thế giới. Nếu không nhìn thấy những lợi ích này, mọi người sẽ nghĩ NLG giống như tất các triết lý khác là tạo ra sự thật mà sau đó con người sẽ tranh luận và nói rằng đức tin của họ mới là đúng. Những kiểu tranh luận này làm tốn thời gian mà không giải quyết được nhu cầu thực tiễn của cuộc sống. Khi có khoảng thời gian suy nghĩ thấu đáo, chúng ta sẽ nhận ra những lợi ích quý giá đang được trình bày ở đây có thể hỗ trợ, giải quyết vấn đề thực sự của con người trên hành tinh này. Chúng ta sẽ tìm thấy giá trị thực của nó, từ đó tìm ra câu trả lời thực cho các vấn đề cần giải quyết. Nhiều sai lầm từ các lý thuyết không mang lại giải pháp nào cho những đau buồn ở thế giới này và nó làm chúng ta tốn nhiều thời gian và tiền bạc. Vì vậy, chúng ta cần một nền tảng vững chắc về kiến thức để loài người làm việc cùng nhau, tạo ra một thế giới đầy lợi ích cho nhân loại.

Vị Thầy NLG luôn đầy tình thương để hỗ trợ con người. Thầy sẽ hướng dẫn từng bước một để cải thiện mọi chuyện trong thế giới này. Hiện tại, Thầy đang tập trung hỗ trợ chúng ta phát triển trí tuệ và tiến hóa đúng cách, hướng đến sự sống hài hòa được định sẵn trên Trái Đất. Thầy sẽ hướng dẫn chúng ta đến với ý nghĩa thực sự của Vũ Trụ và tại sao chúng ta lại ở đây. Con người cần có học vấn để phát triển cao hơn thông qua tần số năng lượng cao hơn để cải thiện lối sống. Tại thời điểm này, vị Thầy NLG có thể hỗ trợ tất cả sự sống trong thế giới này bằng tần số của tình thương.

Tình thương là nguyên tắc cơ bản ràng buộc vạn vật cùng nhau, và khi chúng ta bỏ qua nó, chúng ta tự đưa mình vào hiểm nguy. Tình yêu thương là nguyên nhân khiến một nguyên tử oxy liên kết với 2 nguyên tử hydro tạo thành phân tử nước. Tình yêu thương là yếu tố giữ cho những hành tinh và các ngôi sao quay theo một khuôn hình. Tình yêu thương đã tạo ra núi và đại dương. Tình yêu thương là lực mạnh nhất và minh triết nhất trong Vũ Trụ.

PHẦN 18: Điều Bí ẩn Của Tâm Linh

Mỗi triết lý trên Trái Đất có niềm tin rằng họ là tốt nhất. Nhưng bất kỳ điều gì họ 'biết' và trong các tài liệu giảng dạy, họ vẫn chưa nêu ra được những lợi ích cần thiết để tạo nên một thế giới ôn hòa cho toàn nhân loại. Những triết lý này cạnh tranh với nhau và đều tuyên bố rằng họ biết hướng đi chính xác và các triết lý khác thì không. Mỗi người đều nói rằng họ là người có thẩm quyền cao nhất và những người khác đều sai. Tuy nhiên không một ai có thể đưa ra những lợi ích cần thiết để giúp nhân loại cải thiện sức khỏe và kiến tạo hòa bình thế giới, nơi mà tất cả mọi người đều có đủ của cải vật chất và được hưởng nền giáo dục tốt. Những triết lý này chỉ biết 'nói' và cho rằng họ biết mọi thứ - nhưng họ vẫn chưa thể giúp đỡ loài người ở bất kỳ phương diện nào.

Loài người đang ở nhiều mức độ khác nhau trong quá trình phát triển và họ cứ muốn cạnh tranh lẫn nhau như những triết lý khác nhau thể hiện. Một người nào đó tuyên bố rằng tôi 'cao hơn' hay 'tốt hơn' người khác. Chúng ta không thể gia tăng lợi ích cho con người trừ khi chúng ta thay đổi cách suy nghĩ này.

Nếu bạn thật sự đã đạt đến trình độ cao, bạn nên hỗ trợ những người ở trình độ thấp hơn. Đây là trách nhiệm của con người chúng ta. Chúng ta không cần cạnh tranh với nhau và hạ thấp người khác. Chúng ta không cần nói những người đó "ở dưới chúng ta" bằng một cách nào đó hay yêu cầu họ tránh xa chúng ta. Có rất nhiều giá trị thiết thực khi đến với NLG. NLG sẽ hỗ trợ thế giới và những hành động giúp chúng ta phát triển. Nếu chúng ta thực hiện Năm Yếu Tố Tình Thương, chúng ta sẽ nhận được sự kết nối với tần số cao hơn để giúp chúng ta hoàn thành những lý tưởng mang lại nhiều lợi ích cho thế giới. Tất cả mọi người đều có những dự án muốn hoàn thành trong cuộc sống. Trong quá trình thực hiện, dự án được đánh giá bởi Thế Giới Vô Hình, liệu nó có mang lại lợi ích cho nhân loại không và nếu có, một Thiên Sứ phù hợp sẽ được cử đến làm cố vấn để hỗ trợ chúng ta thành công trong dự án đó. Hiện tại chúng ta có rất nhiều lý thuyết và nhiều dự án tạo ra bởi con người trên Trái Đất nhưng rất ít trong số đó có mục đích mang lại lợi ích thực sự cho tất cả nhân loại. Con người chủ yếu cố gắng thực hiện các dự án chỉ cho nhóm địa phương của họ. Điều đó là tốt. Tuy nhiên chúng ta cũng cần hiểu rằng dù một ai đó có đam mê nhiệt huyết phát triển dự án của họ, Năm Yếu Tố Tình Thương là thành phần đang bị thiếu sót trong dự án đó.

Tất cả trí tuệ chúng ta đạt được ngày nay có liên quan đến các tái sinh luân hồi từ những kiếp trước của chúng ta. Thế Giới Vô Hình xem xét phân tích phần tích đức, nghiệp quả mà chúng ta có được qua những hành động trong quá khứ. Khi chúng ta hành động giúp đỡ người khác, chúng ta nhận được điểm tốt từ Thế Giới Vô Hình. Phần điểm này được xem xét cùng với sự nhiệt huyết với dự án mà chúng ta chọn trong cuộc đời để quyết định dự án có được chấp thuận hay không. Khi được chấp thuận, họ sẽ thiết lập tình huống làm cho dự án xảy ra. Nếu bạn có tình yêu thương, bạn được hỗ trợ để tạo thêm nhiều lợi ích để có thể hỗ trợ cho bản thân và người khác. Ở mỗi lần tái kiếp, Thế Giới Vô Hình sẽ quyết định bạn được sinh ra ở đâu, sống ở đất nước nào, và địa vị xã hội nào bạn sẽ có để tiếp tục công việc hỗ trợ loài người. Thế Giới Vô Hình quyết định điều này khi họ tính toán phần điểm bạn đạt được. Về cơ bản, họ sắp xếp cuộc sống tiếp theo hoặc, nếu dự án mới diễn ra trong cuộc sống này, họ sẽ thay đổi trong 5 hoặc 10 năm tới để hỗ trợ bạn trong dự án đó. Mức độ trợ giúp được quyết định bởi những giá trị mà dự án của bạn sẽ mang lại cho người khác.

Với NLG bạn có thể phát triển những dự án mới nếu bạn mong muốn. Bạn đến với cuộc sống này với một vận mệnh được định sẵn, và với khát vọng giúp đỡ nhân loại, hệ thống của NLG sẽ hướng dẫn và hỗ trợ cả bạn và những dự án của bạn. Họ có thể nâng cấp chúng ta lên đến trình độ có khả năng mạng lại lợi ích cho tất cả mọi người. Điều đó có thể xảy ra vào tháng tới hoặc năm sau. Họ sẽ hỗ trợ mỗi chúng ta để hoàn thành sứ mệnh của mình. Học NLG hôm nay, tìm ra con đường hỗ trợ nhân loại vì Thế Giới Vô Hình sẽ hỗ trợ dự án của bạn, giúp giấc mơ của bạn trở thành sự thật.

PHẦN 19: Tâm Linh Và Khoa Học

Ngày nay, trong thế giới con người chúng ta, những người thuê lao động chú ý tới bằng Đại Học, kiến thức và kinh nghiệm làm việc để đánh giá ứng cử viên có đủ điều kiện cho vị trí đang cần hay không. Về mặt xã hội, chúng ta cũng có phương thức để tìm những người có một số đặc điểm nhất định để kết bạn. Trong Thế Giới Tâm Linh, khi Đấng Tối Cao muốn giao nhiệm vụ hoặc "tuyển" một người nào đó trên Trái Đất thì sẽ dựa trên phẩm chất đạo đức và lòng yêu thương của người đó dành cho bản thân và nhân loại. Thế Giới Tâm Linh xem xét người đó có thực sự đi trên con đường yêu thương hàng ngày, không thay lòng đổi dạ. Họ xem xét liệu hôm nay người đó yêu thương nhưng ngày mai anh ta thay đổi. Những người dễ thay lòng đổi dạ như vậy sẽ không giúp đỡ nhân loại được. Họ nhìn xem liệu chúng ta luôn có tình yêu thương và quan tâm đến người khác và bản thân họ không. Nền văn minh của tần số cao nhất giao phó trách nhiệm cho con người, để phục vụ lợi ích chung. Họ không muốn con người cố gắng lấy quyền lực để áp đặt kiểm soát người khác.

Khoa học ngày nay chưa hiểu rõ về năng lượng trí tuệ tri thức. Ngay cả khi họ tiến hành nghiên cứu chi tiết về vấn đề này, họ vẫn không thể nào hiểu được. Với tần số năng lượng NLG, chúng ta có thể đạt được năng lượng tri thức và năng lượng trí tuệ. Bằng cách tiếp nhận những điều này thông qua NLG chúng ta có thể cung cấp cho họ thêm thông tin về năng lượng tri thức. Các nhà khoa học không hiểu năng lượng tri thức đến từ đâu, nhưng bằng kiến thức lấy được từ NLG, chúng ta có thể giải thích cho họ. Nó đến từ tần số của nền văn minh của Đấng Tạo Hoá. Bằng cách tiếp nhận tần số NLG, não bộ của chúng ta được nâng cấp và chúng ta có thể hiểu được những phần trí tuệ cấp cao hơn.

Khoa học biết được có bao nhiêu tế bào trong não, nhưng họ chưa hiểu được linh hồn. Họ chưa thể nào chứng minh linh hồn là gì, năng lượng của linh hồn là gì hay linh hồn trông như thế nào và để làm gì. Vì vậy họ không hiểu cách phát huy năng lượng trí tuệ cho linh hồn và làm thế nào tương tác với các chức năng hoạt động của não bộ. NLG có thể giải thích tất cả điều này từng bước một.

Nếu chúng ta chỉ tiếp nhận kiến thức trong lĩnh vực nghiên cứu khoa học, chúng ta sẽ không bao giờ thực sự hiểu về năng lượng và làm thế nào để gia tăng nó trong cuộc sống. Chúng ta cần để các nhà khoa học biết rằng với tần số năng lượng NLG họ sẽ có được trí thông minh cao hơn và tần số này đến từ Đấng Tạo Hóa. Để giải thích về tần số năng lượng này đang ở đây và nâng cấp sự hiểu biết của chúng ta là một điều rất phức tạp. Điều này sẽ được diễn đạt rõ hơn trong một quyển sách khác. Điều chúng ta cần biết là nó mang năng lượng cải thiện trí tuệ và sức khỏe cho chúng ta. Nếu minh chứng kiến thức này theo hướng tâm linh hầu hết mọi người sẽ không hiểu được vì vậy nó đang được chứng minh theo cách thiết thực và lợi ích mà con người có thể trải nghiệm.

Nền văn minh của Đấng Tối Cao đã chọn một số linh hồn ưu tú phục vụ lợi ích chung của loài người và đã tin tưởng giao cho họ trách nhiệm đóng góp cho sự phát triển của loài người. Chúng ta gọi những người này "thiên tài" hoặc nói rằng họ có tài năng. Theo từ ngữ tâm linh họ thường được gọi là 'Thánh Nhân' bao gồm những người là Bậc Thầy, hoặc các vị Minh Sư v.v.. Chúng ta sẽ được biết nhiều hơn họ là ai, đến từ đâu và làm cách nào họ có sức mạnh vi diệu như vậy ở phần sau.

Nền Văn Minh của Đấng Tạo Hoá đã tạo ra sự sống trên Trái Đất và tất cả những sự vật khác. Nhưng trí tuệ của chúng ta trên Trái Đất chưa đủ phát triển để hiểu chúng được kết nối tinh vi và mật thiết với nền văn minh này như thế nào. Học vấn của chúng ta vẫn còn ở giai đoạn đầu. Cơ thể vật lý của con người rất hiểu biết về khoa học, nhưng về vấn đề năng lượng thì vẫn còn rất nhiều khó khăn vì nó không có cơ sở vật lý để phân tích đo lường. Những linh hồn là những thực thể siêu tinh vi và nếu kiến thức của chúng ta chỉ dựa vào nghiên cứu khoa học thì chắc chắn rằng chúng ta sẽ không bao giờ có câu trả lời chính xác.

Linh Hồn Tối Cao - Nền Văn Minh cho phép tần số năng lượng NLG hỗ trợ chúng ta hiểu biết sâu hơn về Năng Lượng và từ đó chúng ta sẽ nhận nhiều giá trị để đáp ứng nhu cầu phát triển tri thức, của cải vật chất và những cải tiến khác mà nhân loại cần. Trình độ trí tuệ và giác ngộ ở những tần số cao hơn có đầy những lợi ích cho loài người vì nền văn minh này yêu thương chúng ta vượt qua tầm hiểu biết cao nhất của chúng ta.

PHẦN 20: Tiến Bộ Thông Qua Tâm Linh

T rong phần lớn hành trình của con người, chúng ta đã sử dụng từ "yêu thương" trong kiến thức hạn hẹp, tiêu cực và mang tính ích kỷ. Tình yêu thương vị kỷ đã trở nên phổ biến và do đó, tranh chấp và bất đồng quan điểm đã lan rộng tới hầu hết mọi khía cạnh của cuộc sống. Cách nhìn nhận tình yêu thương hạn hẹp này dựa trên việc chỉ quan tâm tới một nhóm thân cận. Đó là một quan điểm hạn hẹp đã làm lây lan tiêu cực dẫn đến cạnh tranh, đau khổ và mất đi sự khôn ngoan. Chúng ta không có lối thoát nếu lấn sâu vào con đường này, bởi vì nó hướng chúng ta xa rời khỏi sự kết nối thực sự với muôn loài vạn vật.

Thế Giới Tâm Linh là một nền văn minh phát triển đến mức những khía cạnh của nó vượt ra ngoài hiểu biết hiện có của con người. Con người chỉ là những sinh viên đang theo học tại trường học Trái Đất và chưa đủ tiêu chí để tốt nghiệp. Đó là lý do tại sao nhân loại cần sự hướng dẫn của các bậc thầy tâm linh từ Nền Văn Minh của Đấng Tối Cao.

Con người cần được giáo dục cơ bản về Năm Yếu Tố Tình Thương. Tổ Tiên của chúng ta chỉ đạt đến tình thương thứ tư và chưa bao giờ hoàn thành yếu tố thứ năm. Vì vậy họ không hiểu được ý nghĩa của yếu tố tình thương thứ năm. Tổ tiên xa xôi của chúng ta trong quá khứ đã nghĩ rằng họ đã hoàn thành 'Trường học ở Trái Đất' và nghĩ rằng họ đã sẵn sàng trở về với Đấng Tạo Hóa, nhưng Ngài biết rằng họ chưa đủ điều kiện. Con người vì vậy cần phải hoàn thành yếu tố tình thương thứ năm vì bài học này rất quan trọng. Không một ai trên thế giới này đã hoàn thành bài học của tình thương yêu thứ năm. Yêu thương muôn loài vạn vật, yếu tố thứ năm, có ý nghĩa rất sâu sắc nhưng hiểu được yếu tố tình thương này và thực hiện nó sẽ mang lại cho nhân loại những tiến bộ vượt bậc trong mọi lĩnh vực.

Chúng ta chưa có người Hướng Dẫn, một Bậc Thầy hay một Thiên Sứ đến từ Đấng Tạo Hoá để dạy chúng ta. Tuy nhiên chúng ta có những Thiên Sứ đến Trái đất với những nhiệm vụ khác nhau, nhưng họ chưa từng tới đây để dạy về Năm Yếu Tố Tình Thương.

Ông Bà Tổ Tiên chúng ta mất kết nối với tần số năng lượng bậc cao của Đấng Tạo Hóa – Năng Lượng Vũ Trụ nhưng không có vị Thầy, chúng ta không thể phát triển xa hơn và để sự tiến hóa của chúng ta bị trì hoãn. Vì vấn đề này, chúng ta không thể đạt đủ trí tuệ khôn ngoan. Kể từ khi tổ tiên chúng ta mất đi sự liên kết với nền văn minh ngoài không gian, hầu hết các hướng dẫn tâm linh đều đến với chúng ta từ những vị minh sư trong cơ chế hoạt động của Trái Đất. Làm sao chúng ta tốt nghiệp khi chúng ta không có Thầy để dạy chúng ta? Nếu chúng ta kết nối với tần số NLG, chúng ta sẽ có cơ hội học hỏi và tốt nghiệp để tiến vào chu kỳ mới của tiến hóa.

NLG – Trường học Năng Lượng Gốc là một ngôi trường tổng hợp có thể đào tạo chúng ta trong mọi lĩnh vực. Đây là ngôi trường mà Đấng Tối Cao cho phép chúng ta kết nối với tần số năng lượng bậc cao của Tình Yêu Thương. Học viên NLG giờ đây có cơ hội học tập, tốt nghiệp và bước vào chu kỳ tiến hóa mới trên Trái Đất.

PHẦN 21: Những Thiên Sứ Và Chu Kỳ Mới

T hiên Sứ có vai trò nhất định trong tiến hóa của con người. Những vị Thiên Sứ có trách nhiệm dẫn dắt loài người trong việc theo đuổi đạt được trí tuệ cần thiết để bước vào chu kỳ phát triển mới. Khi mỗi cá nhân tiếp nhận tần số tình yêu thương và trí thông minh của NLG – Năng Lượng Gốc trong khi học NLG, họ được Thiên Sứ trợ giúp hiểu làm thế nào sử dụng tần số này cho sự phát triển trí tuệ của bản thân. Rất nhiều lợi lạc cho con người được sản sinh ra từ sự phát triển trí tuệ này. Những vị Thiên Sứ này có trách nhiệm nuôi dưỡng chúng ta bằng trí tuệ này để chúng ta có thể đạt đủ điều kiện bước vào chu kỳ mới. Từng cá nhân sau khi tiếp nhận tần số năng lượng NLG, bất cứ dự án nào họ dự định thực hiện để giúp đỡ loài người đều được hỗ trợ và hướng dẫn bởi những Thiên Sứ được gửi đến vì mục đích trên. Do đó các Thiên Sứ có trách nhiệm hỗ trợ chúng ta kiến tạo thiên đường trên Trái Đất.

Giờ đây chúng ta đang tiến vào chu kỳ mới. Trước khi học NLG, rất nhiều người có thể đang sống một cuộc đời khốn khổ, bệnh tật và thiếu thốn. Nhưng bây giờ chúng ta có một khởi đầu mới và một con đường mới để sống ý nghĩa hơn, tận hưởng cuộc sống thiên đường nơi hạ giới. Để đạt được mục tiêu đó, các Thiên Sứ sẽ giúp đỡ chúng ta. Các Thiên Sứ ngay từ ban đầu đã được sắp xếp để hỗ trợ chúng ta tạo thiên đường này, nhưng vì con người quyết định không chấp nhận trí tuệ của của các Thiên Sứ, họ không thể giúp chúng ta được. Con người đã đạt đến cấp độ được cho phép kết nối lần nữa với nền văn minh của Đấng Tạo Hóa sau nhiều năm xa cách. Thiên Đường trên Trái Đất là điều mà tất cả chúng ta đều mơ tới, nhưng lại chỉ vẽ ra trong những câu chuyện cổ tích. Thế nhưng giờ đây nó đang diễn ra khi từng cá nhân chọn học NLG để nhận được những tần số thiết yếu cao hơn. Thông qua NLG chúng ta được nuôi dưỡng bằng trí tuệ mà chúng ta vốn dĩ phải có để phục vụ cho sự phát triển của cuộc sống trên hành tinh này. Trong kỷ nguyên mới này, thiên đường trên Trái Đất sẽ trở thành hiện thực. Nó có thể diễn ra nhanh hay chậm tùy thuộc sự hưởng ứng của con người tạo ra sự sống hạnh phúc.

NLG – tần số Năng Lượng Gốc là trung tâm của toàn bộ kho tàng kiến thức, của sự phát triển con người và trí thông minh con người, kỹ thuật công nghệ và tất cả các kiến thức khác. Trong tần số năng lượng NLG này, có một 'ngôi trường của tất cả mọi thứ' cần thiết để phát triển nhân loại. Vì vậy NLG là nguồn Trí Tuệ cao nhất. Các vị Thiên Sứ, những người đưa tin từ trường học NLG, sẽ giúp mỗi chúng ta kết nối với tần số NLG. Họ có vai trò dẫn dắt chúng ta bước vào chu kỳ mới của thiên đường trên Trái Đất.

Một trong những học viên của tôi lần đầu tiên học NLG – sau khi nhận năng lượng NLG chữa lành từ tôi lần thứ hai – cô ấy nói rằng khi cô ấy lái xe về nhà, cô tự hỏi rằng một điều quá kỳ diệu như vậy liệu có thể là thực. Cô nghĩ về điều tôi nói rằng muốn Năng Lượng giúp đỡ thì cô ấy phải suy nghĩ tích cực. Vì vậy, cô ấy bắt đầu băn khoăn liệu có thể suy nghĩ tích cực và bỏ qua tất cả các suy nghĩ tiêu cực. Điều tiếp theo xảy ra là cô ấy nhìn vào biển số xe trước mặt và thấy dòng chữ 'Hãy Tích Cực!'! Điều này chạm vào tâm cô rất sâu sắc, đồng thời, nó giúp cô nhận ra rằng trên thế giới có nhiều điều mà chúng ta không biết. Cô ấy nhận ra rằng chắc hẳn có những vị Thiên Sứ đã sắp đặt chiếc xe trước mặt cô tại thời điểm đó để giúp cô học!

Rất nhiều vị lãnh đạo đã phấn đấu để trở thành người có quyền lực nhất ở một quốc gia hay trên thế giới. Con người luôn tôn kính những người giàu có và quyền lực và thực sự một số đã trở thành biểu tượng của quyền lực bất tử. Một số người này đã so sánh quyền lực của họ với của Linh Hồn Tối Cao, tin rằng họ đã đạt đến đỉnh cao đó. Con người tôn thờ những hình mẫu người thành công như thế này và dành sự tôn kính cho họ. Nhưng chỉ có Linh Hồn Tối Cao, Thượng Đế, Đấng Tạo Hóa của chúng ta là tồn tại mãi mãi. Đối với những người ở vị trí này, tất cả đều là quyền lực và sự kiểm soát. Quyền lực như thế này chỉ dẫn đến sự hủy diệt và đã gây ra rất nhiều đau khổ cho con người. Nó cũng đã dẫn đến rất nhiều chiến tranh. Những người này chỉ có quyền lực tạm thời và không bao giờ tồn tại mãi mãi.

Năng lượng từ tần số tình thương của NLG có thể kích thích sự phát triển của não bộ để chúng ta gia tăng trí thông minh. Các tế bào của não bộ vì thế được hoạt động ở tần số cao hơn bằng cách kết nối NLG. Một ví dụ làm thế nào tần số cao hơn có thể giúp đỡ con người là một câu chuyện có thật của một người đàn ông đến với NLG – môn học Năng Lượng Gốc tại Việt Nam. Anh từng là một tay xã hội đen và là một người không biết gì về nghiệp quả. Sau bốn ngày điều trị, anh nói rằng cảm thấy khá hơn rất nhiều và do đó quyết định bỏ lối sống cũ, cải thiện bản thân và sống có ích cho người khác. Đây là do bộ não của anh đã bắt đầu hoạt động ở tần số cao hơn từ việc tiếp nhận tần số cao hơn của NLG. NLG kích thích các tế bào trong não bộ và làm cho chúng hoạt động thông minh hơn. Tần số cao hơn giúp não bộ hoạt động tốt hơn và hỗ trợ nhận ra những lợi ích chúng ta đang tiếp nhận. Điều này cũng giống như một chiếc máy tính có thể được nâng cấp bộ nhớ để làm việc nhanh hơn và với dung lượng lớn hơn, não bộ của chúng ta hoạt động tốt hơn với tần số năng lượng cao hơn từ Năng Lượng NLG của Tình Thương. Chúng ta không cần thẻ nhớ vì chúng ta đang sử dụng Năng Lượng từ NLG.

PHẦN 22: Lời Tiên Tri Về Sự Trở Lại của Đấng Tạo Hóa

C ác nhà tiên tri từ nhiều triết lý và tín ngưỡng khác nhau dự đoán rằng một ngày nào đó "Đấng Tạo Hóa" sẽ quay trở về Trái Đất. Một số nói rằng Ngài sẽ đến để 'phán xét' chúng ta và một số khác thì nói rằng sẽ có 'hình phạt' dựa trên những việc làm của chúng ta. Một số người nói rằng Thượng Đế sẽ dùng quyền năng của Ngài vào 'Ngày Phán Xét' để đánh giá tất cả mọi người trên Trái Đất dựa trên hành động – cả tốt lẫn xấu. Những niềm tin này là vô căn cứ và hoàn toàn không đúng sự thật. Nhiều thông tin về những gì được gọi là Ngày Phán Xét cuối cùng đơn giản đã bị hiểu lầm. Do đó, ý nghĩ về việc Đấng Toàn Năng, Linh Hồn Tối Cao, sẽ làm gì với quyền năng của Ngài là hoàn toàn sai. Nhiều người cũng nói về việc Đấng Tối Cao đến giúp đỡ chúng ta trên Trái Đất. Mỗi triết lý nhận được những thông điệp theo một cách khác nhau nhưng họ tin rằng Linh Hồn của Đấng Tối Cao chắc chắn sẽ tới vào đúng thời điểm. Ngôn ngữ tâm linh trong mỗi triết lý còn hạn hẹp khi sử dụng để hiểu hết được những thông điệp này, nên mỗi văn hóa đều có những bản dịch không truyền đạt đủ ý nghĩa của thông điệp, và do đó không chính xác. Những bản dịch đều thiếu một thứ gì đó.

Đấng Tối Cao, Thượng Đế, không trừng phạt bất kỳ ai vì hành vi của mình. Đấng Tối Cao có một phương pháp rất khác; Ngài dùng tình thương yêu, lòng nhân ái và sự dẫn dắt để đạt được mục đích và mục tiêu của Ngài. Đấng Tạo Hóa mong muốn năng lượng của chúng ta được nâng cấp với tình thương và sự quan tâm – và Ngài muốn gần hơn với chúng ta và muôn loài vạn vật. Thay vì trừng phạt, giam hãm, hay trục xuất, Đấng Tạo Hóa đang cho phép sự kết nối để mang tình thương yêu và lòng trắc ẩn, sự quan tâm và giúp đỡ, để hướng dẫn mỗi linh hồn và mỗi sinh vật sống hiểu được ý nghĩa thực sự của tình thương yêu; để từ đó chúng ta có thể tạo ra Thiên Đường trên Trái Đất. Sự thật là Linh Hồn của Đấng Tối Cao đến với chúng ta bằng sức mạnh của Tình Thương và tuyệt đối không kết tội bất kỳ sinh linh nào. Tất cả chúng ta, mỗi cá nhân, đều là linh hồn được tạo ra bằng tình thương yêu, nên Đấng Tạo Hóa không trừng phạt ai cả, bất kể có làm 'điều sai phạm'. Linh Hồn Tối Cao đến đây không phải kết tội, mà để cung cấp cho con người nhiều năng lượng yêu thương hơn để giúp chúng ta nhận thức, học hỏi và phát triển trí tuệ, nhằm đánh thức tình thương yêu thực sự trong chúng ta. Qua phương pháp này, mỗi linh hồn sẽ được giải thoát khỏi nghiệp quả của quá khứ. Sức mạnh của Linh Hồn Tối Cao là vô hạn, và không một ai có thể kêu gọi sức mạnh của Linh Hồn Tối Cao để lên án bất kỳ ai đơn giản bởi vì bản chất của Linh Hồi Tối Cao là Tình Yêu Thương thuần khiết, trọn vẹn và không bị pha trộn.

Đúng là Đấng Tối Cao đã ghé thăm trước đây. Nhưng với khoảng thời gian này Ngài đang cho phép vị Thầy đặc biệt giúp chúng ta tiếp cận Ngài thông qua một cách hoàn toàn mới – dưới hình thức Năng Lượng. Ngày nay năng lượng được nhiều người biết đến qua nhiều văn hóa. Và trong cộng đồng tâm linh và khoa học, năng lượng được hiểu biết sâu rộng hơn bao giờ hết.

Do đó, Đấng Tạo Hóa đã chấp thuận một dạng "Năng Lượng của Tình Thương" để nâng cấp tất cả các cấp độ ý thức trên toàn cầu. Chúng ta sẽ học những bài học mới cùng nhau - bài học về bản chất tự nhiên của tất cả con người vốn là anh chị em trong một đại gia đình. Tất cả chúng ta sẽ sớm sống ở một nơi ấm áp, hạnh phúc trên thế giới, hỗ trợ lẫn nhau và cùng nhau kiến tạo Thiên Đường của chúng ta trên Trái đất. Vì vậy, sự xuất hiện và thiết lập của năng lượng từ Linh Hồn Tối Cao ngoài Vũ Trụ trên Trái Đất là một dự án hoàn toàn mới nằm ngoài tất cả các bí ẩn tâm linh của Trái Đất từ xưa đến nay.

Tất cả các linh hồn con người đã được tạo ra một cách bình đẳng và tất cả chúng ta đều được tạo ra với cùng một mục đích: phấn đấu phát triển và trưởng thành trong trí tuệ và tình thương yêu. Những vấn đề hiện tại trên Trái Đất, là bằng chứng cho thấy chúng ta đã lạc lối và giờ đây bị chia rẽ và tách biệt không chỉ với nhau mà còn với năng lượng toàn diện của Thượng Đế, Đấng Tạo Hóa, Linh Hồn Tối Cao, Đấng 'Tối Cao'.

Tất cả chúng ta cần học cách yêu thương lẫn nhau. Mục tiêu của sự tiến hóa là có tình thương yêu thuần khiết, từ đó sẽ tạo ra Thiên Đường trên Trái Đất. Câu hỏi được đặt ra: Tại sao chúng ta vẫn chưa hoàn thành mục tiêu này? Câu trả lời là nhiều người đã bị cuốn vào những cảm xúc tiêu cực như ghen tị, đố ky, tức giận, tham lam và khao khát quyền lực. Thay vì đem mọi người xích lại gần nhau, những cảm xúc tiêu cực này khiến nhiều tâm hồn cảm giác tách rời nhau và đi xa khỏi mục đích yêu thương và phát triển tri thức. Chúng ta vẫn chưa bao giờ có trí tuệ phát triển thông qua sự kết nối năng lượng cấp cao của Đấng Tạo Hóa.

Chúng ta có thể nghĩ rằng con người với suy nghĩ và hành động tiêu cực là người 'xấu'. Nhưng Linh Hồn Tối Cao không xem những người này là xấu. Ngài xem sự tiêu cực trên Trái Đất là nguyên căn gốc rễ cho hành vi của chính họ do đã bị ảnh hưởng bởi nhiều điều tiêu cực xung quanh. Linh Hồn Tối Cao nhận ra rằng tất cả là do sự hiểu lầm về thế giới vật chất nên đã tạo ra nghịch cảnh và sự tách biệt. Khi con người cảm thấy bị tách biệt với người khác, họ sẵn sàng đấu tranh và hủy hoại người khác để có được sức mạnh và của cải vật chất. Đây là một sự hiểu lầm hoàn toàn về cách mọi người có thể hạnh phúc, và nó vẫn tồn tại vì con người tin rằng họ cần có quyền lực và sự kiểm soát. Một điều lạ là tất cả quyền lực và sự giàu có, vật chất không mang lại hạnh phúc thật sự. Năng lương tình thương yêu chảy trong từng con người khi họ kết nối với năng lượng này sẽ điều chỉnh sự tiêu cực và định hướng lại tất cả loài người biết yêu thương, quan tâm, tuân theo sứ mệnh ban đầu của họ là phát triển trong sự khôn ngoan.

Điều gì sẽ xảy ra khi Năng Lượng của Tình Thương Yêu từ Đấng Tạo Hóa được chấp nhận bởi tất cả loài người? Linh hồn của con người sẽ bắt đầu nhận ra lỗi lầm của bản thân. Họ sẽ thay đổi và học cách tha thứ cho người khác, trở nên thật sự yêu thương và thấu hiểu lẫn nhau. Điều này nghe có vẻ như là một nhiệm vụ không thể vượt qua! Nhưng khi tình yêu chân thành đi vào trái tim, tất cả tiêu cực sẽ biến mất, và chúng ta dễ dàng nhìn ra những sai lầm của mình và sửa chữa nó. Trái tim của chúng ta trở nên đủ đầy và tất cả tâm hồn trở nên gắn kết. Tất cả chúng ta cần hướng tới hòa bình và an yên trong cuộc sống. Tất cả chúng ta cần nhận ra, chấp nhận, đón nhận và phát triển kiến thức và trí tuệ đã được ban cho con người để có thể đạt được Năm Yếu Tố Tình Thương.

PHẦN 23: Tỉnh Thức Trong Sự Bối Rối

Đ ừng bao giờ nghĩ Linh Hồn Đấng Tối Cao bằng cách nào đó cũng giống như chúng ta. Ngài sẽ không bao giờ làm tổn thương hoặc nguyền rủa chúng ta ngay cả khi chúng ta nghĩ rằng điều đó là có thể. Khi chúng ta nhận ra Ngài yêu thương chúng ta và không bao giờ làm điều có hại cho chúng ta, vì vậy nếu chúng ta phạm sai lầm, chúng ta có thể cởi mở nói với Ngài về vấn đề đó và hỏi xin Ngài cho chúng ta trau dồi thêm trí tuệ và kiến thức để không bao giờ phải lâm vào tình huống tệ như vậy nữa. Và nếu như Linh Hồn Đấng Tối Cao "đồng ý", vì đó là điều Ngài luôn mong muốn – ban tặng cho chúng ta thêm trí tuệ và sự hỗ trợ - chúng ta có thể tận hưởng cuộc sống hạnh phúc. Linh Hồn Đấng Tối Cao chính là Tình Yêu Thương. Không có một ai phạm sai lầm mãi mãi. Những sai lầm tạm thời mà con người mắc phải chỉ đơn thuần là do thiếu hiểu biết rõ ràng về sự thật.

Tất cả chúng ta cần phải học cách tha thứ cho bản thân vì những điều chúng ta đã làm sai. Hãy hạnh phúc khi bạn nhận ra vấn đề mình đang làm sai. Hãy tự tin vào bản thân và thay đổi làm điều tốt hơn. Nhận ra lỗi lầm là một điều đáng mừng. Đây là một phần của Tình Thương thứ nhất. Cảm giác bị tổn thương, giận dữ hay buồn bã với bản thân sẽ không có ích cho bạn. Vì vậy, đây là chuyện tốt khi bạn nhận ra cách cư xử không sinh lợi lạc của mình trong cuộc sống. Tìm cách nhận ra sai lầm bạn đã và đang mắc phải một cách đầy yêu thương. Bạn muốn tâm trí của mình tìm một hướng đi tích cực hơn để tương tác với người khác cũng như với nội tâm của chính mình. Bí quyết ở đây là làm sao bạn không còn bước vào trạng thái tiêu cực nữa.

Rất nhiều người quỳ lạy hành lễ với Thượng Đế khi họ nhận ra những sai phạm của bản thân. Thượng Đế chỉ muốn bạn áp dụng Năm Yếu Tố Tình Thương. Ngài không muốn sự thờ phụng từ phía bạn. Ngài không muốn bạn tra tấn cơ thể mình như một hình thức ăn năn hối cải. Hành hạ bản thân bằng bất cứ hình thức nào cũng chỉ được xem là hình thức cấp thứ của sự xuẩn ngốc. Hành động làm tổn thương những người xung quanh đang đau khổ thì bạn sẽ còn ngu ngốc hơn nữa. Hận thù lâu dài là do thiếu hụt trí tuệ, vì vậy, sống thiện lành giữa người với người rất quan trọng. Đừng bao giờ cố gắng tính toán trả thù. Thay vào đó hãy nghĩ về những điều bạn có thể làm, giúp cho bạn và những người xung quanh hạnh phúc hơn. Đây là cách làm đúng đắn để sử dụng trí tuệ. Hãy trân trọng cơ thể vật lý của bạn và của người khác. Yêu thương nhau như yêu chính bản thân mình. Hãy thân thiện với người khác. Đừng bao giờ làm hại bất kỳ ai theo bất kỳ cách nào, bao gồm cả lời nói và hành động. Khôn ngoan nghĩa là khi có vấn đề lớn, chúng ta biết cách hóa giải làm cho nó nhỏ hơn – và sau đó chúng ta biết làm thế nào cho nó biết mất.

Khi chúng ta đã đạt được trí tuệ - giác ngộ thì đó là thời điểm bước ra ngoài và giúp đỡ mọi người và qua đó bạn cũng nhận được lợi ích . Đối xử với mọi người như gia đình của bạn. Đối xử với mọi người bình đẳng dù họ có tốt hay xấu vì khi họ xấu nghĩa là họ cần sự giúp đỡ của chúng ta. Chúng ta phải đối xử với họ đúng cách mà không phán xét. Hãy sử dụng tình yêu thương thật lòng và vô điều kiện để giúp người khác. Linh Hồn Đẳng Tối Cao ban cho mỗi người chúng ta nhiều lợi ích từ thế giới tâm linh khi Ngài thấy chúng ta giúp đỡ người khác bằng tình yêu thương thật lòng.

Trên thế giới này không có Ma Quỷ. Thật sự hoàn toàn sai lầm khi nghĩ rằng một Thực Thể như vậy có thể xây dựng một vương quốc theo hướng tiêu cực. Thế Giới Vô Hình dựa vào tình yêu thương chúng ta áp dụng trong cuộc đời mà tính điểm cộng hay trừ cho chúng ta. Nếu hết điểm cộng, chúng ta sẽ trở thành 'người bình thường' và sẽ không có bất kỳ sức mạnh nào. Thế Giới Vô Hình đã lập trình cơ chế hoạt động cho chúng ta trên hành tinh này và nó vận hành bằng tình yêu thương.

Đôi khi vì thiếu đi trí tuệ mà con người không cư xử yêu thương với nhau. Và khi phạm sai lầm, chúng ta không biết cách thay đổi nó sang hướng tích cực. Chúng ta làm tổn thương nhau cả về thể xác, vật chất lẫn tinh thần. Chúng ta cố gắng tạo quyền lực cho bản thân để kiểm soát người khác. Sau khi hành xử như vậy trong thời gian dài, chúng ta sẽ mất hết 'điểm'. Nếu một người rất giàu có trong một đời vì những điểm cộng anh ta đã tích trữ ở kiếp trước nhưng sau đó anh không áp dụng yêu thương ở kiếp hiện tại và dùng quyền lực kiểm soát người khác, anh sẽ mất tất cả giàu sang của mình và trở về làm một người bình thường. Mức độ yêu thương chúng ta thực hiện hướng đến người khác vì vậy được dùng để xác định số điểm cộng chúng ta nhận được trong cuộc sống để gặt hái thịnh vượng theo nghĩa tâm linh.

Con người ngày nay không biết nhìn nhận chính xác điều gì là tích cực điều gì là tiêu cực. Không một ai biết cách sửa lỗi lầm này. Mỗi vị lãnh đạo của từng quốc gia đều cố gắng thâu tóm quyền lực tối đa mà họ có thể. Họ sợ rằng nếu không có quyền lực, họ có thể sẽ mất đi của cải vật chất. Các nước hùng mạnh cố gắng kiểm soát các nước yếu hơn bằng cách củng cố phòng vệ cho đất nước của họ. Họ cố gắng tăng cường sức mạnh chỉ để bảo vệ bản thân và luôn tin rằng họ làm như vậy là đúng. Mỗi nước tự gia tăng quyền lực và phòng vệ nhưng lối tư duy lệch lạc này sẽ không bao giờ làm chiến tranh dừng lại. Nếu Thế Giới Vô Hình không ở đây giúp đỡ thì chúng ta đã tiêu diệt toàn bộ nhân loại rồi.

Khi chúng ta thiếu năng lượng trí tuệ nghĩa là chúng ta không biết cách tạo ra lợi ích thật sự cho bản thân và người khác. Chúng ta cũng không biết cách gia tăng 'điểm cộng' cho bản thân. Chúng ta cần giảng dạy cho thế hệ trẻ điều gì là tốt, mang lại hạnh phúc, hòa bình trong lịch sử loài người và điều gì là không. Họ cần biết biết tiêu cực đã tạo nên điều gì. Mỗi lần một người nào đó vừa đạt tới vị trí quyền lực, họ có xu hướng viết lại lịch sử, để những người khác không còn biết lịch sử thực sự là như thế nào nữa. Họ bóp méo sự thật mà họ cho rằng có lợi cho họ với tư cách là nhà lãnh đạo bằng những mưu đồ của riêng họ và họ nói những điều sai sự thật về những nhà lãnh đạo tiền nhiệm, về những gì họ đã làm sai. Các nhà lãnh đạo ở nhiều nước nắm quyền và duy trì quyền lực bằng nhiều thủ đoạn gian dối. Con người cần phải được biết cả điều tốt lẫn xấu để chúng ta có thể quyết định điều gì tạo nên lợi ích cho con người. Họ cần phải biết sự thật lịch sử từ thế kỷ đầu tiên cho đến hiện tại. Nó cần được viết một cách chính xác và lưu trữ trong thư viện cho thế hệ tương lai đọc, để họ không bao giờ lạc lối vào những con đường tiêu cực nữa.

Khi chúng ta học từ những sai lầm, cùng với năng lượng trí tuệ, chúng ta nhận ra điểm tích cực và tiêu cực trong mọi việc. Chúng ta có thể nhìn thấy cái gì tạo ra điều tiêu cực và cái gì tạo ra những lợi ích tích cực. Khi chúng ta nhận ra điều này thì việc chúng ta quay lại con đường cũ và mắc lại những sai lầm tương tự rất khó xảy ra. Thay vào đó, chúng ta sẽ rút ra bài học kinh nghiệm từ những sai lầm đó và hiểu ra được chúng là tiêu cực, là tổn thương và không có lợi. Nếu thế hệ tương lai có thể nhìn vào sự thật lịch sử của tổ tiên họ, họ sẽ nhìn thấy những sai lầm và hy vọng không lặp lại chúng lần nữa.

Đây là lần đầu tiên trong lịch sử mà Linh Hồn Đấng Tối Cao cho phép vị Thầy Đặc Biệt mang Năng Lượng Tình Thương đến Thế Giới này. Ngài cho phép năng lượng này nâng cấp cho toàn nhân loại và muôn loài vạn vật. Ngài đang thể hiện sức mạnh của tình thương đến toàn nhân loại. Đấng Tạo Hóa không yêu cầu chúng ta bất cứ điều gì. Thay vào đó, Ngài đang cho phép con người thông qua NLG hợp nhất với linh hồn của mình để tăng trình độ trí tuệ tỉnh thức. Khi chúng ta hòa làm một với linh hồn của Ngài, chúng ta có thể tạo ra vật chất cần thiết bảo đảm phúc lợi cho tất cả mọi người và thay đổi cơ thể vật lý trở nên khỏe mạnh như trạng thái ban đầu được định sẵn. Chúng ta có thể học cách thực hiện thông qua các lớp NLG ở các trình độ lớp 1, lớp 2, lớp 3 và cao hơn.

Với tần số trí tuệ chúng ta nhận được thông qua môn học NLG, chúng ta có thể xóa những tần số không cần thiết và thậm chí có hại mà chúng ta đã sử dụng trong cuộc sống. Chúng ta sẽ được hướng dẫn cách loại bỏ nó dễ dàng. Và nếu chúng ta có bao giờ muốn sử dụng lại một tần số mà lúc trước đã quyết định là không cần thiết, chúng ta vẫn có thể tiếp cận sử dụng lại tần số này. Khi chúng ta kết nối với thầy NLG, chúng ta kết nối với tần số mà Đấng Tạo Hóa đã thiết lập cho tất cả nhân loại sử dụng. Có rất nhiều lợi ích trong tần số này mà chúng ta có thể khai thác khi học sử dụng đúng cách. Chúng ta cần phải biết trân quý những gì chúng ta nhận được và chúng ta phải học cách sử dụng tần số này một cách chính xác vì lợi ích của toàn nhân loại chứ không phải chỉ cho bản thân.

Nếu chúng ta sử dụng tần số này để tạo quyền lực cho bản thân mà không thực hiện "Năm Yếu Tố Tình Thương', chúng ta sẽ mất kết nối – không phải vì Linh Hồn Đấng Tối Cao trừng phạt chúng ta – mà vì điều này sẽ làm thay đổi tần số trong linh hồn chúng ta – và từ đó sẽ mất kết nối với vị Thầy NLG. Sử dụng tần số NLG cho lợi ích của bản thân để có quyền lực và kiểm soát người khác tương đương với việc tự tách ra khỏi tần số này. Nếu bạn nghĩ về vấn đề này giống như cơ chế hoạt động của một chiếc điện thoại, sóng điện thoại **không phải bị** cắt mà do chúng ta đã di chuyển quá xa so với sóng điện thoại để kết nối. Khi chúng ta mất kết nối với tần số chính xác, chúng ta sẽ tiếp tục là một người bình thường, như trước đây – giống như một người chưa bao giờ học NLG. Điều này cũng có nghĩa là chúng ta sẽ lại hỗ trợ thân thể chúng ta 'có sức khỏe bằng thuốc' như trước đây. Chúng ta sẽ không thể sử dụng tần số NLG để áp dụng phương pháp chữa lành tinh mạnh hơn.

Vị Thầy NLG của Tình Thương ở đây hỗ trợ sức khỏe và giúp chúng ta có cuộc sống khỏe mạnh lâu dài cùng với trí tuệ và trí thông minh. Tần số nâng cấp giúp chúng ta hiểu ra những lợi ích của tình thương yêu và lý do trở thành những người sống thiện lành. Đây là sự thật. Sử dụng trí tuệ để minh định điều gì là có lợi cho bạn rất quan trọng. Nó tùy thuộc vào việc bạn muốn tiếp nhận tần số năng lượng NLG hay không. Con người ai đã có trái tim thiện lành sẽ nhanh chóng công nhận NLG. Họ sẽ đến với NLG vì lợi ích cho bản thân. Kể cả khi nếu họ đang phạm phải 'sai lầm' trong cuộc sống, họ vẫn có thể nhìn ra tại sao thay đổi bản thân là có lợi.

Những người giảng huấn NLG sử dụng trí tuệ giúp đỡ nhân loại và không sợ những người tự nhận họ biết tất cả mọi thứ. Nếu họ biết tất cả vậy tại sao họ vẫn có bệnh? Tại sao họ vẫn gặp rắc rối? Tôi từng gặp một vị thầy nói rằng Thượng Đế luôn hỗ trợ anh, anh ta có sự thông thái và rất nhiều sức mạnh nên không cần NLG. Vì thế tôi hỏi anh ấy một câu: "Tại sao anh vẫn bị bệnh ngay cả khi anh muốn khỏe mạnh?" Nếu chúng ta muốn có lợi ích của tần số được nâng cấp này, chúng ta phải có sự kết nối. Chúng ta phải sử dụng trí tuệ và kiến thức để quyết định tiếp nhận những lợi ích từ Linh Hồn Đấng Tối Cao. Học NLG rất đơn giản nhưng chúng ta phải thực hiện theo cách mà Linh Hồn Đấng Tối Cao hướng dẫn. Ngài đã mở Trường NLG cho toàn nhân loại, tất cả những gì chúng ta cần làm là tham gia các lớp NLG để nhận lợi lạc. Nếu bạn không tham gia cũng không sao. Không có gì sẽ xảy ra với bạn. Bạn sẽ vẫn là bạn. Bạn sẽ sống cuộc đời bạn đang sống. Bạn sẽ không gặp vấn đề gì. Quyết định là ở bạn.

Khi chúng ta kết nối với Đấng Tối Cao, chúng ta cần thực hành đúng như những gì được giảng dạy ở trường NLG. Để thể hiện tình thương yêu và sự tôn trọng đến vị Thầy NLG chúng ta cần yêu thương bản thân và yêu thương người khác đúng cách. Nếu một ai đó sợ NLG thì họ không nên tham gia. Nếu họ nghĩ rằng tiếp nhận tần số NLG họ sẽ gặp rắc rối, thì họ không nên học. Khi con người đến với NLG, họ cần phải đến với sự tự tin. Con người cần đến với NLG vì lợi ích cho bản thân và muốn giúp đỡ nhân loại. NLG cung cấp cho tất cả mọi người thông tin trung thực làm thế nào chúng ta có thể tạo ra cuộc sống tốt đẹp hơn. Tuy nhiên, việc áp dụng NLG có đúng cách không là tùy thuộc vào chúng ta. Chúng ta có quyền sử dụng NLG và trở thành một phần của nó và chúng ta có quyền rời bỏ NLG nếu chúng ta quyết định không muốn là một phần của nó. Và nếu bạn quyết định rời đi, bạn vẫn có quyền quay về bất cứ khi nào bạn muốn. Bạn luôn được chào đón khi đến với NLG.

Vị Thầy NLG *không* thiết lập cơ chế hoạt động NLG cho những người cố gắng lợi dụng NLG vì động cơ ích kỷ của riêng họ. Nó được thiết lập bởi Linh Hồn của yêu thương, dành cho tất cả những ai nhận ra ý nghĩa của tình thương. Tình yêu thương được thể hiện qua những lợi ích dành cho nhân loại và cách sử dụng những bài học cho cuộc sống của bạn hiện tại. Nó có thể giúp đỡ tất cả chúng ta có cơ thể khỏe mạnh và đủ kiến thức để kiến tạo vật chất cùng với công nghệ, thực phẩm lành mạnh, không khí, nước trong sạch và các công cụ có lợi cho sự phát triển hoà bình và hạnh phúc của con người. Không một ai có thể lợi dụng được Thầy NLG. Nếu họ thay đổi những gì được dạy và cách sử dụng NLG, họ sẽ đơn giản mất đi kết nối và mất đi sức mạnh. Nó không giống như trước đây, khi một số người sẽ sử dụng tên của Thượng Đế chỉ vì lợi ích riêng của họ.

Cơ chế hoạt động của NLG sẽ luôn tiếp tục mang đến nhiều tần số lợi ích để hỗ trợ loài người. Con người có quyền quyết định điều gì là tốt nhất cho bản thân và chúng ta sẽ tiếp tục như vậy. Nếu chúng ta cảm thấy không thoải mái, hoặc không thích những gì đang học, chúng ta có quyền dừng lại mà không gây ra bất kỳ vấn đề nào. Mọi người đều tự do lựa chọn ở bất kỳ thời điểm nào. Chúng ta học NLG vì chúng ta nhận ra những lợi ích cho bản thân, cho gia đình, cho nhân loại và cho tương lai. Mỗi chúng ta đều học cách sử dụng trí tuệ của bản thân và có thể tự quyết định cho bản thân.

PHẦN 24: Nền Văn Minh Ngoài Không Gian: Những Bậc Thầy và Ân Phúc

Khi con người không thể hiện yêu thương với nhau, khi họ cố gắng lợi dụng nhau hoặc không sống thiện lành, không chia sẻ những gì họ có với người khác nghĩa là họ đang từ chối Linh Hồn Đấng Tối Cao. Dù chúng ta có làm gì, Đấng Tạo Hóa không bao giờ nói "Nếu con không yêu thương ta thì ta cũng sẽ không yêu thương con!' Mà Ngài nói rằng "Nếu con không yêu thương ta và nếu con không chấp nhận ta, điều đó không thành vấn đề bởi vì con còn trẻ dại, chưa sẵn sàng để nhận ra ta. Khi con trưởng thành hơn con sẽ biết thôi".

Con người đã chờ đợi trong 3 tỉ năm cho đến thời điểm này. Và bây giờ là lúc chúng ta thừa nhận rằng chúng ta bắt đầu nhận thức được năng lượng NLG của Linh Hồn Đấng Tối Cao tại thời điểm này trong lịch sử. Đấng Tối Cao đang ở đây vừa giảng dạy cho chúng ta vừa ban tặng năng lượng và hỗ trợ chúng ta có được trí tuệ và tỉnh thức. Ngài mong muốn cung cấp cho chúng ta kỹ thuật để trở nên khỏe mạnh hơn và sống lâu hơn.

Khoa học đã biết về ADN và làm thể nào nó có thể thay đổi. Các bậc thầy tâm linh cũng có thể nhận ra năng lượng có thể hỗ trợ họ sống lâu hơn và họ muốn khai thác năng lượng này qua các luân xa và con mắt thứ ba bằng cách sử dụng nhiều kỹ thuật khác nhau từ khắp nơi trên thế giới.

PHẦN 25: Bài Học Khó Và Trí Tuệ

Trong quá khứ con người đã phải đương đầu với rất nhiều vấn đề. Toàn bộ nhân loại đã rút ra bài học từ thất bại hết lần này đến lần khác. Đó là bởi vì chúng ta đã mất kết nối với Năng Lượng Tâm Linh Vũ trụ từ Nền Văn Minh của Đấng Tạo Hóa và bây giờ tần suất kết nối của não bộ chúng ta chỉ còn 70%. Đây là lý do tại sao khi chúng ta bắt đầu đứng dậy và giải quyết vấn đề, một điều gì đó không hay xảy ra và chúng ta lại rơi vào bế tắc. Chúng ta chưa bao giờ hoàn thành việc sống tốt hơn vì chúng ta đang chỉ có 70% kiến thức cần có cho điều chúng ta cần làm. Chẳng hạn như chúng ta chưa thực sự thành công trong giải quyết những vấn đề về bệnh tật. Hơn thế nữa chúng ta cũng chưa thành công trong giải quyết những vấn đề xã hội. Chúng ta đơn giản không biết cách giải quyết. Khi chúng ta giải quyết một vấn đề thì có vẻ như nhiều vấn đề khác nảy sinh. Khi mọi người thay đổi và trở thành 'người tốt hơn' thì điều tích cực xảy ra – nhưng sau đó họ quay lại tạo rắc rối cho chính bản thân họ. Nhiều bệnh tật chỉ giải quyết được không quá 70%. Tóm lại, chúng ta không bao giờ giải quyết hoàn toàn những vấn đề của chúng ta và tiến đến một cuộc sống tốt hơn vì chúng ta chưa học cách thoát khỏi vòng luẩn quẩn này.

Ngày nay, tuy nhiên, chúng ta đang được trao cơ hội để tiến hoá với tần số NLG. Chúng ta đang được nâng cấp mức độ tần số thiếu hụt lên đến 99%. Nhưng để đạt được chúng ta phải áp dụng "Năm Yếu Tố Tình Thương". Hiện tại những chương trình học cao nhất trên Trái Đất chỉ cho phép con người có khả năng đạt khoảng 70% năng lực thực sự của họ. Chương trình đào tạo để đạt 29% tần số năng lượng còn lại hiện đã có sẵn cho chúng ta tại trường NLG để giúp chúng ta tiếp tục tiến hoá vượt qua ngưỡng 70% năng lực thực sự.

Trong chương trình không gian quốc gia, chúng ta đã thành công chinh phục Mặt Trăng và Sao Hỏa nhưng rất tốn kém về cả sinh mạng và tiền bạc mà lợi ích thu lại rất nhỏ cho hành tinh của chúng ta. Khi chúng ta đủ điều điều kiện để nhận thêm trợ giúp bằng cách sử dụng 'Năm Yếu Tố Tình Thương', chúng ta có thể dễ dàng đến những nơi này và học hỏi thông qua không gian 5 chiều. Nhưng chúng ta chưa đạt là vì thiếu Năm Yếu Tố Tình Thương.

Đấng Tạo Hóa, Linh Hồn Đấng Tối Cao, ban tặng cho chúng ta nhiều hơn những gì chúng ta cần nhưng chúng ta chưa có năng lực sử dụng đúng đắn những gì được trao. Chúng ta chỉ có thể sử dụng đúng cách khi chúng ta tuân theo Năm Yếu Tố Tình Thương. Vì chúng ta mất đi kết nối với Nền Văn Minh của Đấng Tạo Hóa chúng ta đã mất đi phương hướng khi sống trên Trái Đất này. Bóng tối ở đây vẫn còn dày đặc nên chúng ta vẫn chưa tìm được lối thoát và không thể nhìn thấy ánh sáng. Chỉ những con người có trái tim thiện lành có thể đi đến ánh sáng của ngọn đuốc NLG.

PHẦN 26: NLG Là Google của Thế Giới Vô Hình

T hông qua năng lượng NLG, Linh Hồn Đấng Tối Cao đang cho phép con người bắt đầu một hành trình tiến hóa cao hơn. Đây là nguồn năng lượng của tâm thức bậc cao nhất. Nó sẽ dẫn chúng ta tới chương trình tiến hóa cao hơn. Với năng lượng này con người có thể kết nối với tần số cao hơn. Từ đó chúng ta có thể hợp nhất với chương trình tiến hóa cao hơn này và rút ra được lợi ích cho bản thân và nhân loại. Các câu trả lời sẽ sớm được tiết lộ để mang lại sự cải tiến cho nhân loại. Tình yêu thương vô bờ bến của 'Đấng Tối Cao' và Nền Văn Minh Ngoài Không Gian giờ đây mong muốn nhân loại nhận được đặc ân này. Nó sẽ mang đến năng lượng trí tuệ có khả năng thúc đẩy một giai đoạn mới trong tất cả các lĩnh vực của cuộc sống con người, và sẽ mang lại một kỷ nguyên của toại nguyện và hạnh phúc cho tất cả con người trên hành tinh này. Mục đích của Đấng Tối Cao là giúp đỡ loài người có một cuộc sống hạnh phúc thật sự. Toàn thể nhân loại từ đây về sau sẽ bắt đầu học và thực hành một quá trình mới của phát triển.

Các nhà khoa học đã tiến hành nghiên cứu làm việc với tế bào gốc của con người để chúng có thể hỗ trợ chúng ta trở nên khỏe mạnh hơn. Nhưng cho đến nay, họ vẫn chưa thành công. Tuy nhiên với tần số NLG, chúng ta có thể dễ dàng làm những điều họ đang cố gắng làm và hỗ trợ tế bào gốc một cách dễ dàng.

Với tần số NLG, chúng ta có thể kích hoạt tế bào gốc để có một cơ thể khỏe mạnh hơn, phát triển trí tuệ và kiến thức, từ đó giải quyết những vẫn đề chúng ta đang gặp phải một cánh nhanh chóng. Cũng giống như trẻ em khi không có máy tính sẽ mất nhiều thời gian để hoàn thành việc học hơn là các em có sử dụng máy tính. Các em sẽ hoàn thành bài tập nhanh hơn khi có sự giúp đỡ của máy tính. NLG được lập trình để hỗ trợ con người bằng cách sử dụng năng lượng kích thích tế bào gốc và tất cả các tế bào khác trong cơ thể từ đó chúng ta có thể học và tiếp nhận thông tin cần thiết để phát triển kiến thức và trí tuệ nhanh hơn. Có NLG chúng ta sẽ học hỏi nhanh hơn giống như trẻ em có sự hỗ trợ từ máy tính. Tần số NLG là chiếc máy tính giúp chúng ta truy cập vào nguồn tri thức cao hơn.

Con người lưu trữ thông tin trên mạng internet qua nền tảng Google. Chúng ta sử dụng tần số này để tìm kiếm những gì chúng ta muốn biết. Dụng cụ Google này là do con người tạo ra. NLG sẽ hoạt động như 'Google của Vũ Trụ'. Nó lưu trữ cho chúng ta kho tàng kiến thức không giới hạn trong tất cả lĩnh vực, bao gồm khoa học, công tác xã hội và tâm linh. Nó chứa tất cả các cập độ khác nhau của kiến thức và hoàn toàn không giới hạn. Để kết nối và sử dụng 'Google của Vũ Trụ' là tùy thuộc vào chúng ta. Nền Văn Minh của Thế Giới Vô hình cho phép chúng ta sử dụng tần số NLG để từng bước học cách kết nối để nhận những lợi ích từ nó. Trước đây chúng ta chưa được phép tiếp cận với tần số kiến thức này vì chúng ta chưa hoàn thành việc hiểu và thực hành 'Năm Yếu Tố Tình Thương'. Để sử dụng tần số bây giờ, chúng ta cần phát triển và thực hành Năm Yếu Tố Tình Thương.

Cùng với tình yêu thương của vị Thầy NLG và tình yêu thương của ông bà tổ tiên chúng ta, là những người đã yêu cầu sự giúp đỡ từ Linh Hồn Đấng Tối Cao, NLG đã đến hỗ trợ loài người sớm hơn. Kế hoạch lẽ ra đã sắp xếp cho chúng ta tiếp cận với tần số năng lượng này trong khoảng một trăm năm nữa. Nó hiện đang ở đây sớm hơn dự định để hỗ trợ nhân loại vì Linh Hồn Đấng Tối Cao quan tâm và muốn chúng ta phát triển sớm nhất có thể. Vì vậy về cơ bản Linh Hồn Tối Cao muốn chúng ta tốt nghiệp 'bậc trung học' sớm hơn. Đến thời điểm hiện tại chúng ta vẫn đang chật vật với cuộc sống trên hành tinh này. Vì vậy, điều này giống như người bố người mẹ mong muốn con cái hoàn thành hết bậc trung học để có thể thăng tiến và bước tiếp lên bậc đại học. Đây là điều Đấng Tạo Hóa muốn chúng ta nhận được. Ngài muốn chúng ta trưởng thành hơn và sống hạnh phúc hơn. Chúng ta đã giống như những đứa trẻ ham chơi và không chuyên tâm học hành, chỉ thích trốn học và khôn hoàn thành việc học của mình. Linh Hồn Đấng Tối Cao ở Nền Văn Minh vì vậy như những bố mẹ chờ đợi con mình tốt nghiệp trong khi chúng nói rằng chúng vẫn đang học. Vấn đề là chúng đang học sai môn. Con người vốn luôn như thế khi nói đến việc học hành theo hướng dẫn của Đấng Tạo Hóa. Với năng lượng NLG, chúng ta có được tần số cung ứng cho chúng ta sức khỏe tốt và phát triển trí tuệ. Khi tần số được sử dụng đúng cách, chúng sẽ cho chúng ta biết mình cần thêm điều gì và cho chúng ta tri thức để làm nhiều hơn thế. Mục đích của Linh Hồn Đấng Tối Cao là giúp tất cả loài người có cuộc sống hạnh phúc thật sự.

PHẦN 27: Năng Lượng Của Linh Hồn

N ăng lượng của tinh trùng ở người đàn ông và trứng ở người phụ nữ được lập trình bởi Thế Giới Vô Hình. Đây là cái mà chúng ta gọi là quy trình tạo ADN. Quá trình phát triển sự sống qua ADN đã tiếp tục phát triển đều đặn kể từ khi nó được thiết lập lần đầu tiên qua chương trình của Linh Hồn Tối Cao. Mặc dù các nhà khoa học muốn thay đổi quy trình tái tổ hợp AND theo cách mà họ muốn, kiến thức để thay đổi nó lại nằm ở trí tuệ đến từ Thế Giới Vô Hình và con người không thể tác động được.

Con người vẫn chưa hiểu về năng lượng của từng cá thể linh hồn nhập vào một đứa trẻ sơ sinh. Sự hiểu biết là đến từ năng lượng trí tuệ của một linh hồn. Con người vẫn luôn nghĩ rằng các nhà khoa học rất thông minh vì những phát minh vật chất họ đã tạo ra. Nhưng trí tuệ của họ đến từ năng lượng của linh hồn. Trí tuệ tăng lên tùy thuộc vào năng lực của mỗi cá nhân, tương tự như cục pin 12 vôn có thể chứa một khối năng lượng nhất định.

Đối với năng lượng của linh hồn trong từng cá nhân, chúng ta rõ ràng không thể xác định trọng lượng hay sức chứa của nó. Tương tự, chúng ta không cách nào đo lường được khả năng của nó. Chúng ta chỉ biết rằng linh hồn hoà nhập vào cơ thể vật lý và cơ thể vật lý thì như một nam châm hút linh hồn vào đó. Tất cả các dạng sống vật lý đều có năng lực như một nam châm thu hút năng lượng của linh hồn. Khả năng thu hút linh hồn của mỗi dạng sống phụ thuộc vào cấp độ mà dạng sống đó đạt được. Điều này rất phức tạp để có thể hiểu rõ. Bộ não vật lý là nơi giữ linh hồn và có một kỹ thuật đưa linh hồn ra khỏi cơ thể vật lý sẽ sớm được tiết lộ trong tương lai. Nó rất dễ dàng thực hiện nhưng bắt buộc phải thực hiện dựa trên cơ chế hoạt động của Thế Giới Vô Hình.

Khi chúng ta có nhiều năng lượng trí tuệ, chúng ta có thể tạo ra vật chất và chúng ta sẽ có đủ vật chất để chăm sóc tốt cho bản thân và toàn thể nhân loại. Với sự hỗ trợ dành cho con người, chúng ta sẽ phát triển hiểu biết về tâm linh nhanh hơn nhiều. Cuối cùng chúng ta sẽ hiểu rõ tất cả mọi điều và sẽ tự tin ở bất cứ vị trí nào. Khi chúng ta ở cấp độ 'trung học' về phát triển con người, chúng ta sẽ yêu thích nó, và khi tiến đến cấp bậc 'đại học', chúng ta cũng sẽ hạnh phúc vì điều này. Chúng ta sẽ hài lòng và chấp nhận bản thân ở bất cứ trình độ phát triển nào mà chúng ta đạt được. Mỗi người chúng ta sẽ chấp nhận chúng ta là ai, chúng ta đang làm gì và đang ở vị trí nào tại thời điểm này. Năng lượng trí tuệ cho chúng ta khả năng giải quyết mọi vấn đề và khi chúng ta đạt tới trình độ tốt nghiệp, việc triển khai và thực hành của chúng ta sẽ mang lại nhiều lợi ích. Tất cả chúng ta sẽ có một cuộc sống dư dả, khi mà chúng ta có đầy đủ các chức năng của một cơ thể khỏe mạnh, một tâm hồn thuần khiết kết hợp với tần số cao. Chúng ta sẽ có kiến thức rõ ràng trong mọi khía cạnh của cuộc sống, nơi mọi nhu cầu chúng ta cần từ tinh thần đến vật chất đều được đáp ứng. Chúng ta sẽ sử dụng những hướng đi thông minh hơn để đạt được lợi ích chung của cộng đồng trên khắp thế giới. Chính vì thế nhân loại sẽ tránh được những thảm họa do họ cố gắng tranh giành những lợi ích không cần thiết để rồi làm tổn thương nhau. Tầm nhìn của trí tuệ như mô tả trên có thể đạt được. Nó không phải là một triết lý quá xa vời với thực tế. Chúng ta nên nhận ra và hiểu được điều này một cách thấu đáo. Con người sẽ xây dựng một vương quốc thiên đường ngay tại đây thay vì tranh giành với nhau nói rằng vương quốc ở 'ngoài kia' hoặc 'bạn phải theo tôi và làm những gì tôi nói'. Thay vì thế, con người sẽ cùng nhau làm việc và cùng nhau hạnh phúc. Chúng ta sẽ không cần lo lắng về chuyện gì xảy ra khi chúng ta chết đi vì chúng ta chưa biết về điều đó. Tất cả chúng ta sẽ cùng nhau hạnh phúc ngay tại đây.

Học trò cần một người thầy tốt. Nếu thầy không tốt trò sẽ không thể trở thành người tốt. Người thầy giỏi nhất cho nhân loại là NLG – Năng Lượng Gốc. Thầy NLG là 'Thiên Sứ' của Linh Hồn Đấng Tối Cao – Năng Lượng Vũ Trụ. Đây là Bậc Thầy của loài người. Nếu chúng ta muốn trở thành người tốt, chúng ta cần có một người thầy tốt giúp đào tạo chúng ta nâng cao nhận thức để chúng ta có thể nhận được trí tuệ, giác ngộ và có thể trở về với Đấng Tạo Hóa, Linh Hồn Đấng Tối Cao nhanh hơn. Chúng ta đã ở đây khoảng ba tỷ năm rồi, và chúng **có thể** ở đây thêm bốn hay năm tỷ năm nữa. Điều đó sẽ không tốt – và chúng ta không cần làm như thế! Chúng ta cần hiểu rõ tất cả chúng ta có thể trở về với Đấng Tạo Hóa sớm hơn. Chúng ta cần cải tiến và để làm được điều đó chúng ta cần thầy NLG. Thầy sẽ giúp chúng ta cải thiện cuộc sống trên Trái Đất, với những gì đã sẵn sàng trong trường NLG, chúng ta có thể học nhanh hơn. Chúng ta sẽ trở thành những linh hồn xuất sắc có thể bước ra ngoài không gian và trở về với Linh Hồn Đấng Tối Cao và duy trì linh hồn của chính chúng ta.

Kể cả khi bây giờ nếu chúng ta cố gắng trở về với Linh Hồn Tối Cao – Năng Lượng Vũ Trụ, linh hồn của chúng ta sẽ không thể làm được điều này. Khi chúng ta muốn trở về với Thượng Đế, Linh Hồn Tối Cao, chúng ta cần bước ra ngoài Vũ Trụ để đến đó. Nhưng hiện tại, linh hồn của chúng rất yếu, chưa đủ mạnh để bước vào Vũ Trụ và duy trì linh hồn của chúng ta. Linh hồn của chúng ta cần ở một mức độ phát triển cao để trở về với Đấng Tạo Hóa. Nếu chúng ta cố đi đến đó với trình độ phát triển hiện tại, linh hồn sẽ lạc lối và tan biến. Chúng ta cần ở đây và được đào tạo để trong tương lai, Linh Hồn Đấng Tối Cao sẽ nâng cấp chúng ta bằng kỹ thuật NLG, hỗ trợ những linh hồn chúng ta đi vào những chiều không gian khác nhau và hơn thế nữa.

Bên cạnh việc tập trung vào việc hỗ trợ sức khỏe tốt cho con người, NLG hiện tại còn tập trung vào ngăn chặn tranh cãi và chiến tranh trên Trái Đất thông qua phương pháp gia tăng trí tuệ. Không ai có thể khuyên nhủ những nhóm đã chọn giao chiến dừng lại. Khi một nhóm dừng lại, thì nhóm khác sẽ bắt đầu. Nó là vô tận vì lịch sử có thể làm chứng. Hy vọng rằng sẽ sớm thôi, họ sẽ tự nguyện dừng lại vì họ sẽ nhận ra rằng việc dừng lại sẽ cho họ nhiều lợi ích hơn là tạo ra chiến tranh. Họ giao chiến vì họ muốn có những lợi ích nhất định. Nhưng những lợi ích họ nhận được từ giao chiến không có giá trị nào. Họ càng đánh nhau họ càng hủy diệt điểm cộng và năng lượng trí tuệ của họ. Khi họ nhìn thấy điều gì đó tốt hơn những kết quả xấu này, họ sẽ không có sự lựa chọn nào khác ngoài việc tự nguyện thay đổi cơ chế hoạt động của họ. Linh Hồn Đấng Tối Cao muốn con người nhận ra những cách cư xử đem lại sự lựa chọn tốt nhất cho cuộc sống.

Con người có thể bước vào trường NLG bây giờ nếu họ muốn nhận những lợi ích của cuộc sống đến độ tuổi 120 một cách khỏe mạnh – hoặc họ có thể chờ đợi. Họ cũng có thể chọn giữ nguyên vị trí hiện tại và khi đến độ tuổi 80/90, họ sẽ trải qua những cơn đau bệnh của tuổi già và cần sự trợ giúp để đi lại. Họ sẽ quan sát những người đã kết nối với NLG và những ai đã thực hiện 'Năm Yếu Tố Tình Thương'. Họ sẽ học được rằng những người này không gặp vấn đề về thể chất như bản thân họ. NLG không gây hại cho một ai. Nó chỉ mang lại lợi ích tốt nhất cho nhân loại.

PHẦN 28: Số Phận Và Nghiệp Quả

Khi con người mắc nợ với nghiệp riêng của mình, họ không biết cách làm thế nào để thoát khỏi món nợ đó nên 'phần lãi' cứ cộng dồn lên. Nó cứ tăng lên hàng ngày. Nhiều người than phiền về chỗ đứng, vị trí trong cuộc sống của họ. Ví dụ một người muốn biết tại sao các chị em gái của mình sống rất tốt còn cô ấy thì không. Cô muốn biết tại sao mình không thông minh bằng chị cô và tại sao cô lại không may mắn như chị ấy. Cô tự hỏi rằng tại sao chị cô có một người chồng tốt, các con ngoan và có một sự nghiệp tốt mà cô ấy thì không. Cô phàn nàn rằng 'Thượng Đế không công bằng'. Con người cần hiểu rõ hơn về khái niệm này. Mọi người đều có cuộc sống khác nhau và chúng ta cần nhận ra vị trí của mình đang ở đâu và chúng ta là người như thế nào. Tất cả chúng ta phải bắt đầu từ kế hoạch của cuộc sống hiện tại, vì hệ thống, sự sắp xếp hay chúng ta còn có thể gọi là sự thiết lập không nằm trong tầm kiểm soát của con người. Nó phụ thuộc vào phước lành mà chúng ta đã nhận được từ những kiếp trước và những điểm cộng chúng ta có được từ việc giúp đỡ con người và làm những điều tốt, chẳng hạn như điểm cộng chúng ta kiếm được khi không làm hại hoặc tổn thương người khác. Chúng ta cần học vì đây là những gì tạo ra cuộc sống tốt đẹp của chúng ta.

Khi nói về mối quan tâm kiếp sau của bạn – bạn sẽ ở đâu, khi nào và vị trí xã hội là gì, thu nhập ở mức nào khi bạn trở lại Trái Đất dưới dạng cơ thể vật lý – điều này được thiết lập bởi Thế Giới Vô Hình. Trong cơ chế hoạt động của Thế Giới Vô Hình và về mặt tâm linh, tần số mà bạn đã và đang kết nối rất quan trọng. Thế Giới Vô Hình đưa ra những quyết định này sau khi xem xét cuộc sống trước đây, các mối quan hệ và những quyết định của bạn, vì những chỉ số này thể hiện giá trị đạo đức của bạn. Những yếu tố này rất quan trọng để tạo ra kế hoạch cuộc sống hiện tại của bạn. Nó cũng tùy thuộc vào việc bạn cần ở đâu trong cuộc sống tiếp theo, cần học những bài học gì để tiến bộ hơn trong con đường 'học vấn' của mình.

Con người không có đủ sức mạnh tâm linh cần thiết để quyết định chúng ta quay trở về khi nào và như thế nào. Nếu bạn đạt điểm cộng tốt Thế Giới Vô Hình sẽ xem xét và cho bạn lợi ích tối đa. Nếu bạn yêu cầu họ một cuộc sống nhất định, họ sẽ cân nhắc yêu cầu này dựa trên điểm cộng của bạn. Nếu bạn đòi hỏi ít hơn những gì bạn xứng đáng, họ sẽ cho bạn ở vị trí tốt hơn bạn mong đợi. Và nếu bạn hỏi nhiều hơn những gì bạn có thể nhận được, họ chỉ đơn giản không đồng ý và đưa bạn về đúng vị trí cấp độ của bạn.

Hầu hết con người ngày nay không hiểu rõ làm thế nào Thế Giới Vô Hình hỗ trợ con người trên hành tinh này. Thế Giới Vô Hình đã hỗ trợ các nhà khoa học khi họ cần tìm những giải pháp để giúp đỡ và mang lại lợi ích cho nhân loại. Đây là cách nhận sự giúp đỡ tốt nhất từ những Thiên Sứ và Linh Hồn Đấng Tối Cao. Khi con người quan tâm đến việc trở về với Thượng Đế nhiều hơn là giúp nhân loại, họ sẽ gặp giới hạn khi nhận sự hỗ trợ từ Thế Giới Vô Hình. Nếu mọi người không hành động từ chính lòng yêu thương nhân loại, mà chỉ để chứng minh rằng cách của họ là tốt nhất, thì sẽ không nhận được sự giúp đỡ từ Thế Giới Vô Hình vì cái tôi của họ quá lớn. Nói một cách đơn giản, nếu con người không dùng lòng yêu thương giúp đỡ nhân loại, thì họ sẽ có một cuộc sống đầy khó khăn.

Khi các nhà khoa học tạo ra thứ gì đó giúp đỡ và hỗ trợ rất nhiều người và sau đó trở thành tỷ phú, họ có thể nghĩ rằng họ rất thông minh và biết tất cả! Nhưng thực sự vì những dự định giúp đỡ nhân loại của họ, Thiên Sứ được phép đến và hỗ trợ họ. Thiên Sứ đã đến và âm thầm giúp họ mà họ không hay biết. Khi Thiên Sứ hỗ trợ họ trở thành tỷ phú, Thiên Sứ đã đến với một sứ mệnh giúp đỡ họ trong một khoảng thời gian nhất định. Họ nhận được hỗ trợ như thế nào và trong bao lâu là phụ thuộc vào quyết định của vị Thiên Sứ tình nguyện ấy.

Những vị thầy tâm linh đều có các Thiên Sứ sát cánh hỗ trợ nhưng họ không nhận ra điều này. Họ nghĩ là do việc tu luyện tâm linh của mình. Tương tự như vậy, các nhà khoa học nghĩ rằng những khám phá phát minh là do họ phát hiện ra vì họ đã thực hành khoa học và học được nhiều điều. Không một ai nhận ra Thiên Sứ đã đến và tình nguyện thực hiện sứ mệnh giúp đỡ họ bởi vì dự án của họ là giúp nhân loại. Không một ai trong số họ biết cách vận hành của Thế Giới Vô Hình và làm thế nào họ hỗ trợ con người trên hành tinh này. Con người muốn đóng góp tình yêu thương cho nhân loại sẽ được đưa đến trường NLG bởi những Thiên Sứ của họ.

Những người lạc lối thường cố gắng tạo ra tính độc quyền cho 'nhóm' riêng của họ (bất kể là nhóm gì) và bỏ qua những thứ sẽ giúp cho sự tiến hóa chung của nhân loại thì cuối cùng sẽ gây tổn hại lớn và nhiều đau khổ vì họ tranh giành quyền lực cho bản thân, cho cộng đồng, đất nước họ và kể cả 'nhóm' riêng của họ. Họ chỉ muốn quyền lực hơn người khác bằng bất cứ giá nào. Thái độ này không mang lại lợi ích cho nhân loại và đây không phải là cách mà Đấng Tối Cao – Năng Lượng Vũ Trụ muốn chúng ta tương tác. Chúng ta phải nhận ra rằng tất cả con người chúng ta là một gia đình. Khác màu da và khác ngôn ngữ không thể xóa bỏ thực tế rằng tất cả chúng ta đều là một phần của nhân loại. Vì vấn đề tạo ra sự độc quyền và quyền lực, lối tư duy sai lầm này đã ảnh hưởng hầu hết cộng đồng nhân loại, gây ra xáo trộn, ngăn chặn sự phát triển, và đặt tất cả nhân loại vào tình thế bất lợi lớn.

PHẦN 29: Năng Lượng Của Trí Tuệ Và Khoa Học

K hoa học hiện nay đang sử dụng năng lượng tâm linh để tạo ra cơ sở vật chất. Các thiết kế, công trình xây dựng, phát minh v.v của các chuyên gia là dùng để phục vụ một chức năng cụ thể nhằm mang lại sự tiện lợi hoặc phục vụ lợi ích cho toàn thể con người trên Trái Đất. Nó đã là tư duy phổ biến trong quá khứ, rằng hầu hết các nhà khoa học tạo dựng kiến thức bằng thực lực của chính họ; rằng họ có trí tuệ và sự thông minh vì sự tư duy và nghiên cứu của họ trong lĩnh vực khoa học. Họ cho rằng khi họ trau dồi trí tuệ là để tạo ra những công nghệ tinh vi. Bởi vì họ thực hành và nghiên cứu, họ tin rằng họ có thể tạo ra nhiều sản phẩm công nghệ khác nhau từ những ý tưởng mới. Tuy nhiên lối suy nghĩ này hoàn toàn sai. Bất kỳ tần số trí tuệ nào mà các nhà khoa học sở hữu và sử dụng luôn đến trực tiếp từ năng lượng của thế giới tâm linh và dưới sự cho phép của Đấng Tạo Hóa. Ngài hỗ trợ họ phát triển mức độ thông thái bằng cách cho phép tần số của Thiên Sứ vào trong họ để họ có thể tạo ra kiến thức khoa học và sáng tạo vật chất.

Con người tự hỏi rằng tại sao các nhà khoa học rất thông minh và có nhiều khả năng như vậy. Đó là vì họ đang tìm kiếm nhiều cách để phục vụ nhân loại. Đó là mục đích của khoa học; hỗ trợ loài người có đủ vật chất, thực phẩm, có một ngôi nhà ấm áp và có cả xe hơi, máy bay để con người đi lại thuận tiện hơn v.v. Hầu hết các nhà khoa học thực sự thấy rằng con người đang gặp khó khăn và muốn giúp đỡ họ. Họ có niềm đam mê giúp đỡ con người. Linh Hồn Đấng Tối Cao vì vậy sẽ hỗ trợ họ bằng cách nâng cao tần số thông minh và trí tuệ của họ để họ hiểu cách tạo ra những sản phẩm công nghệ có lợi cho nhân loại.

Hầu hết những người làm việc trong lĩnh vực triết lý tâm linh ở khắp thế giới cũng đều muốn giúp đỡ nhân loại nhưng họ chưa hiểu nguyên lý Năm Yếu Tố Tình Thương. Họ chưa sử dụng Năm Yếu Tố Tình Thương đúng cách. Họ chỉ muốn tìm hiểu về vật chất để giúp con người đến với thiên đường. Yếu tố Thứ Năm của Tình Thương là yêu thương tất cả sự sống. Điều đó có nghĩa là không loại trừ những người có triết lý khác nhau. Các vị thầy của những triết lý này thường nói với Linh Hồn Tối Cao – Năng Lượng Vũ Trụ rằng họ biết cách chính xác để biết về Ngài và tôn kính Ngài. Vì điều này, họ thường nói rằng Ngài phải hỗ trợ họ vì họ đã làm việc cống hiến rất chăm chỉ bằng cách trở thành một nhà sư hay linh mục v.v.. dành hết cuộc sống họ, hướng đến Linh Hồn Đấng Tối Cao. Điều mà họ không hiểu là tại sao Linh Hồn Đấng Tối Cao không đến giúp đỡ và ban cho những gì họ muốn. Đó là vì Linh Hồn Tối Cao, ở Thế Giới Vô Hình, không quan tâm về cách mọi người tôn thờ hay cố gắng đại diện cho Ngài. Ngài không quan tâm đến đền thờ, đài kỷ niệm hay tượng thờ. Những điều này chỉ là về bản chất của quyền lực trên thế giới. Đấng Tối Cao không bị ảnh hưởng bởi sự tạo dựng vật chất và chỉ quan tâm đến việc chúng ta quan tâm lẫn nhau. Vì vậy Ngài chỉ giúp đỡ những ai sử dụng năng lượng của họ để giúp đỡ nhân loại.

Khi chúng ta sống trên Trái Đất, từ thời thơ ấu đến khi trưởng thành, chúng ta mong muốn điều gì? Chúng ta muốn có một sức khỏe tốt, đủ quần áo mặc, được đi đến trường khi còn trẻ để được học hỏi và trưởng thành trong một cộng đồng thân thiện mà không phải lo lắng và sợ hãi về sự an toàn của chúng ta. Chúng ta cũng muốn có quyền kêu gọi và tự do ngôn luận khi đưa ra ý kiến của mình và sống hòa bình không có chiến tranh. Là những điều này đúng không? Khi câu hỏi này được đặt ra trong các lớp NLG, 100% mọi người sẽ đồng ý với quan điểm này và nói thêm rằng họ muốn được hạnh phúc và rằng họ muốn thấy được hạnh phúc cho tất cả mọi người xung quanh họ. Không một ai muốn đau khổ, bệnh tật và nghèo đói, bị xã hội xa lánh, sống trong sợ hãi và phiền muộn. Vì vậy, nếu bạn cũng đồng ý rằng bạn muốn những điều này thì cách để đạt được là thực hiện những nguyên tắc của NLG.

Điều quan trọng là dành thời gian đóng góp tri thức, tạo nhiều cơ sở vật chất và cống hiến vào sự phát triển của Con Người bằng cách nhận sự hỗ trợ đặc biệt của năng lượng trí tuệ. Tất cả những ai nghiên cứu trong lĩnh vực vì lợi ích chung của nhân loại sẽ có một vị thầy hướng dẫn tâm linh hoặc Thiên Sứ giúp họ đạt được khát vọng đem đến cuộc sống tốt đẹp hơn cho nhân loại. Những ai có tầm nhìn rộng có thể quan sát những gì đang xảy ra xung quanh họ, tìm ra những lợi ích bên trong, và những ai đang trau dồi kiến thức cho các lĩnh vực vật chất, được gọi là 'nhà xã hội học'. Khi bạn đến với NLG với lòng nhiệt huyết hỗ trợ nhân loại dựa trên tình yêu thương đúng đắn, Thế Giới Vô Hình sẽ thay đổi số phận của bạn theo hướng tốt hơn. Nếu bạn có tình yêu thương rất lớn cho nhân loại và bạn chân thành muốn mang lại những thay đổi tích cực cho tương lai chúng ta, thì điều quan trọng là phải cho mọi người biết những lợi ích của NLG. NLG có thể thay đổi lập trình cuộc sống đời thường trở nên tốt hơn và tất cả chúng ta đều có một cuộc sống tươi đẹp và tận hưởng một sức khỏe tốt.

Cơ chế hoạt động của hành tinh chúng ta đã được Thế Giới Vô Hình thiết kế và dàn dựng. Chúng ta tuân theo một cơ chế hoạt động nhất định. Tuổi thọ của con người được thiết lập trong khoảng 80-90 năm. Nếu ai đó kiếm được nhiều điểm cộng hơn họ cần trong kiếp này, họ có thể chuyển nó sang cho kiếp sau. Khi chúng ta sử dụng hệ thống NLG, chúng ta không còn bị điều khiển bởi cơ chế hoạt động của hành tinh này. Nếu chúng ta muốn sống đến năm 120 tuổi, chúng ta có thể nói với Đấng Tối Cao. Ngài sẽ thay đổi số phận của chúng ta nếu chúng ta đủ điều kiện. Ngài sẽ chấp thuận điều này cho những ai điều khiển hệ thống trên Trái Đất. Bạn có thể thay đổi đến với tần số năng lượng cao hơn chính là 'Hệ Thống của Linh Hồn Tối Cao'. Dù Thế Giới Vô Hình giữ chúng ta trong hệ thống được thiết lập bởi quá trình tiến hóa mà chúng ta đang theo trên Trái Đất, nhưng điều này sẽ đưa chúng ta ra khỏi hệ thống tiến hóa đó. Chúng ta cần tuân theo một hệ thống khác của Đấng Tối Cao – Năng Lượng Vũ Trụ vì chúng ta sẽ được đưa vào hệ thống cao hơn và mạnh hơn. Sau đó, tần số thấp hơn ở Trái Đất sẽ không ảnh hưởng đến bạn nữa. Vì vậy khi bạn đạt đến cập độ lớp 3 NLG, nếu bạn thực sự muốn giúp đỡ nhân loại, hệ thống NLG sẽ chấp thuận sự thay đổi trong hệ thống của bạn. Bạn sẽ được cung cấp năng lượng và trí tuệ cho tất cả mọi thứ bạn cần để tiếp tục cải thiện bản thân và phục vụ nhân loại. Vận mệnh của bạn sẽ thay đổi theo hướng vô cùng tích cực.

Khi chúng ta đi vào Thế Giới Vô Hình, nếu chúng ta sử dụng trái tim và linh hồn thiện lành thực sự giúp đỡ nhân loại và thực hiện Năm Yếu Tố Tình Thương, chúng ta có thể xin vào hệ thống cao hơn và mạnh hơn. Chúng ta hoàn toàn có quyền lựa chọn. Khả năng của NLG là vô tận và sức mạnh được trao cho chúng ta cũng vậy. Dù vậy khi sử dụng NLG, chúng ta phải sử dụng bằng sự khôn ngoan và lòng trung thực. Chúng ta phải tôn trọng và yêu thương lẫn nhau đúng cách. Con người thường thể hiện tình yêu thương và tôn kính sai cách và vì thế không thể nhận lợi ích của tần số cao hơn. Đã đến lúc thay đổi mô hình cũ đó. Nếu chúng ta thể hiện lòng tôn kính Thượng Đế, Linh Hồn Đấng Tối Cao, thì chúng ta thể hiện tình yêu thương nhân loại. Khi chúng ta yêu thương nhân loại nghĩa là chúng ta yêu thương Linh Hồn Đấng Tối Cao. Chúng ta không cần làm bất kỳ điều gì cho Đấng Tối Cao. Chúng ta chỉ cần toàn tâm trung thực với nhau. Chúng ta cần xây dựng tần số trí tuệ của chính mình. Thực hiện Năm Yếu Tố Tình Thương là chúng ta yêu thương tất cả mọi người như nhau. Chúng ta luôn tràn đầy tình yêu thương. Chúng ta yêu tất cả mọi người, dù họ được học nhiều hay học ít, giàu hay nghèo, trẻ hay già, bạn bè hay xa lạ, có cùng ngôn ngữ hay không. Chúng ta yêu thương con người trên đất nước chúng ta và con người ở các nước khác như nhau. Chúng ta yêu thương tất cả mọi người một cách bình đẳng và không phán xét hay thiên vị. Khi chúng ta làm những điều này, bất cứ điều gì bạn muốn, Linh Hồn Tối Cao sẽ giúp điều đó xảy ra. Số phận của bạn sẽ thay đổi.

Nhiều người băn khoăn rằng bằng cách nào đó họ có thể bị lừa dối bởi những người học rộng và thông minh hơn, sở hữu nhiều kỹ thuật cao hơn trong việc kiểm soát người khác. Nhiều người đến với NLG cũng có suy nghĩ tương tự. Họ cần tự mình kiểm tra xem liệu trường NLG có hoạt động dựa trên trung thực và đạo đức không. Đây là một điều tốt vì họ học cách tin vào những gì đang xảy ra với chính mình. Quan điểm về Đấng Tạo Hóa gửi tần số giúp chữa lành cơ thể vật lý con người và gia tăng trí tuệ về cơ bản rất xa lạ và cần thời gian để thấu hiểu và tin tưởng. Chúng ta được ban tặng một quá trình để mang lại hòa bình thực sự cho hành tinh chúng ta. Thông tin này mang lại niềm vui nhưng cũng là sự hoài nghi trong khoảng thời gian đầu là điều được dự đoán trước. Sau này, khi điều này được nhận ra là sự thật, chúng ta có thể tận hưởng trọn vẹn bình an và hạnh phúc.

Chính vì thế, chúng ta cần trung thực với bản thân và nhận ra chúng ta là ai. Chúng ta không cần thể hiện bằng cấp đại học cho Linh Hồn Đấng Tối Cao. Chúng ta cũng không cần thể hiện kiến thức của bản thân. Tất cả những gì chúng cần thể hiện là sự trung thực và tình yêu thương. Từ đây, Ngài sẽ nâng cấp trí tuệ của chúng ta vì NLG hướng dẫn mọi người cách gia tăng trí tuệ và tìm đến hạnh phúc nhanh chóng. Khi thực hiện Năm Yếu Tố TìnhThương, chúng ta có thể cải thiện bản thân đến các vị trí tốt hơn trên Trái Đất. Nhưng không có Năm Yếu Tố Tình Thương, chúng ta dần cạn kiệt năng lượng trí tuệ và chúng ta có khả năng đi xuống tầng lớp dưới cùng của xã hội. Điều này đã xảy ra lặp đi lặp lại trong suốt lịch sử loài người vì chúng ta thất bại trong việc hiểu ra những bài học từ quá khứ. Một số người sẽ hoàn thành "cấp bậc đại học" về tình yêu thương, sự hiểu biết và trí tuệ. Và, theo thời gian họ sẽ nhận được những lợi ích từ điều này. Thế nhưng sau đó Năm Yếu Tố Tình Thương bị lãng quên và thật đáng buồn họ đã bỏ sử dụng chúng.

Những điều này xảy đến với tất cả mọi người trên hành tinh này. Chúng ta tích lũy rồi lãng phí mất hết. Chúng ta tích lũy lần nữa để rồi sau đó đánh mất tất cả điểm cộng, chúng ta gây dựng lại và cứ tiếp tục như vậy – hết đời này sang đời khác. Vì thế, chúng ta nói với Thượng Đế, Linh Hồn Đấng Tối Cao, "Tôi đã hoàn thành chương trình Đại Học mà tại sao tôi không thể lên trình độ Tiến Sĩ?". Bạn được báo rằng bạn đã đạt đến trình độ Đại Học nhiều lần trong nhiều kiếp nhưng bạn lại thất bại hết lần này đến lần khác và chưa bao giờ duy trì thực hiện Năm Yếu Tố Tình Thương để đạt trình độ Tiến Sĩ. Vì vậy chuyện gì sẽ xảy ra sau đó? Linh hồn của bạn sẽ quay lại cập bậc tiểu học! Đây là điều đã xảy ra với ông bà tổ tiên chúng ta và bản thân chúng ta. Chúng ta phải quay trở về điểm xuất phát và làm lại từ đầu. Đây là lý do tại sao chúng ta vẫn chưa thể tiến đến trình độ cao hơn mà chúng ta được tạo ra để đạt được. Khi chúng ta thực hành NLG và mong muốn hoàn thiện số phận của mình bằng cách thực hiện Năm Yếu Tố Tình Thương, NLG sẽ cho chúng ta điểm cộng và những bản báo cáo tốt, để đạt được những gì chúng ta muốn ở cuộc sống tiếp theo. Nếu bạn muốn trở lại là Tổng Thống của Hoa Kỳ để giúp nhân loại, họ sẽ sắp xếp bạn vào vị trí đó và điều đó sẽ xảy ra.

Học viên NLG phải trung thực khi họ kết nối với Linh Hồn Đấng Tối Cao. Dù chúng ta là gì, chúng ta phải thẳng thắn nhận ra điều này. Tất cả những gì chúng ta cần làm là thể hiện sự trung thực và tình yêu thương. Từ đó Linh Hồn Tối Cao sẽ nâng cấp trí tuệ của chúng ta. Bằng cách áp dụng NLG phát triển bản thân, chúng ta có thể tái sinh mà vẫn hiểu biết những gì chúng ta biết hôm nay. Khi chúng trở lại trong một kiếp khác, vào thời điểm chúng ta hoàn thành việc học Năm Yếu Tố Tình Thương, chúng ta có thể tái sinh và tất cả trí nhớ của chúng sẽ không bị xóa mất. Với NLG, trí tuệ, tình yêu thương và những khát vọng của chúng ta sẽ giúp chúng ta nhớ lại tất cả. Chúng ta sẽ sử dụng năng lượng của tình yêu thương ngay khi chúng ta quay trở lại. Chúng ta sẽ trở về hình hài của đứa trẻ sơ sinh nhưng vẫn có linh hồn của hiện tại cùng với trí tuệ hiện tại để tiếp tục phát triển một cuộc sống tuyệt vời và hạnh phúc cho bản thân và toàn thể nhân loại.

PHẦN 30: Hai Khuynh Hướng Nhưng Cùng Mục Đích: Tâm Linh và Khoa Học

Trong những thế kỷ trước, con người từng tin vào Thế Giới Vô Hình. Khoảng thời gian đó họ có thể giao tiếp với Thế Giới Vô Hình, và họ nhận được nhiều lợi ích từ sự kết nối đó vì nó dựa trên sự tôn trọng. Nhưng sau đó sự tiêu cực gia tăng khiến con người ngày càng trở nên ích kỷ và vì những hành vi đó con người đã không giữ được tần số để nhận lợi lạc từ Thế Giới Vô Hình. Họ đã sử dụng tần số khác với tần số mang lại nhiều lợi lạc mà Thế Giới Vô Hình gửi tới. Vì vậy con người đã mất sự kết nối và không thể lấy lại được sự kết nối này. Họ đơn thuần nghĩ rằng Thế Giới Vô Hình không đủ sức mạnh để giúp đỡ, nhưng dĩ nhiên, điều đó không đúng. Họ đã không nhận được lợi lạc từ Thế Giới Vô Hình vì những hành động sai lầm của họ. Vì vậy đa số con người từng bước quyết định dừng việc học hỏi từ Thế Giới Vô Hình. Họ quyết định sẽ làm tất cả theo cách riêng. Kể từ đó, Thế Giới Vô Hình chỉ đứng xem những gì con người đang làm. Thế Giới Vô Hình chỉ nói rằng, "hãy tự mình bước đi vì các bạn cho rằng các bạn biết nhiều hơn chúng tôi. Chúng tôi chỉ đứng bên ngoài theo dõi bạn. Chúng tôi sẽ xem bạn có thể làm gì". Việc này vẫn diễn ra cho đến ngày nay. Con người vẫn không thể giải quyết những vấn đề của bản thân. Điều này cũng đã diễn ra khoảng trăm nghìn năm, có thể là một triệu năm, kể từ khi chúng ta mất kết nối từ Thế Giới Vô Hình.

Trình độ trí tuệ mà chúng ta đang sử dụng trên hành tinh này là do tổ tiên chúng ta phát triển ngay tại Trái Đất. Nó không phải là trình độ trí tuệ được sử dụng bởi Thế Giới Vô Hình trong Nền Văn Minh Ngoài Không Gian. Trình độ trí tuệ ở Trái Đất chỉ đạt khoảng 70% lượng trí tuệ mà chúng ta đáng ra có thể đạt được. Với kiến thức hạn hẹp của mình, chúng ta đã cố gắng thử nhiều phương pháp khác nhau để cải thiện cuộc sống nhân loại trên Trái Đất. Nhưng chúng ta càng cố gắng cải thiện thì dường như chúng ta càng gặp nhiều vấn đề. Chúng ta không biết làm cách nào để thoát khỏi các vấn đề của mình vì chúng ta chưa nhận được trí tuệ tiềm năng của mình một cách đầy đủ - tất cả là do chúng ta tự cắt giảm các tần số gửi đến từ Linh Hồn Đấng Tối Cao – Năng Lượng Vũ Trụ.

Một số nhà khoa học hiện nay đã từng là những người thầy về tôn giáo trong các kiếp sống trước, trước khi họ đầu thai trong kiếp này. Họ đầu thai giữa những người bình thường trong chúng ta nhưng cực kỳ thông minh và có nguồn năng lượng được nâng cấp trong một số lĩnh vực cụ thể. Linh hồn của họ có tần số khác với người bình thường. Họ đang được các Thiên Sứ khoa học từ Thế giới vô hình hỗ trợ để thực hiện nhiệm vụ nhất định liên quan đến khoa học. Linh hồn của họ được nâng cấp để làm một việc nào đó trong cuộc đời này. Họ có năng lượng trí tuệ. Họ đã được dàn dựng và lập trình bởi Thế Giới Vô Hình để trở thành những nhà triệu phú và lãnh đạo, tuy nhiên dù có tất cả những điều này họ vẫn chưa hoàn thành khóa huấn luyện về Năm Yếu Tố Tình Thương. Họ chưa biết hết bí mật về Năm Yếu Tố Tình Thương, nên họ cần kết nối năng lượng NLG để kích hoạt Năm Yếu Tố Tình Thương. Thông qua NLG, họ cần kích hoạt hệ thống linh hồn và hệ thống não bộ của mình. Những người này không hiểu tại sao họ lại rất thông minh và kiếm tiền dễ dàng. Họ chỉ nghĩ rằng họ rất may mắn để đạt được tất cả những điều này và họ nghĩ rằng mọi thứ thuộc về họ vì họ đã làm việc và học tập chăm chỉ, vì họ sinh ra là đã thông minh! Họ đã sở hữu năng lượng trí tuệ ở trình độ họ đang làm việc vì các Thiên Sứ hỗ trợ họ. Nếu các nhà khoa học đến với NLG, kết nối với vị Thầy NLG và mong muốn phục vụ nhân loại, họ sẽ có thể phát triển lên một tầm cao hơn nữa. Tại thời điểm đó trình độ khoa học mà họ có thể sử dụng sẽ tăng lên theo cấp số nhân. Đó là vì Thiên Sứ Khoa học NLG sẽ đến hỗ trợ họ.

Những ai có trái tim và linh hồn thiện lành và muốn giúp đỡ nhân loại đều được Linh Hồn Tối Cao hỗ trợ, thông qua Thế Giới Vô Hình. Tần số NLG là vô hạn và sẽ nâng cao kiến thức trong bất kỳ lĩnh vực nào chúng ta đang làm và phát triển. NLG sẽ hỗ trợ chúng ta đạt tối đa trình độ kiến thức trong lĩnh vực của chúng ta một cách nhanh chóng.

Đôi khi Linh Hồn Đấng Tối Cao chấp thuận ban cho vị thầy tâm linh một sức mạnh hỗ trợ nhân loại. Nhưng thay vì vậy, nếu họ sử dụng sức mạnh này cho riêng bản thân, mà không sử dụng để hỗ trợ nhân loại bằng Năm Yếu Tố Tình Thương, trí tuệ và giác ngộ, Thế Giới Vô Hình sẽ lấy đi sức mạnh đó. Khoảng 10% con người được sinh ra với chí hướng giúp nhân loại. Nhưng khi họ có sức mạnh, họ không muốn sử dụng nó để tạo tình yêu thương vì họ chưa đạt đủ Năm Yếu Tố Tình Thương. Họ bị giới hạn trình độ trí tuệ, và họ không biết làm thế nào để giải quyết vấn đề tranh giành quyền lực với người khác. Họ đang chờ NLG, và họ biết điều đó.

Chúng ta phải sử dụng và chia sẻ tình yêu thương với tất cả mọi người. Khi chúng ta hiểu điều này và yêu cầu trợ giúp về một dự án, thầy NLG sẽ chấp thuận bất cứ điều gì bạn muốn để để giúp đỡ nhân loại. Tình yêu thương và lòng nhiệt huyết của bạn sẽ được thầy NLG chấp thuận để giúp bạn lập kế hoạch cho tương lai. Bạn sẽ tiếp tục giúp đỡ nhân loại. Bạn sẽ trở thành ai là phụ thuộc vào thầy NLG.

Linh Hồn Đấng Tối Cao muốn điều gì cho bước tiếp theo của chúng ta? Câu trả lời là Ngài muốn những người theo tâm linh đảm đương công việc – nhưng nhìn chung họ làm không đúng. Đấng Tạo Hóa muốn các nhà khoa học học Năm Yếu Tố Tình Thương vì không có nó họ sẽ không đủ khả năng để hỗ trợ cho nhân loại. Họ chưa làm được điều này. Vì vậy, bây giờ Ngài đang sử dụng những người vốn đã có đủ tình yêu thương. Ngài đang giúp đỡ tất cả những người có nhận thức rằng tình yêu thương cho nhân loại mang lại nhiều lợi ích và không muốn sử dụng những phương thức quyền lực cũ để kiểm soát người khác chỉ vì lợi ích cá nhân. Lớp học NLG dành cho những ai có tình yêu thương và trái tim thiện lành và đang tìm cách giúp đỡ nhân loại mà không dùng tới quyền lực hay kiểm soát. Rất nhiều người đã chờ đợi phương pháp như thế này trong một thời gian dài. Khoảng 30% người đang sống trên Trái Đất trong thời điểm này, đã sẵn sàng cho NLG. Khi họ đến với NLG và nhận sự kết nối, tần số riêng của họ đã gần như khớp với tần số của NLG. Giảng huấn giải thích về Năm Yếu Tố Tình Thương và họ thường sẽ chấp nhận ngay lập tức. Sau đó họ sử dụng NLG với niềm hạnh phúc và mang lại lợi ích cho mọi người. Những linh hồn đó đã được tu học trước đó nên họ nhận ra đây chính là tình yêu thương thực sự. Nhiều người đến trường NLG và nhận được lợi ích NLG nhanh chóng. Khi các cấp độ NLG khác nhau được mở dạy rộng rãi, nhiều người có khả năng sử dụng tần số cao rất nhanh như thể họ đã giác ngộ trí tuệ và vì vậy chỉ cần sự kết nối. Họ sẽ nhanh chóng đạt được cấp độ năng lượng từ 70% lên đến 99% và nếu bị bệnh họ cũng sẽ phục hồi nhanh hơn. Khoảng 60%

người còn lại làm theo hướng dẫn của NLG từng bước một, họ sẽ nhận những lợi ích và phát triển trí tuệ giác ngộ của họ chậm hơn. Họ cũng sẽ nhận được những lợi lạc lớn từ NLG – chỉ là với tốc độ chậm hơn.

Mỗi văn hóa đều có các nghi lễ để khấn cầu sự giúp đỡ từ bất kỳ ai họ tin tưởng ở thiên đường. Khi họ nhờ vả như vậy, chỉ có linh hồn ông bà tổ tiên cũng là một phần của hệ thống hành tinh này, đang sống vô hình với chúng ta đến để giúp đỡ. Nhưng những linh hồn tổ tiên vẫn còn gặp nhiều vấn đề như chúng ta, vậy thì sao họ có thể giúp? Họ có thể đem đến một chút trí tuệ, nhưng họ chỉ biết đến các hệ thống trong thế giới này và chúng hoạt động không tốt. Những nghi lễ mà con người đang theo đem lại rất ít lợi lạc. Nếu con người cùng nhau tìm kiếm nhiều phương pháp cải thiện cuộc sống và giúp đỡ lẫn nhau thì sẽ là một giải pháp tốt hơn nhiều.

PHẦN 31: Tâm Linh Trên Hành Tinh Của Chúng Ta

Con người nghĩ rằng tâm linh trên hành tinh này cần được phân tách thành nhiều cấp độ khác nhau. Trong tâm trí của họ, họ đánh giá lẫn nhau xem ai giỏi hơn và ai kém hơn, hoặc ai cao hơn và ai thấp hơn. Hệ thống quyền lực tâm linh trên Trái Đất được định hình tương tự như hệ thống phân cấp xã hội. Chúng ta sống ở các làng, xã, huyện, quận, tỉnh cho đến cấp trung ương của đất nước. Mỗi cấp bậc phản ánh mức độ quyền hành khác nhau. Con người nghĩ rằng sự phân cấp quyền lực này cũng được sử dụng trong hệ thống tâm linh, đặt các cấp bậc khác nhau cho các linh hồn và lên đến cấp bậc cao nhất của Đấng Tạo Hóa. Trong hệ thống của Đấng Tạo Hóa – Năng Lượng Vũ Trụ trong không gian, tất cả linh hồn đều có vị trí như nhau, nên các cấp bậc không được phân định rõ cho các linh hồn như thế.

Ở Trái Đất chúng ta chỉ phát triển với tần số mà chúng ta có trong hệ thống Trái Đất. Chúng ta chưa thể sử dụng tần số cao hơn từ Nền Văn Minh của Đấng Tối Cao trước đây. Tần số này từ Nền Văn Minh Ngoài Không Gian mang lại rất nhiều lợi ích mà chúng ta cần. Tần số NLG là tần số của năng lượng yêu thương.

Tuy nhiên nhân loại vẫn tiếp tục sử dụng tần số năng lượng đã có sẵn trong hệ thống Trái Đất. Con người đến bây giờ vẫn chưa thể hoạt động với tần số của Linh Hồn Tối Cao – Năng Lượng Vũ Trụ, NLG, tần số của tình yêu thương, tần số năng lượng bậc cao siêu thông minh này. Điều đơn giản là nó chưa hiện diện cho chúng ta sử dụng trước đây. Đây là một hệ thống tân tiến hơn nhiều, về kiến thức, trí tuệ, năng lượng và tình yêu thương, hơn những gì đã có trong hệ thống

Trái Đất. Nó đem lại nhiều lợi ích cho nhân loại. Chúng ta đang được kết nối với tần số này thông qua NLG Năng Lượng Gốc. Trước đây, tuỳ vào tầm quan trọng của một dự án trên Trái Đất nên sự cho phép kết nối với tần số siêu thông minh này bị giới hạn.

PHẦN 32: Tần Số Hữu Hạn Hiểu Lầm Là Vô Hạn

Tần số mà con người đã và đang sử dụng chỉ đạt đến 70% khả năng cần thiết cho sự phát triển toàn diện. Nhưng con người nghĩ và tin rằng họ sở hữu tần số cao nhất và vô hạn. Ông bà tổ tiên của chúng ta đã không hiểu về các linh hồn trong vũ trụ của Thế Giới Vô Hình. Họ đã không biết việc những Thiên Sứ đã tình nguyện đến Trái Đất với những nhiệm vụ nhất định.

Những Thiên Sứ này đều có kiến thức vô hạn. Họ không được xem là 'cao' hay 'thấp' và dù nhiệm vụ của họ phức tạp hay đơn giản – hoặc dù lợi ích họ đem lại cho nhân loại là quá vượt trội hay còn hạn chế. Họ biết nhiều hơn những gì họ thể hiện và chỉ tiết lộ những gì là cần thiết để hoàn thành nhiệm vụ của họ. Họ đảm nhận một nhiệm vụ trong thời hạn nhất định có lẽ là 1, 5 hay 10 năm và sau đó họ quay trở về. Bạn thậm chí không thể thử tác động đến họ bằng bất kỳ hình thức nào hoặc cố gắng ghi điểm với họ để nhận thêm trợ giúp. Đó là bởi vì không ai có thể 'mua chuộc' hay hối lộ Thiên Sứ. Họ tuân theo cơ chế hoạt động của họ và không làm gì hơn và không tiết lộ hơn mức cần thiết để hoàn thành nhiệm vụ của họ. Họ yêu thương và đem lại nhiều lợi ích cho chúng ta tùy theo trình độ kiến thức và trí tuệ, không phải dựa vào cảm xúc con người và yêu cầu họ giúp chúng ta đạt được mục đích theo cách chúng ta chọn. Họ không hồi đáp lại cảm xúc của chúng ta. Khi họ thấy được chúng ta sử dụng trí tuệ đúng cách họ có thể đem lại nhiều lợi lạc hơn cho chúng ta. Đây là cách hệ thống của họ hoạt động. Nó không giống như hệ thống của chúng ta.

Lý do ông bà tổ tiên của chúng ta thay đổi tần số họ đã được nhận từ Đấng Tạo Hóa – Năng Lượng Vũ Trụ, khiến thế hệ tương lai chỉ nhận được 70% khả năng họ có thể nhận, là vì họ đã yêu cầu các Thiên Sứ, Thế Giới Vô Hình làm nhiều điều mà họ muốn. Nhưng Thế Giới Vô Hình đã không ban cho những gì họ yêu cầu. Vì điều này tổ tiên chúng ta nói rằng Thế Giới Vô Hình không còn yêu thương họ nữa vì họ đã không nhận được những gì họ muốn. Họ đã nói rằng, "Nếu không yêu thương tôi nữa, tôi sẽ làm mọi thứ theo cách riêng nên tôi sẽ không theo bạn nữa!". Điều đó đã làm cho họ thay đổi từ có khả năng nhận tần số cao hơn mà Đấng Tạo Hóa gửi tới, thành tần số thấp hơn và không giúp đỡ nhân loại đúng cách để hoàn thành việc phát triển toàn diện. Các Thiên Sứ nói rằng "Bạn có quyền chọn con đường mà bạn đi. Nếu bạn chọn đi con đường này, tôi đem cho bạn lợi lạc. Nếu bạn chọn con đường khác, bạn phải tự phát triển bản thân và tìm sự hỗ trợ cho chính mình. Bạn có quyền chọn một trong hai." Tổ tiên của chúng ta nghĩ rằng họ có thể tìm một con đường đi riêng và đã nói rằng họ không cần sự giúp đỡ từ Thiên Sứ, họ khẳng định "Tôi có thể sống không cần Thiên Sứ". Nó giống như một đứa trẻ hôm nay đòi hỏi một thứ gì đó từ bố mẹ và bố mẹ nói rằng, "Không, nó rất nguy hiểm cho con. Bố mẹ không thể cho con được." Sau đó đứa trẻ cáu giận lên và nói "Tại sao lại không thể cho con? Con sẽ đi con đường riêng và sống một mình, làm bất cứ điều gì mình muốn. Và con không cần bố mẹ nữa!" Họ quyết định họ sẽ làm tất cả một mình theo cách riêng của họ mà không có bố mẹ. Ở cả hai trường hợp, khi vấn đề xảy ra thì sẽ không biết cách giải quyết vì kiến thức và trí tuệ của họ còn hạn chế. Đây là lý do tại sao trên Trái Đất chúng ta có rất nhiều vấn đề khó khăn mà không thể nào giải quyết. Chúng đã không thể hoàn thành sự phát triển toàn diện khi chúng ta mất kết nối bản thân với tần số cao của Linh Hồn Tối Cao – Năng Lượng Vũ Trụ.

Các linh hồn tồn tại và tiếp tục phát triển từ thuở sơ khai, kiếp này qua kiếp khác. Một số linh hồn đã trở thành những nhà lãnh đạo vĩ đại trên thế giới. Mặc dù họ nắm trong tay quyền lực ở thời gian của họ, nhưng nó chỉ ở thời kỳ đó, trong khoảng thời gian nhất định. Những linh hồn này nhận ra họ không có sức mạnh toàn năng và một số cũng biết rằng chỉ có Linh Hồn Tối Cao có được điều này. Họ biết rằng Linh Hồn Tối Cao đã ban cho họ kiến thức để trở thành những nhà lãnh đạo vĩ đại.

Khi một thiên tài trở thành một vị lãnh đạo của một đất nước hoặc trở thành một người rất nổi tiếng, điều này luôn là vì họ có Thiên Sứ hỗ trợ. Nhưng họ không biết điều này. Tất cả chúng ta đều có Thiên Sứ bên cạnh hỗ trợ tùy thuộc vào dự án của mình. Một số bên cạnh chúng ta suốt cuộc đời, và một số chỉ đến trong khoảng thời gian nhất định. Nếu bạn có dự án nào đó muốn thực hiện trong cuộc đời, nếu dự án đó mang lại điều tốt đẹp và giúp đỡ nhân loại, Thiên Sứ sẽ được gửi đến hỗ trợ dự án của bạn cho đến khi nó hoàn thành. Những dự án được đánh giá bởi những lợi lạc đem tới cho nhân loại và mỗi người nhận được hỗ trợ cần thiết cho dự án tùy thuộc vào mức độ lợi lạc mà nó có thể đem lại cho con người.

Tất cả những thành công của sự phát triển về khoa học và công nghệ đạt được trên Trái Đất là nhờ có sự hỗ trợ về năng lượng trí tuệ đến từ Đấng Tạo Hóa – Năng Lượng Vũ Trụ của nền văn minh ngoài không gian. Sự phát triển của con người trên Trái Đất không đủ để đạt những thành tích này một mình. Chúng ta luôn cần sự giúp đỡ. Khi những khái niệm mới được hình thành bởi những linh hồn tiến bộ trên hành tinh chúng ta, Thế Giới Vô Hình trong vũ trụ quyết định đâu là những đóng góp hợp lý và có ý nghĩa cho sự tiến hóa toàn cầu. Những Thiên Sứ này sau đó đến gặp những nhà nghiên cứu và làm việc với họ, giúp họ đưa ra những ý tưởng để thực hiện hóa những mong muốn nguyện vọng của họ.

Tất cả sản phẩm khoa học đem lại lợi ích đều được hỗ trợ bởi những vị Thiên Sứ Vô Hình. Các nhà khoa học không biết rằng những vị Thiên Sứ với sứ mệnh hỗ trợ đến bên cạnh họ khi họ đang thực hiện dự án giúp đỡ nhân loại. Thế Giới Vô Hình nhìn vào tất cả dự án của con người để quyết định nếu nó thực sự mang lại lợi ích, dù đó là đang thực hiện kế hoạch cho bản thân hay nhân loại. Họ xem xét và nếu nó tốt, họ sẽ gửi Thiên Sứ đến hỗ trợ.

Dự án NLG hỗ trợ chữa lành và nâng cao trí tuệ cho con người cũng được đánh giá như thế. Vị Thầy Đặc Biệt từ Thế Giới Vô hình, vị Thầy NLG của tình yêu thương, hỗ trợ giúp đỡ chúng ta vì dự án NLG rất quan trọng cho loài người. Một số dự án có thể đưa mọi thứ trở lại đúng quỹ đạo như đã được dàn dựng từ ban đầu cho con người. Đó là lý do NLG có thể chữa lành rất nhiều căn bệnh khó chữa và đó cũng là lý do chúng ta giảng dạy NLG cho nhiều người khác sử dụng. Chúng ta có thể giúp đỡ con người có sự kết nối NLG rất dễ dàng vì NLG được hỗ trợ bởi Thế Giới Vô Hình.

Những khái niệm của khoa học và kỹ thuật, đưa tới trí tuệ và gia tăng năng lượng tần số cao để phục vụ lợi ích chung cho sự tiến hóa của nhân loại không được gửi xuống Trái Đất vì bất kỳ khái niệm của bất kỳ triết lý mà con người có. Thế Giới Vô Hình chỉ muốn giúp đỡ nhân loại có một cuộc sống tốt, dựa trên Năm yếu tố tình thương để đạt được trình độ trí tuệ cao hơn. Họ tạo điều kiện cho tất cả mọi người với tất cả trình độ trên quả địa cầu này cùng nhau tiến hóa theo ân phúc được ban cho. Họ sẽ từ tốn hỗ trợ chúng ta, từng bước một, học cách sống bình an và hòa hợp để mang lại lợi ích cho tất cả trong mọi lĩnh vực của cuộc sống.

PHẦN 33: Những Ưu Tiên Hàng Đầu

Để gửi những thông điệp và yêu cầu, con người trên thế giới này sử dụng rất nhiều tên gọi khác nhau để trò chuyện với Linh Hồn của Đấng Tối Cao. Dù bất kỳ tên nào họ sử dụng để cầu nguyện, chẳng hạn như vị thần Krishna, Chúa Giê-su, Đức Giê-hô-va, Đấng Tối Cao, Đấng Toàn Năng, hay tên gọi nào khác, những thông điệp khẩn cầu Linh Hồn Tối Cao – Năng Lượng Vũ Trụ giúp đỡ đều được tiếp nhận ở cùng một nơi. Một số người có thể khẩn cầu giúp đỡ cho nhân loại. Một số khác sẽ hỏi giúp đỡ cho bản thân hoặc cho anh chị em. Tất cả mọi người, dù là ai, ngày hay đêm luôn cầu nguyện đến Linh Hồn Đấng Tối Cao – Năng Lượng Vũ Trụ. Những lời cầu nguyện nhận được sẽ được phân loại nhóm theo nhu cầu của con người. Lời cầu nguyện muốn giúp đỡ cho nhân loại được vào danh sách ưu tiên nhận giúp đỡ ở Thế Giới Vô Hình vì đó là những gì Thế Giới Vô Hình lấy làm trọng tâm. Những thực thể cấp cao nhất trong Nền Văn Minh Không Gian được cho phép hỗ trợ những người muốn giúp đỡ nhân loại. Danh mục ưu tiên này cũng được sắp xếp theo nhóm. Nhóm người muốn chấm dứt mọi bệnh tật cho nhân loại được ưu tiên hàng đầu. Kế đến là nhóm người mong muốn nhìn thấy nhân loại có đủ thực phẩm ấm no và nhóm thứ ba là mong muốn hòa bình cho nhân loại. Đơn xin trợ giúp luôn được cân nhắc dựa trên ý nguyện bạn muốn hoàn thành và điều gì cần nhất cho nhân loại trên Trái Đất.

Hiện tại, nhiều nhà khoa học muốn giúp đỡ nhân loại nên họ nhận được sự ưu tiên và rất nhiều lợi ích từ Thế Giới Vô Hình. Họ nhận thông tin từ Thế Giới Vô Hình phát minh sáng tạo ra những gì có ích cho nhân loại trong lĩnh vực khoa học mà họ đã chọn.

Hỗ trợ nhân loại là việc ưu tiên hàng đầu trong Thế Giới Vô Hình. Nếu bạn muốn làm điều gì đó mang lại lợi ích cho nhân loại, bạn sẽ nhận được nhiều thông tin nhất. Việc cân nhắc giúp đỡ cho dự án không dựa trên tôn giáo, ngoại hình, những hành xử không tốt trước đây hay sự giàu sang của bạn.

Nếu bạn là một người tốt nhưng trở thành người xấu, những Thiên Sứ sẽ đơn thuần dừng hỗ trợ kiến thức cho bạn và bạn sẽ mất hết những gì đã có. Điều này đã xảy ra lặp đi lặp lại, nơi mà con người đã tạo ra nhiều lợi ích cho nhân loại nhưng sau khi nhận nhiều lợi ích cá nhân, họ không tiếp tục giúp đỡ nhân loại nữa và đi theo hướng tiêu cực. Từ đó họ gặp nhiều rắc rối. Sự việc này đã xảy ra hết lần này đến lần khác khi con người phát triển bản thân đi lên và rồi sau đó lại đi xuống. Họ cứ luẩn quẩn như vậy từ cuộc sống này qua cuộc sống khác. Nó cũng giống như đạt đến trình độ tiến sĩ trong trường và sau đó trượt xuống trình độ tiểu học. Điều này liên tục xảy ra với nhiều linh hồn trên hành tinh. Họ không thể thoát ra khỏi vòng tròn đó. Đây không phải là điều mà Linh Hồn Tối Cao – Năng Lượng Vũ Trụ mong muốn cho con người. Chúng ta cần phải phát triển ngày càng cao hơn. Điều này rất quan trọng. Thế Giới Vô Hình muốn nâng đỡ từng linh hồn trên hành tinh này.

Nền Văn Minh của Linh Hồn Tối Cao ưu tiên những dự án phát triển của những người mong muốn giúp đỡ nhân loại, vì Thế Giới Vô Hình muốn chúng ta hiểu được tầm quan trọng của Cộng Đồng Nhân Loại. Lý do các nghiên cứu mang lại hiệu quả cho con người nói chung là do dòng năng lượng đặc biệt của Trí Tuệ được gửi đến họ mà họ không hề hay biết.

Nền Văn Minh ngoài không gian đã nuôi dưỡng chúng ta. Từ đó đến nay, họ đã chờ đợi sự phát triển lâu dài của chúng ta đạt đến giai đoạn mà chúng ta có đủ trí tuệ bước vào giai đoạn tồn tại mới khi chúng ta nhận thức về những cõi giới cao hơn. Nền Văn Minh hiện tại trên Trái Đất hiện đã sẵn sàng để hiểu rõ, nhận ra, và tiếp thu nguồn kiến thức hữu ích cho sự phát triển vật chất và tinh thần trong một chu kỳ mới.

Tuy nhiên, cộng đồng nhân loại cần phải thay đổi quan niệm sống. Tất cả mọi người phải sống chân thành và thân thiện với nhau. Bên cạnh lý tưởng sống về một gia đình đầy đủ của cải vật chất và có cuộc sống hạnh phúc tươi đẹp cùng nhau, lý tưởng sống của chúng ta cũng cần có hình ảnh của một đại gia đình toàn cầu cùng sống hạnh phúc giống như gia đình nhỏ này vậy. Đây là điều mà Nền Văn Minh Tối Cao của Đấng Tạo Hóa – Năng Lượng Vũ Trụ muốn chúng ta nâng cấp ở cả hai khía cạnh của cuộc sống, vật chất và tinh thần. Khi tất cả con người đều có trình độ trí tuệ phát triển, chúng ta có thể nhận thấy rõ điều này dễ dàng.

Tất cả con người đều có chung cấu trúc nhiễm sắc thể. Dù chúng ta khác màu da, ngôn ngữ, nơi sinh và dù giàu sang hay nghèo khó – hay ở bất kỳ vị trí nào – tất cả chúng ta đều trưởng thành như một gia đình của Đấng Toàn Năng Tối Cao. Con người chỉ là cuộc sống vật chất trong Vũ Trụ.

Tất cả mọi người trên hành tinh này, 7.7 tỷ người đều có những dự án riêng để thực hiện. Ai cũng muốn làm một điều gì đó. Có người muốn trở thành bác sĩ hoặc y tá, một người mẹ, hay họ muốn trở thành một người tốt v.v... nhưng họ không biết cách nhận lợi lạc từ những việc đó. Ví dụ, sau khi hoàn thành việc học để thành bác sĩ, người này mong muốn đạt được nhiều lợi lạc hơn nữa nên quyết định trở thành một bác sĩ nổi tiếng và kiếm tiền từ thực lực của mình, mua nhà to rộng, và có một chiếc xe hơi sang. Người này muốn làm việc vì những lợi lạc cá nhân. Linh Hồn Tối Cao sẽ không hỗ trợ người này vì những mong muốn cho lợi ích bản thân. Anh có thể sử dụng kiến thức từ trường học nhưng sẽ không có sự hỗ trợ từ Thế Giới Vô Hình, vì dự án này chỉ dành cho lợi ích cá nhân chứ không phải cho nhân loại.

Một người khác nói rằng khi trở thành bác sĩ, anh sẽ tìm cách tốt hơn để giúp đỡ nhân loại. Và mục tiêu của họ là phát triển nhiều kỹ thuật để giúp người bệnh, Linh Hồn Tối Cao, Thế Giới Vô Hình sẽ gửi một Thiên Sứ đến hỗ trợ. Khi Thiên Sứ bắt đầu hỗ trợ, họ có thể tự hỏi rằng tại sao họ trở nên thông minh hơn, có khả năng đạt được mục tiêu của mình. Họ nghĩ rằng họ đã phát triển nhiều khả năng hơn, nhưng thật ra không phải từ họ. Đây là sự giúp đỡ từ Thế Giới Vô Hình mong muốn giúp đỡ nhiều người mang lại nhiều lợi ích cho nhân loại.

PHẦN 34: Một Thiên Đường Trong Vũ Trụ

T rái Đất là hành tinh duy nhất trong Vũ Trụ có sự sống như chúng ta. Con người không tồn tại ở đâu khác trong Vũ Trụ. Hành tinh mà chúng ta đang sống là ngôi nhà độc nhất cho tất cả mọi người, tất cả linh hồn. Những linh hồn này dựa vào học hỏi để phát triển toàn diện tiến vào những lĩnh vực cao hơn. Do đó loài người có sự tự do để quyết định vận mệnh của mình.

Dù vậy tình yêu thương cao thượng cần được nhân rộng để phát triển. Trí tuệ tâm linh phải lớn, cao thượng và có đạo đức. Sự cảm thông phải được thực hành và thể hiện trong toàn xã hội. Chúng ta càng thông minh chúng ta càng thiện lành hơn. Chúng ta càng thông minh, chúng ta càng hiểu rõ lẫn nhau và tận hưởng những lợi ích và cộng hưởng khi chung sống với nhau trên Trái Đất. Chúng ta phải thực hiện và thể hiện lòng nhân ái và tìm cách đem lại những lợi lạc cho nhau. Đỉnh cao của trí tuệ là khi một người với tấm lòng nhân ái và thiện nguyện thể hiện rằng trí tuệ có giá trị ở thế giới vật chất trên Trái Đất lẫn thế giới tinh thần trong vũ trụ.

Chúng ta nên học từ lịch sử của mình, việc áp dụng 'quyền lực ích kỷ' ở hình thức tồi tệ nhất là dẫn đến chiến tranh, tàn sát lẫn nhau và cuộc sống đầy xáo trộn. Bất kỳ linh hồn nào nghĩ rằng họ có đủ tiêu chuẩn về trí tuệ phải tập trung nhận thức rõ những điều được giải thích ở đây. Chúng ta có thay đổi hành tinh này trở thành thiên đường, hoặc chúng ta có thể biến nó thành địa ngục. Con người cần nhận thức được điều này và từ đó quyết định con đường để đi. Thế Giới Vô Hình không muốn hành tinh này trở thành địa ngục. Họ đang làm tất cả mọi thứ mà họ có thể để hỗ trợ chúng ta nhưng cuối cùng, nó vẫn tùy thuộc vào chúng ta.

Có một khoảng thời gian thế giới này từng là thiên đường nhưng buồn thay, con người đã biến nó thành địa ngục. Tuy nhiên không ngạc nhiên khi hầu hết mọi người đều muốn thế giới này trở lại là thiên đường nhưng họ không biết làm thế nào cả. Con người không có đủ kiến thức, trí tuệ và kỹ thuật để thay đổi nó thành thiên đường.

Tuy nhiên, Linh Hồn Tối Cao đã dàn dựng tất cả mọi thứ để chúng ta có thể phát triển và tạo dựng thiên đường trên Trái Đất. Con người thực hiện nghiên cứu và tạo ra nhiều hệ thống đem lại lợi ích, cần phải có đủ trí tuệ để làm điều đó một cách hòa bình, đảm bảo mang lại mọi điều tốt lành cho tất cả mọi người. Tại thời điểm này, khi họ tạo ra một thứ gì đó có vẻ như sẽ mang lại lợi ích cho nhân loại, họ sẽ cố gắng tận dụng hoàn cảnh và tập trung vào việc ai sẽ nhận được nhiều lợi lạc và quyền lực hơn – mà không hề cân nhắc đến sự cân bằng. Họ lãng phí thời gian và nguồn lực và làm những điều gây ra thiệt hại. Chúng ta cần có sự kết nối với Thế Giới Vô Hình để chúng ta có thể cân bằng mọi việc mình làm, đem lợi ích cho nhân loại và gìn giữ hòa bình ngắn hạn lẫn dài hạn. Con người tiếp tục sử dụng kỹ thuật công nghệ sai cách đơn giản là vì họ chưa thể tiếp cận với năng lượng trí tuệ đích thực.

Trước đây động vật là phương tiện di chuyển duy nhất của con người. Chúng ta sử dụng động vật để hỗ trợ con người. Sau đó Đấng Tạo Hóa ở Nền Văn Minh gửi một Thiên Sứ đem kỹ thuật đến hành tinh này hỗ trợ nhân loại. Khoa học kỹ thuật dần dần phát triển từ đây. Nhưng một số người lợi dụng khoa học kỹ thuật đã được ban cho họ để dành quyền lực và quyền kiểm soát cho riêng mình.

Nhiều người khoe khoang về sự giàu có, thành công của mình, họ thông minh như thế nào khi vừa có cả địa vị và quyền lực. Họ nói rằng họ đã đạt đến đỉnh cao của trí tuệ - nhưng địa vị ấy chỉ có thể xảy ra trong một thế giới đầy những xáo trộn nghiêm trọng. Họ hoạt động như những người máy bị trục trặc kỹ thuật. Những người này đang phá hủy tài sản năng lượng trí tuệ cao nhất mà Đấng Toàn Năng đã cung cấp cho chúng ta vì họ không sử dụng những gì họ kiếm được để giúp đỡ nhân loại. Cuối cùng, họ sẽ mất tất cả may mắn và phước đức của mình. Họ mới chính là người đang phá hủy tất cả những công sức họ đã bỏ ra trong suốt cuộc đời mình. Họ sẽ tái kiếp trở lại thế giới này, trả lại những món nợ nghiệp và phải làm việc rất chăm chỉ để tồn tại. Trong các giá trị của thế giới tiến hóa của Linh Hồn Tối Cao và Thế Giới Vô Hình, địa vị hay quyền lực không có giá trị.

Trên tất cả, mục đích thực sự của một con người là đạt được giác ngộ qua việc thực hành tình yêu thương. Đây mới là giá trị thực sự. Đỉnh cao của trí tuệ là có một trái tim thiện lành. Đây là điều duy nhất có giá trị ở cả thế giới tâm linh trong vũ trụ và thế giới loài người.

Qua nhiều thời đại, nhiều người có tấm lòng thiện lành sẽ đảm nhận nghiên cứu và học tập chăm chỉ để tìm ra triết lý hỗ trợ hòa bình và phục vụ lợi ích chung. Nền Văn Minh của Đấng Tạo Hóa hỗ trợ con người nghiên cứu bằng cách cung cấp năng lượng trí tuệ. Tất cả những triết lý này được tạo ra dành cho con người trên Trái Đất và vì thế không có giá trị ở ngoài Trái Đất. Nhưng qua nhiều thế kỷ đã có rất nhiều quan điểm sai lầm về những triết lý này, gây ra nhiều hiểu lầm và xáo trộn mà không mang tới bất kỳ lợi ích nào cho con người. Họ đã gây ra nhiều đau buồn và làm trì trệ quá trình tiến hóa của con người. Thế Giới Vô Hình có hệ thống tân tiến vượt xa kiến thức và sự hiểu biết của chúng ta.

Họ không cần gì ở chúng ta cả. Thay vì dùng năng lượng một cách lãng phí để ca ngợi Đấng Tạo Hóa, con người hãy dùng nó để giúp đỡ đồng loại của mình. Sự tôn thờ của chúng ta dành cho Đấng Tạo Hóa vì vậy không mang lại lợi ích và thực chất là sai lầm.

PHẦN 35: Hiểu Lầm Của Con Người

T rong lịch sử từ xa xưa của con người, khi Thiên Sứ đến và cho con người sức khỏe toàn diện, chúng ta không hề có bệnh hay thương tật. Nhưng chúng ta đã không trân quý điều này. Chúng ta chỉ nói rằng khỏe mạnh là 'bình thường' và chúng ta coi đó là điều hiển nhiên. Vị Thiên Sứ nói rằng, "Bạn không cần cám ơn tôi. Nhưng nếu bạn yêu thương tôi vì món quà này, bạn cần thể hiện tình yêu thương này với con người. Tôi không cần bạn hỗ trợ trong bất kỳ phương diện nào. Tôi vẫn ổn nếu không có sự hỗ trợ của con người. Yêu thương người khác chính là cách bạn thể hiện bạn yêu thương tôi." Nhưng con người lại không quan tâm giúp đỡ và yêu thương lẫn nhau, họ chỉ cố gắng sử dụng những lợi lạc mà Thiên Sứ ban tặng cho chính họ. Ví dụ, nếu Thiên Sứ xuống Trái Đất hỗ trợ nhân loại và bạn là người đầu tiên họ tiếp cận, bạn có thể sẽ thốt lên rằng "Trời ơi! Vị Thiên Sứ này thuộc về tôi! Thiên Sứ không thể ở đây cho tất cả mọi người vì vậy chỉ dành cho mình tôi thôi!". Đây là cách mà tổ tiên chúng ta đã cư xử. Họ muốn Thiên Sứ giúp họ tạo ra quyền lực. Nhưng họ không muốn vị Thiên Sứ đó giúp những người khác. Mỗi người đều nói vị Thiên Sứ thuộc về họ. Đó là cách con người cư xử! Thiên Sứ ở Thế Giới Vô Hình nói, "Không, tôi không thuộc về bạn! Tôi thuộc về hành tinh, về Vũ Trụ, Tôi chỉ đến đây để giúp đỡ bạn." Cách cư xử của tổ tiên chúng ta đã tiếp tục như vậy cho đến ngày nay. Nó cho thấy sự thiếu hiểu biết của chúng ta cả xưa lẫn nay. Chúng ta đã làm nhiều điều sai như vậy và cuối cùng, chúng ta đã đánh mất kết nối đầy lợi lạc với Thế Giới Vô Hình. Chúng ta mất sức mạnh. Chúng ta mất trí tuệ. Chúng ta đã bắt đầu nghĩ rằng 'đúng thành sai' và 'sai thành đúng'.

Chúng ta đã cư xử theo hướng ngược lại với những gì có thể khiến cho mọi thứ hoạt động bình thường trên hành tinh của chúng ta.

Vì trí tuệ có giới hạn, con người hiểu sai và làm ngược lại với những gì là đúng và ngược lại với những gì là tốt. Điều này cho thấy rất rõ rằng con người chúng ta vẫn không hiểu ý nghĩa của việc định hướng chính xác trong hành trình tiến hóa linh hồn chúng ta.

Nhiều triết lý khắp thế giới tuyên bố Đấng Toàn Năng trông như thế nào dựa trên cách suy nghĩ của họ. Nhiều triết lý mâu thuẫn với nhau và khẳng định phương cách của họ là đúng. Họ tranh luận với nhau như thế nào là đúng. Và rồi họ cố gắng sử dụng những ý tưởng về Thượng Đế để kiểm soát con người. Điều này hoàn toàn không đúng. Điều này cần được chỉnh sửa lại. Chúng ta cần sử dụng tình yêu thương để tạo ra trí tuệ, và xác định con đường tốt nhất để đi nhằm mang lại những lợi ích thực sự cho nhân loại. Điều quan trọng nhất phải hiểu rõ là hầu hết con người 'tôn thờ' Thượng Đế là cách làm hoàn toàn sai. Cách thể hiện sự tôn trọng đến Thượng Đế là tôn trọng đồng loại của chúng ta. Nhưng con người không tôn trọng con người. Họ không xem trọng người già và trẻ nhỏ. Thượng Đế đã sắp đặt tất cả mọi thứ chúng ta cần ở đây, và chúng ta cần quý trọng nó, sử dụng nó tạo ra cuộc sống tốt đẹp hơn cho mỗi con người.

Nền Văn Minh của Đấng Tạo Hóa hoạt động từ tầng hiểu biết tiến hoá cao về cách tạo ra hạnh phúc và niềm vui cho tất cả mọi người. Nói theo cách của con người, tạo ra bất cứ điều gì không có lợi về mặt hạnh phúc và tình yêu thương là điên rồ. Khi tổ tiên của chúng ta tự tách ra khỏi sự hướng dẫn này, họ đã bắt đầu sử dụng những tần số khác nhau để kết nối với Linh Hồn Tối Cao. Và khi họ nhận ra rằng họ cần phải kết nối với Linh Hồn Tối Cao, họ bắt đầu làm những nghi lễ tâm linh hy vọng được kết nối lại. Nhưng tất cả những cách họ cố gắng thử đều vô nghĩa. Việc mất kết nối với Nền Văn Minh của Đấng Tạo Hóa đã làm cho sự phát triển trí tuệ của con người dừng lại và dần sa sút.

Linh Hồn Tối Cao tiếp tục hỗ trợ 'những cố vấn' thực sự giúp nhân loại đạt được những nguyện vọng mà họ theo đuổi. Thế Giới Vô Hình không bỏ rơi chúng ta. Các Thiên Sứ luôn sát cánh bên cạnh mỗi cá nhân để hỗ trợ khi chúng ta chọn giúp đỡ nhân loại trong tình yêu thương và hạnh phúc. Nhiều người hỏi rằng tại sao họ cần kết nối với tần số cao hơn bằng NLG nếu họ đã nhận được sự giúp đỡ từ các Thiên Sứ. Câu trả lời rất đơn giản. Bạn sẽ nhận được nhiều hơn về trí tuệ và sức khỏe khi đến với tần số cao hơn từ vị thầy đặc biệt NLG.

PHẦN 36: Câu Chuyện của Con Cái Và Cha Mẹ

C on cái sẽ thường đòi hỏi cha mẹ nhiều thứ. Nếu cha mẹ không đáp ứng thì những đứa trẻ đó sẽ thường nói không thích cha mẹ chúng. Chúng nói, "Con ghét Mẹ. Con ghét Cha, nếu cha mẹ không cho con cái đó! Con ghét cha mẹ và con không muốn nghe ai hết!". Và vì chúng phẫn nộ nên thường ném đồ đạc và khóc hoặc cáu giận vì chúng không có được điều mà chúng muốn. Đôi khi chúng còn đánh cả cha mẹ. Cha mẹ có thể đưa đứa trẻ vào một cửa hàng đồ chơi và đứa trẻ nhìn thấy món đồ mà chúng thích và muốn có được. Cha mẹ thì nói rằng đứa trẻ còn quá nhỏ cho món đồ chơi đó, những nó lại bảo rằng nó muốn món đó và la hét đòi bằng được, dậm chân và nằm ăn vạ xuống sàn nhà. Trong khi có những đứa trẻ khác thì ngược lại, cư xử theo cách cha mẹ chấp thuận với hy vọng rằng cha mẹ sẽ đáp ứng tất cả điều chúng muốn. Nói cách khác, những đứa trẻ này cố gắng thao túng cha mẹ chúng. Dù vậy, đây cũng là cách cư xử sai.

Đôi khi cha mẹ nuông chiều con cái để thỏa mãn những điều chúng muốn mà không nhận ra thói quen tiêu cực này sẽ ảnh hưởng đến đứa trẻ về lâu dài. Những cha mẹ khôn ngoan luôn cân nhắc như thế nào là yêu thương đúng đắn để dạy con cái những cách cư xử tốt, có lợi cho bản thân. Họ luôn quan tâm đến sự an toàn của đứa trẻ. Có rất nhiều thứ phải cân nhắc khi chăm sóc và nuôi dạy con cái. Cha mẹ cần quan tâm đến lợi ích mà đứa trẻ nhận được ở hiện tại và tương lai. Họ cần dạy và hướng dẫn con cái học những cách tạo ra những điều tích cực cho cuộc sống và cho xã hội của chúng. Tình yêu thương thiếu đi sự khôn ngoan sẽ chỉ tạo ra những kết quả tồi tệ cho chính những đứa con thân yêu của họ.

Cách cư xử trẻ con vừa được mô tả ở trên, là cách con người thường cư xử với Linh Hồn Tối Cao. Họ ăn vạ, la hét và nói rằng họ ghét Linh Hồn Tối Cao vì họ không có được những thứ họ muốn. Nhiều người muốn những thứ mà Đấng Tạo Hóa biết rằng họ chưa sẵn sàng sở hữu nên không thể ban cho họ được. Thay vì vậy, họ chờ đến khi nào chúng ta có được đầy đủ kiến thức, tu tập và trưởng thành hơn. Chúng ta sẽ nhận được nhiều thứ chỉ khi nào chúng ta sẵn sàng.

Chúng ta cần một hệ thống giáo dục để tạo ra những công dân khỏe mạnh, hạnh phúc, làm việc hiệu quả, giàu lòng nhân ái, có trí tuệ và quan tâm đến mọi người xung quanh. Hiện tại hệ thống giáo dục của nhân loại ở mỗi nước mỗi khác nên chúng ta cần sửa đổi việc này. Chúng ta cần phải có cái nhìn toàn cầu và chọn ra cách tốt nhất để đào tạo thế hệ trẻ. Hãy xem xét phương pháp của phương Đông, phương Tây, người thổ dân; nhìn qua năm châu lục để tìm ra những phương thức hiệu quả nhất để phát triển những công dân có trách nhiệm yêu hòa bình, biết yêu thương, chính trực, khôn ngoan và có hiểu biết. Hãy tìm một nền giáo dục đào tạo công dân biết sử dụng kiến thức để tiếp tục cải thiện cuộc sống cho tất cả nhân loại. Một hệ thống đã tồn tại hàng nghìn năm không có nghĩa là nó đang tạo ra những công dân toàn cầu khỏe mạnh, hạnh phúc, có trí tuệ và hiểu biết để biết cách giúp đỡ nhân loại. Chúng ta phải luôn tìm kiếm những hệ thống tạo ra nhiều lợi lạc cho nhân loại. Luôn giữ vững những suy nghĩ tích cực và thế giới tâm linh sẽ hồi đáp từng suy nghĩ của bạn để giúp chúng ta tạo ra một thế giới mà chúng ta muốn sống trong đó.

PHẦN 37: Tần Số Không Giới Hạn

N ếu chúng ta được chọn, chúng ta có thể đến bên Đấng Tạo Hóa như một đứa bé đi đến cha mẹ nó. Chúng ta phải sử dụng ý nghĩa thực sự của tình yêu thương để đạt được mục tiêu này. Nhiều người cố gắng thể hiện lòng tôn kính với Đấng Tạo Hóa khi họ đi đến nhà thờ Thiên chúa giáo, nhà thờ Hồi Giáo, hội đường Do Thái giáo, đền chùa, v.v.. Họ quỳ lạy, khóc lóc, họ bày tỏ tình yêu đến Ngài. Nhưng khi họ quay về với thế giới thực, nếu một ai đó mắc một lỗi lầm nhỏ, họ lại hành xử theo thói quen tiêu cực đối với người này. Đây không phải là cách đi đến Thượng Đế, Linh Hồn Tối Cao. Điều này thể hiện thái độ không tôn trọng Đấng Tạo Hóa. Nó không mang lợi lạc cho bất kỳ ai.

Bất kỳ ai lợi dụng người khác không thể đến với Đấng Tạo Hóa. Bình thường bằng một cách nào đó các công chức ở nhiều nơi khác nhau sẽ yêu cầu một khoản phí trước khi giúp bạn giải quyết vấn đề. Hành động này chỉ làm cho họ rời xa năng lượng Đấng Tạo Hóa. Lợi dụng người khác không phải là cách làm việc trong thế giới tâm linh. Bạn sẽ mất điểm phước đức, dẫn đến nhiều vấn đề sẽ xảy ra trong cuộc sống. Bạn sẽ bị cản trở trong việc tìm đến Linh Hồn Tối Cao. Bất kỳ phương thức nào để lợi dụng người khác, dù nó cao siêu hay đơn giản, thì cũng sẽ không đi đến kết quả tốt. Tất cả những gì con người sẽ nhận được từ thái độ này là những rắc rối – và họ cũng sẽ mất điểm cộng trong thế giới tâm linh.

Những mong ước để thỏa mãn nhu cầu cá nhân gửi đến Đấng Tạo Hóa không mang lợi ích nào cả. Ông bà tổ tiên của chúng ta đã sử dụng nhiều kỹ thuật khác nhau để lợi dụng con người trong nhiều thế kỷ. Đây không phải là cách hoạt động của tần số năng lượng. Trong thế giới tâm linh, nếu bạn lừa dối mọi người vì lợi ích của nhà thờ, đền chùa hay cho cá nhân v.v. người đó phải trả giá rất nhiều cho những người bị lừa dối.

Thủ thuật của chùa chiền ở Việt Nam nói với mọi người rằng Đức Phật đã xuất hiện ở đền chùa của họ. Họ nói rằng, "Đức Phật đẹp tuyệt trần, Đức Phật đã cho chúng ta rất nhiều điều kỳ diệu". Con người nghe theo điều này và đến nhà thờ hay đền chùa thường xuyên hơn và quyên góp nhiều hơn. Điều này dẫn đến rất nhiều vấn đề cho những người làm điều gian lận này. Họ nghĩ rằng thật tuyệt khi dùng cách này có thể kiếm nhiều tiền hơn cho nơi của họ, nhưng ở thế giới tâm linh họ phải trả rất nhiều nghiệp quả cho hành động này. Gian lận làm lãng phí thời gian, năng lượng và trên hết là họ phải trả nợ cho những tổn hại tự mình gây ra.

Tất cả các sinh vật sống đều đã và đang sử dụng oxy miễn phí. Linh Hồn Tối Cao đã sắp xếp điều này cho chúng ta. Linh Hồn Tối Cao đã thiết lập một hệ thống cung cấp đủ chất dinh dưỡng để cơ thể chúng ta có đủ lượng calo cần thiết mỗi ngày. Thực phẩm có sẵn cho chúng ta mỗi ngày và tất cả nhu cầu thiết yếu mang một ý nghĩa sâu sắc trong cuộc sống. Và hành vi cư xử của chúng ta không liên quan đến nguồn lương thực thực phẩm có sẵn trong cuộc sống của chúng ta.

Nhiều người không quan tâm đến những ý nghĩa sâu sắc này. Họ chỉ nói rằng họ sẽ không lo lắng, họ chỉ việc ăn và cảm thấy thoải mái là được. Họ không bao giờ hiểu được chuyện gì đã xảy ra để chúng ta có được thế giới tuyệt vời này. Họ chỉ tiếp tục làm những điều tiêu cực. Họ làm tổn thương, lừa dối và hại người khác. Họ cố gắng dùng quyền lực điều khiển người khác. Họ lấy tài sản vật chất từ người khác bằng cách trộm cướp. Họ nói rằng họ sẽ tuyên bố chiến tranh tôn giáo và nếu bạn không chiến đấu cho họ, linh hồn của bạn sẽ xuống địa ngục mãi mãi. Hành vi tương tự xảy ra với người Ai Cập cũng như những người đã sống 200,000 năm trước đó! Con người đã mắc một sai lầm rất lớn. Những Thiên Sứ, Linh Hồn Tối Cao chỉ đứng nhìn và xem chúng ta đang làm gì. Họ nói rằng, "Nếu một ngày nào đó bạn nhận ra những việc bạn làm là sai, họ sẽ đến và giúp bạn". Đây là lập trường của Thế Giới Vô Hình, Nền Văn Minh của Đấng Tạo Hóa, Linh Hồn Đấng Tối Cao – Năng Lượng Vũ Trụ.

Hiện nay ngày càng nhiều linh hồn đang nhận ra rõ ý nghĩa thực sự của tình yêu thương. Họ đang thay đổi cách cư xử và trí tuệ, giác ngộ ngày càng được nâng cao. Đó là lý do tại sao Thầy NLG đã đến hỗ trợ chúng ta và giúp tất cả nhân loại lên một trình độ mới, sửa chữa lỗi lầm mà con người cứ mắc phải nhiều lần qua nhiều thế kỷ cho đến tận bây giờ. Với sự hỗ trợ của tần số NLG – Năng Lượng Gốc chúng ta cuối cùng có thể hoàn thành chương đầu tiên của lịch sử loài người và tạo dựng thiên đàng hạ giới như những linh hồn có trí tuệ thực sự.

PHẦN 38: Trường Nền Văn Minh
Của Linh Hồn Tối Cao

N LG là ngôi trường duy nhất dạy về "Năm Yếu Tố Tình Thương" cùng với sự cho phép sử dụng Năng Lượng của Linh Hồn Tối Cao. Linh Hồn Tối Cao – Năng Lượng Vũ Trụ giờ đây đã mở ngôi trường này cho loài người trên Trái Đất. Dạng năng lượng tuyệt vời này đã được tạo ra nhằm đem lại cho chúng ta niềm vui và nâng cao trí tuệ. Nó sẽ giúp chúng ta có đủ kiến thức để kiến tạo thiên đàng trên Trái Đất.

Nền văn minh ngoài không gian có thể nhìn thấy rõ chúng ta cần điều gì. Họ có nguồn kiến thức dồi dào, trí tuệ và có thể dễ dàng hướng dẫn chúng ta tạo nên thiên đường trên Trái Đất nếu chúng ta tuân theo sự hướng dẫn này. Bằng cách nhận các tần số được nâng cấp mà họ gửi đến cho chúng ta – và theo sự hướng dẫn của họ về tư duy cuộc sống – chúng ta sẽ sớm có thể phát triển ở tất cả lĩnh vực và nơi đây sẽ trở thành một thế giới thiện lành, nơi chúng ta hỗ trợ giúp đỡ lẫn nhau. Và rồi tất cả các linh hồn đều có thể phát triển với đầy đủ trí tuệ, giác ngộ dựa trên tình yêu thương, mọi ước mơ của con người đều trở thành sự thật. Sau đó chúng ta có thể lĩnh hội những khái niệm mới. NLG là phương pháp Đấng Tạo Hóa gửi đến giúp chúng ta thoát khỏi bóng tối một cách nhanh chóng. Đây là phương pháp đơn giản và có thể học rất nhanh.

PHẦN 39: Lợi Ích Của NLG

Việc tu học và làm theo hướng dẫn của NLG không phải là lý thuyết suông hay là xa rời sự thật. Việc thực hành đã được chứng minh thông qua những người nhận được hiệu quả tức thời, cũng như giải quyết các vấn đề của họ. Có hàng ngàn kết quả với NLG vượt ra ngoài phạm vi khoa học và tâm linh của cả xưa và nay. Những kết quả của NLG mang lại rất cụ thể đi cùng với những lợi ích đã được chứng minh rất rõ ràng. Mục tiêu là giúp đỡ từng cá nhân tìm hiểu tận gốc vấn đề của bản thân, để họ nhận ra những lợi ích về sức khỏe cùng với trí tuệ - giảm đi những đau bệnh về thể chất lẫn tinh thần.

Năng lượng này là Tình Yêu Thương của 'Đấng Tối Cao' vì lợi ích chung của nhân loại. Những Giảng Huấn NLG rất hạnh phúc khi trở thành người trung gian cung cấp những tần số vi diệu của 'Đấng Tối Cao'. Đây là một đặc ân từ vũ trụ ban tặng để mang lại món quà tuyệt vời nhất trong lịch sự nhân loại cho người học. Giảng huấn NLG giúp bạn hiểu ra giá trị và lợi ích của NLG để cải thiện cuộc sống của bạn bắt đầu từ hôm nay. NLG là chân lý mà con người đang cần trong nhiều thế kỷ. Giờ đây, bạn có thể tìm thấy những lớp học đáng tin cậy, có tính thiết thực, dễ áp dụng và mang lại lợi ích tức thì cho cuộc sống nên bạn có thể đạt được cả hạnh phúc và sự viên mãn.

PHẦN 40: May Mắn Ngoài Mong Đợi

K iến thức NLG được dạy và hướng dẫn trực tiếp từ vị thầy NLG thông qua sự cho phép của Linh Hồn Đấng Tối Cao. Tất cả mọi thứ được trình bày trong cuốn sách này là để giải quyết những vấn đề của cuộc sống con người trong thời điểm hiện tại. Những tần số năng lượng bậc cao từ Đấng Tạo Hóa mang lại kiến thức thực tiễn để áp dụng cho cuộc sống. Nếu bạn đang gặp khó khăn và tìm kiếm sự trợ giúp để giải quyết những vấn đề đó, bạn có trái tim thiện lành và năng lượng yêu thương thì kỹ thuật này sẽ đem lại cho bạn rất nhiều lợi ích. Nếu bạn đến với lớp học NLG, bạn sẽ được hướng dẫn phần lý thuyết trước. Bạn sẽ nhận được năng lượng NLG và hướng dẫn cách hành thiền cụ thể. Và khi bạn thực hành bạn sẽ cảm nhận được kết quả ngay lập tức vì bạn đã có đủ điều kiện để tự kích thích tế bào gốc và bảo vệ sức khỏe bản thân. Đủ điều kiện ở đây bao gồm việc học và thực hành những bài học về tình yêu thương. Và vì bạn tiếp tục cập nhật sự hiểu biết đúng đắn về tình yêu thương thực sự trên thế giới này, bạn sẽ học cách mang về nguồn năng lượng của trí tuệ và kiến thức để tạo ra của cải vật chất. Khi chúng ta có đủ 'năng lượng trí tuệ' chúng ta có thể thay đổi hầu hết mọi thứ gây khó khăn cho chúng ta. Sau các lớp học bạn sẽ thực hành thiền trong năm đến sáu phút hàng ngày, kết hợp năng lượng yêu thương của bạn và năng lượng NLG bạn đã nhận được. NLG sẽ hỗ trợ bạn tìm ra cách xây dựng một xã hội tốt hơn và nhiều thứ khác nữa.

Mặc dù chúng ta hiện có trình độ trí tuệ và hoạt động khá tốt, nhưng nếu chúng ta biết cách sử dụng tần số NLG, nó sẽ hỗ trợ nâng cao trí tuệ và giúp chúng ta hiểu nhiều thứ khác tốt hơn nữa. Bất kỳ điều gì chúng ta học sẽ mang lại lợi ích cho những gì đang diễn ra trong cuộc sống. Chúng ta sẽ biết cách tạo ra bất kỳ vật chất nào cần thiết để giải quyết vấn đề và nó cũng sẽ cho chúng ta trí tuệ để sử dụng những gì chúng ta đã học một cách đúng đắn. Nó sẽ truyền cảm hứng cho những trí thức đang tìm kiếm hiện thực. Lợi ích đầu tiên của năng lượng này là tăng cường sức khỏe và trí tuệ của con người.

PHẦN 41: Điều Bí Ẩn Của Cuộc Sống

K hi chúng ta không có đủ tri thức để học và phát triển, chúng ta không thể làm gì và đi vào bế tắc. Vì vậy chúng ta cần phải tiếp tục học hỏi. Nhưng những gì chúng ta cần trong hành trình học tập không phải lúc nào cũng do một mình chúng ta quyết định và có một bàn tay vô hình thể hiện mong muốn giúp đỡ chúng ta đạt được chân lý và giác ngộ trong thời gian ngắn nhất. Nhưng chúng ta có nhận ra những điều này và theo đuổi sự thật này không, hay chúng ta vẫn chọn ôm những lý tưởng mù mờ, vô giá trị? Nền Văn Minh ngoài không gian đã và đang chờ chúng ta thức tỉnh để trở lại tiếp nhận nguồn năng lượng mới nhưng nhiều người trong chúng ta vẫn chưa sẵn sàng.

Vấn đề lớn nhất mà loài người phải đối mặt tại thời điểm này trong lịch sử là gì? Không một ai nghĩ rằng họ chưa đủ khôn ngoan để tìm ra cách tốt nhất giúp nhân loại. Nhưng câu trả lời đơn giản là họ cần cải thiện trí tuệ của mình. Đa số mọi người sẽ thường nói, "Tôi là người giỏi nhất!" Chà, chúng ta hỏi, điều gì là làm nên giỏi nhất? Đánh nhau trở thành người giỏi nhất? Tính tham lam làm bạn trở nên giỏi nhất? Hay cố gắng giành quyền lực và kiểm soát người khác là giỏi nhất?

Trên thế giới hiện nay, hầu hết các nhà lãnh đạo các nước đều cố gắng hướng dẫn nước họ theo cách mà họ nghĩ là tốt nhất. Đôi khi họ nghĩ thành công nằm trong bàn tay họ nhưng cuối cùng nó chỉ là một thất bại. Lịch sử đã vạch trần sự thật này hết lần này qua lần khác. Một số nhà lãnh đạo nghĩ rằng những gì họ muốn là đúng đắn, tuy nhiên những người khác khôn ngoan hơn, biết nhìn xa hơn, có nhiều kiến thức hơn là những người nhận ra kế hoạch của họ sẽ không hiệu quả.

Trong hệ thống giáo dục, tôn giáo, y học, chính trị v.v. hiện nay, các học viên luôn cố gắng chứng tỏ họ là giỏi nhất. Họ lạm dụng của cải vật chất mà họ đã thu được từ cộng đồng. Họ khẳng định rằng họ là người thầy giỏi, rằng họ ủng hộ những triết lý tôn giáo tốt nhất, họ đã tạo ra và có quyền tiếp cận nền y học tốt nhất và nhiều thứ khác nữa. Khi bạn nhờ họ giúp đỡ, họ nói rằng bạn phải mang đến cho họ những thứ họ muốn, nếu không họ sẽ không thể giúp bạn. Họ muốn sự giàu có nên họ tạo ra hệ thống khiến bạn đem tiền bạc đến cho họ. Họ muốn tất cả mọi thứ cho bản thân,và ít khi nghĩ về những người cần giúp đỡ. Họ chỉ nói và không hề có những hành động đúng để thực sự giúp đỡ những người đến với họ. Khi họ giúp đỡ người khác, họ chỉ muốn chứng minh bản thân biết chia sẻ yêu thương và nói rằng họ đang hỗ trợ bạn rất nhiều. Nhưng trong thâm tâm, trái tim và linh hồn họ không hề có tình yêu thực sự và một lòng hỗ trợ cho những người cần giúp đỡ. Sự quan tâm ấy là giả tạo. Nó không có thật. Nó như là đang đóng phim vậy. Họ nói rằng những gì họ đang làm là tốt cho người khác nhưng đó là không đủ. Nó không mang lại lợi ích cho người cần để cải thiện cuộc sống của họ.

Mối quan tâm chính của những người hành nghề này là những lợi lạc vật chất cho bản thân. Họ không biết có một Thế Giới Vô Hình sẵn sàng hỗ trợ, giúp đỡ và mang lại lợi ích cho họ và cả những người cần đến sự giúp đỡ. Họ không nghĩ có bất kỳ lợi ích nào từ Thế Giới Vô Hình thực sự tồn tại. Họ không nhận ra họ có thể nhận được lợi lạc đó, từ Thế Giới Vô Hình và Thế Giới Vô Hình đang sát cánh cùng họ, sẵn sàng hỗ trợ họ. Những người này không thể tự tạo ra trí tuệ cho bản thân nhưng họ không hiểu điều này. Chỉ có Thế Giới Vô Hình có thể đem lại trí tuệ để hỗ trợ họ. Họ không thể thấy Thiên Sứ của họ ngay bên cạnh, và Thiên Sứ thì không biết cách thông báo cho họ rằng họ đang ở đây. Những Thiên Sứ sử dụng ngôn ngữ khác chúng ta – và khi những Thiên Sứ nói rằng họ đang hiện diện ở đây thì họ lại không hiểu được. Những người này cứ sử dụng bất kỳ kiến thức nào họ có và chỉ lạm dụng quyền lực để kiểm soát người khác. Điều đáng buồn là họ thường làm tổn thương người khác nhiều hơn là giúp đỡ.

Trong quá khứ cũng như hiện tại, con người luôn muốn hiểu rõ bản thân của chính mình. Ai tạo ra cộng đồng con người? Họ cũng muốn tìm hiểu xem nhân loại đến từ đâu . Họ muốn tìm câu trả lời cho rất nhiều câu hỏi – tại sao chúng ta có cuộc sống trên Trái Đất trong thời điểm hiện tại và Linh Hồn của chúng ta sẽ đi về đâu sau khi chết? Hiện nay không một ai có câu trả lời chính xác. Con người muốn biết may mắn đến từ đâu và làm cách nào nhận được nó? Hạnh phúc liệu có thể được thiết lập sẵn như sự hình thành của một chiếc lá hay một bông hoa? Một điều gì đó vẫn còn là ẩn số và đang chờ đợi ai đó có đủ năng lực hoặc trí tuệ sử dụng tần số NLG để khám phá. Những câu trả lời cho toàn bộ câu hỏi của nhân loại đều nằm trong tần số NLG. Những câu hỏi có thể được đặt ra và nhận được câu trả lời ở bất kỳ chủ đề nào khi một ai đó hiểu cách sử dụng tần số này. Ngày càng có nhiều người trở nên thành thạo trong việc sử dụng tình yêu thực sự, và tần số NLG sẽ cho phép khám phá một lượng lớn những thông tin quan trọng để hỗ trợ nhân loại. Họ sẽ tìm ra nhiều điều từng bước một và cuối cùng mang lại những lợi ích to lớn cho loài người. NLG Lớp 1,2, và 3 là những cấp độ kết nối cơ bản để có sức khỏe tốt là mục tiêu đầu tiên, sau đó là trí tuệ và của cải vật chất dồi dào. Những người đã đạt năng lượng Lớp 3 có thể được xem là trình độ cơ bản của "Đại Học" NLG. Khi chúng ta phát triển, chúng ta sẽ qua các cấp bậc "Sinh viên năm nhất", "năm hai", "năm ba", "năm tư", cấp bậc "cao học" và "Tiến Sĩ" của NLG.

PHẦN 42: Giá Trị Của Kết Nối

N hững lớp học NLG – Năng Lượng Gốc sẽ giúp bạn kết nối với những tần số năng lượng từ Linh Hồn Tối Cao – Năng Lượng Vũ Trụ của nền văn minh không gian. Những tần số này có thể giúp bạn hiểu rõ hơn cuộc sống trên hành tinh này phát triển như thế nào và làm thế nào những tần số này giảm bớt những khó khăn mà nhân loại đã và đang bị mắc kẹt quá lâu. Kết nối với Năng Lượng của Đấng Tạo Hóa, nâng cấp tần số năng lượng của bạn để có thể trải nghiệm học hỏi với Nền Văn Minh của Đấng Tạo Hóa. Linh hồn của bạn nhận được tần số thông minh cấp cao hơn, hỗ trợ cải thiện hiểu biết và trí tuệ. Bạn sẽ tiếp cận đến những cảnh giới của trí tuệ để biết về những sự thật cao thượng, từ đó bạn có thể triển khai những yếu tố này vào cuộc sống ở thời điểm hiện tại. Bạn sẽ được cung cấp những kỹ thuật giúp cải thiện cuộc sống của bạn từ bây giờ.

PHẦN 43: Một Quyết Định Vội Vàng

L inh hồn của chúng ta, trên hành tinh này, bắt đầu từ năng lượng đầu tiên được tạo ra cho sự sống trên Trái Đất và tiến hoá qua nhiều giai đoạn của muôn loài vạn vật cho đến khi cuối cùng phát triển thành một con người. Tất cả con người chúng ta sẽ tiếp tục sự chuyển hóa trong giáo dục cho đến khi chúng ta đạt đến cấp độ toàn diện của trí tuệ giác ngộ. Sau khi đạt đến cấp độ đó, chúng ta sẽ đi đến chương tiếp theo của sự phát triển con người. Con người mới chỉ đạt 70% trong sự phát triển khi họ làm mất kết nối giữa với nguồn năng lượng, Thượng Đế, Sức Mạnh Vũ Trụ Tối Cao – nên họ chưa thể phát triển 'toàn diện'.

Chúng ta không biết chương tiếp theo của sự phát triển sẽ như thế nào. Hiện tại, chúng ta chỉ đang ở phần cuối của "Chương Một" của sự phát triển cuộc sống con người trên Trái Đất. Là những linh hồn con người trên hành tinh này, chúng ta chỉ mới đạt trình độ cơ bản của trí tuệ giác ngộ như thể chúng ta là 'tân sinh viên' ở trường đại học. Những Thiên Sứ không cần học bất kỳ điều gì ở hành tinh này vì họ đến từ nền văn minh ngoài không gian. Họ đến đây để hỗ trợ chúng ta bằng cách theo dõi và giúp đỡ chúng ta.

Ông bà tổ tiên chúng ta nghĩ rằng họ đã đạt đủ trí tuệ và giác ngộ. Để chứng minh họ đã đạt đến trình độ đó họ nghĩ rằng họ phải cho tất cả mọi người thấy họ giỏi hơn người khác. Tất nhiên, đây không phải là trí tuệ giác ngộ. Nói đúng hơn đó là hành động và suy nghĩ của một đứa trẻ chưa trưởng thành. Tất cả chúng ta đều cố gắng cạnh tranh với nhau để chứng tỏ rằng "chúng ta" giỏi hơn "người khác". Mỗi cá nhân nghĩ rằng phải thể hiện bản thân giỏi hơn tất cả. Vì vậy, họ đã cố gắng mạnh mẽ hơn, thể hiện là người có trí tuệ và sở hữu nhiều của cải vật chất và quyền lực hơn người khác trong thế giới này.

Hiện tại chúng ta vẫn thấy mô hình tương tự về việc chính phủ Hoa Kỳ muốn giàu có thịnh vượng hơn Trung Quốc. Trung Quốc thì muốn vượt trội hơn Mỹ. Và sau đó Liên Xô và Trung Đông bước vào cạnh tranh tất cả. Họ chế nhạo nhau "Tôi có nhiều tiền hơn bạn! Tôi giàu hơn bạn! Tôi có nhiều vũ khí và công nghệ hơn bạn!" Tất cả đều đang cư xử như những đứa trẻ còn đi học. Họ cố gắng kiểm soát lẫn nhau bằng cách sở hữu vật chất nhiều hơn quốc gia khác. Và rồi họ thỉnh cầu Thiên Sứ cho họ nhiều năng lượng, trí tuệ và quyền lực. Câu trả lời của Thiên Sứ là, "Bạn chưa hoàn thành bước một mà muốn đến bước hai và bước ba? Tại sao bạn cần điều đó?" Và con người hỏi điều đó là vì muốn chứng minh với tất cả mọi người rằng "Tôi là giỏi nhất". Đây là một ví dụ về mô hình lặp đi lặp lại. Một triệu năm trước hệ thống của tổ tiên chúng ta cũng như vậy. Ai sẽ là vua? Ai sẽ có quyền lực? Họ chỉ xoay quanh những thứ giống nhau ngày này qua tháng nọ để xem ai sẽ giành được quyền lực và quyền kiểm soát. Đây là một dạng phát triển với sự hiểu biết còn hạn hẹp về ý nghĩa của tình yêu thương. Bạn cũng sẽ thấy hành vi tương tự xảy ra giữa các cá nhân. Đây là nơi mà con người đã bị mắc kẹt. Hành vi này dẫn đến việc sử dụng tình yêu thương thực sự cho nhau không đúng cách.

Về bản chất chúng ta cứ lặp đi lặp lại cơ chế hoạt động hỗn loạn và sai lầm này khiến chúng ta không thể có được một thế giới bình yên hạnh phúc, và thiên đường cho tất cả sự sống. Con người cứ đi luẩn quẩn theo quỹ đạo sai lầm ở bậc phát triển "tiểu học" này từ thời đại này sang thời đại khác. Chúng ta không thể vượt qua rào cản đó vì trí tuệ và trí thông minh của chúng ta chưa đủ. Trước đây, khi chúng ta bắt đầu tích lũy đủ kiến thức và cải thiện nhiều thứ, có đủ tiền bạc, chúng ta đơn giản dừng mọi thứ đã làm và tiêu xài tiền hoang phí– do đó mất tất cả các khoản đã kiếm được. Khi tất cả đã cạn kiệt, thì chúng ta lại quyết định đi làm lại. Con người vẫn có thói quen làm điều này nên chúng ta không thể lên được trình độ cao hơn của trường đại học. Chúng ta có thể nghĩ rằng chúng ta có đủ khả năng để vào trình độ đại học nhưng đáng buồn thay, đó không phải là thực tế.

Trong quá khứ xa xưa, tổ tiên của loài người đã kết nối mật thiết với nền văn mình của vũ trụ, nhưng trong hành trình tiến hóa, họ đã phạm phải sai lầm và mất đi sự kết nối với tần số cao hơn để hưởng nhiều lợi lạc từ rất sớm. Nói cách khác, họ chưa hoàn thành quá trình tiến hóa. Cuộc sống của họ ngày càng khó khăn hơn khi không có sự kết nối. Khi họ nhận ra những hành động của bản thân gây nên sự mất kết nối với nguồn năng lượng này họ đã muốn kết nối lại – nhưng lại không theo nguyên tắc đúng để làm điều này. Họ đã không đạt đủ các tiêu chuẩn cho việc tái kết nối với tần số cao hơn. Không có sự kết nối, ông bà tổ tiên của chúng ta đã không có đủ kinh nghiệm hoặc năng lượng để có nhận thức. Vì vậy, họ không thể tìm thấy cách để tạo ra những lợi ích bổ sung trong cuộc sống của họ và đã không biết cách đối mặt với những khó khăn trước mắt. Điều này liên tục diễn ra cho đến ngày nay. Chúng ta đã dừng phát triển ngay tai vị trí và thời điểm bị ngắt kết nối với nền văn minh của Đấng Tạo Hóa. Chúng ta, nói chung, vẫn là "những linh hồn lạc lối".

Nếu tổ tiên chúng ta chịu lắng nghe thông tin từ Linh Hồn Tối Cao – Năng Lượng Vũ Trụ và những gì Thiên Sứ đang nói với họ và làm theo hướng dẫn của Thế Giới Vô Hình, chúng ta có thể đã duy trì kết nối với họ. Chúng ta đã có thể học được những gì chúng ta cần và đã có thể tiếp tục sự thăng tiến vốn được định sẵn khi là con cái của Linh Hồn Tối Cao trong Vũ Trụ. Nhưng tổ tiên chúng ta đã không làm điều đó; thay vì vậy, họ yêu cầu Thiên Sứ 'ra đi' vì họ đã muốn làm mọi việc theo cách riêng của họ. Sau đó, chỉ còn rất ít người cố gắng lắng nghe Thiên Sứ từ Linh Vũ Trụ Tối Cao trong Vũ Trụ. Hầu hết nói rằng, "Tôi sẽ lắng nghe bạn", nhưng họ sẽ chỉ lắng nghe những thứ họ muốn nghe hơn là những gì Thiên Sứ hướng dẫn. Cuối cùng, họ mất kết nối hoàn toàn vì giờ đây họ sử dụng tần số rất thấp và không thể kết nối với tần số tân tiến từ nền văn minh của Đấng Tạo Hóa.

Tất cả mọi góc nhìn khác nhau về thế giới tâm linh trong quá khứ đã chứa rất nhiều lỗi lầm mà nhân loại chưa thể đạt đến cảnh giới của tâm linh thực sự. Chúng ta vẫn chưa chạm đến được. Chúng ta vẫn mất phương hướng vì thông tin của chúng ta chưa được xác thực. Chúng ta đã có một triết lý đầy mơ hồ và không có một khái niệm rõ ràng để làm tăng giá trị của cuộc sống. Chúng ta đã mất quá nhiều thời gian làm những điều sai trái do không có hướng đi đúng. Nhiều 'chân lý' mới đã được tạo ra và tất nhiên, mọi người được thuyết phục rằng 'chân lý của họ' là sự thật, vì vậy bây giờ họ có thể tiếp tục tranh luận với nhau mà không bao giờ giải quyết các nhu cầu thiết thực của quá khứ và hiện tại.

Không có giải pháp dễ dàng nào cho tình thế tiến thoái lưỡng nan này trong thế giới của chúng ta. Không một ai có thể chỉ cho chúng ta cách có được trí tuệ để giúp đỡ nhân loại để tất cả có thể sống trong an yên và thịnh vượng, biết rõ một tình yêu thương tuyệt đẹp cho chính chúng ta, cho đất nước chúng ta và muôn loài vạn vật trên Trái Đất. Chúng ta hoàn toàn mắc kẹt trong tư duy hạn hẹp của bản thân. Vấn để hiện hữu là nằm ở trong gia đình, với hàng xóm và cộng đồng chúng ta. Không một ai có thể hướng dẫn chúng ta tìm ra trí tuệ đích thực để hỗ trợ loài người. Chúng ta bị mắc kẹt và lạc lối. Chúng ta chịu nhiều đau khổ và cuộc sống thì rất khó khăn. Có rất nhiều nỗi đau buồn và sự căm phẫn. Với một "người may mắn" trên Trái Đất, thì có hàng nghìn người khác đang gặp phải vô số vấn đề. Con người có những vấn đề cảm xúc và thể chất, và chúng ta vẫn không biết cách giải quyết những vấn đề này.

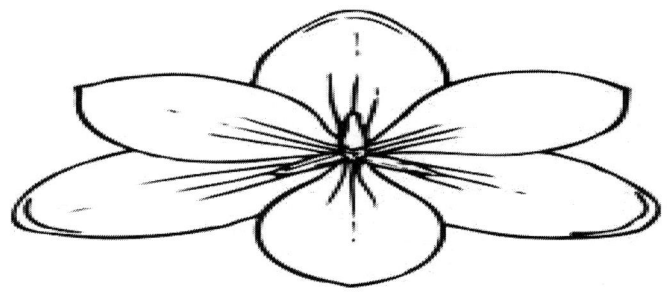

PHẦN 44: Linh Hồn từ Không Gian

C uộc sống thực của chúng ta không ở đây trong cơ thể vật lý, nó ở trong thế giới tâm linh từ một nơi rất xa xôi. Linh Hồn Tối Cao – Năng Lượng Vũ Trụ, đã lấy một phần của chính mình – thực ra là 'hạt vũ trụ' của chính mình, và yêu cầu các tình nguyện viên từ nền văn minh vũ trụ đem hạt này xuống Trái Đất để tạo ra sự sống. Linh Hồn Tối Cao – Năng Lượng Vũ Trụ không thể chạm hay cảm nhận được rung động, và không có năm giác quan hay cảm giác thể chất. Những tình nguyện viên mà chúng ta biết là những Thiên Sứ, đem hạt vũ trụ của chính năng lượng của Đấng Tạo Hóa đến Trái Đất để tạo ra sự sống. Năng lượng này được phát triển qua thời gian và trở thành những linh hồn non trẻ được sinh ra từ chính tần số dao động của Đấng Tạo Hóa, cuối cùng tạo ra chúng ta.

Cuộc sống vật chất nhận năng lượng từ thiên đường, nhập vào một đối tượng vật chất phù hợp. Vì thế, cuộc sống bắt đầu, cống hiến, đền đáp tình nghĩa, và tiếp tục cung cấp năng lượng để phát triển thành một Linh Hồn thông minh và nhờ đó, nâng cao chất lượng cuộc sống. Điều này đã tiếp diễn liên tục từ đầu cho đến ngày nay. Cuộc sống sẽ tiếp tục phát triển tạo nên những chủ thể chưa được phát hiện. Điều này xảy ra thông qua tâm linh huyền bí, bởi Thế Giới Vô Hình của nền văn minh của Đấng Tạo Hóa, Linh Hồn Tối Cao.

Hạt tiểu nguyên tử vũ trụ của Linh Hồn Tối Cao được mang đến Trái Đất để lớn lên và phát triển trong trải nghiệm vật lý này thông qua một kế hoạch mà Linh Hồn Tối Cao đã dàn dựng. Khi năng lượng nói "Tôi yêu bạn" mà không có cơ thể vật lý, nó là một trải nghiệm rất khác so với việc nói

"Tôi yêu bạn" và có thể trải nghiệm thể hiện tình cảm. Vì vậy Thế Giới Tâm Linh đã tạo ra cuộc sống với một hình thức mới: cơ thể vật lý! Tất cả chúng ta đều được tạo ra từ Đấng Thiêng Liêng này. Đấng Tạo Hóa muốn chúng ta, là con người, tận hưởng tất cả mọi thứ trong thế giới này; trưởng thành, có khả năng thể hiện tình cảm, nhìn thấy bầu trời, những đám mây và cầu vồng, nghe thấy tiếng suối róc rách và tiếng chim hót, những vuốt ve âu yếm của mẹ, mùi bánh quy nướng và hương vị của nhiều món ngon. Chúng ta ở đây để tận hưởng việc cảm nhận tần số đặt biệt siêu tinh vi cũng như phát triển trí tuệ thông qua giáo dục khi còn trên Trái Đất, và để đạt đến trình độ giác ngộ thông qua trình độ trí tuệ siêu phàm của chúng ta. Thế Giới Vô Hình đã thiết lập hành tinh này để phát triển cuộc sống vật chất. Loài người là dạng sống tân tiến nhất trên hành tinh này và có khả năng đạt đến sự giác ngộ toàn diện. Tại thời điểm này chúng ta chưa biết cách sử dụng linh hồn của chúng ta một cách đúng đắn để có nhiều trí tuệ hơn, nhưng nền văn minh ngoài không gian muốn chúng ta học nhanh chóng cách sống trong vũ trụ này với đầy đủ trí tuệ giác ngộ.

Đấng Vũ Trụ Tối Cao đã tạo ra con người có tính cách nhân hậu, biết đồng cảm và yêu thương nhau. Theo thuật ngữ tiến hóa, động vật là loài đầu tiên trải nghiệm những tiếp xúc thân thể. Nhưng chúng không đủ tần số để trải nghiệm cảm xúc như con người. Động vật có thể tấn công lẫn nhau vì miếng ăn và thậm chí xé xác và ăn thịt lẫn nhau. Điều này là không đúng. Chúng đánh nhau với sự rung động mạnh. Là con người, hành vi này giúp chúng ta nhận ra chúng ta không cần phải giống như thế. Một điều nữa mà động vật hỗ trợ chúng ta là thu thập năng lượng trong cơ thể để rồi trở thành nguồn thực phẩm để nuôi sống chúng ta. Khi linh hồn của động vật đã thu thập đủ năng lượng hoặc điểm cộng qua nhiều lần tái sinh, cuối cùng chúng sẽ tái kiếp thành những đứa con của con người. Đây là lúc chúng ta, với tư cách là con người, trả ơn cho những linh hồn động vật đã cho chúng ta năng lượng của chúng qua nhiều kiếp luân hồi. Chúng ta cần đền đáp linh hồn này vì sự giúp đỡ của nó trong sự phát triển của con người qua thức ăn, vật chất và giáo dục. Đó là cách nhanh nhất để loài người tăng phần điểm cộng của mình. Đây là trách nhiệm của nền văn minh nhân loại chúng ta.

Khi chúng ta quay trở về qua các kiếp luân hồi, chúng ta sẽ trở lại là một em bé. Khi ông bà tổ tiên trở về dưới dạng cơ thể vật lý họ cũng trở về dạng những đứa bé. Một linh hồn tiến hóa với đầy đủ điểm cộng sẽ được sinh ra lần nữa dưới dạng một đứa bé sơ sinh. Quan tâm chăm sóc tất cả những đứa con, gia đình và thế hệ trẻ là cách tốt nhất có thể giúp nền văn minh của chúng ta nhanh chóng phát triển đến trình độ hoạt động trong an lành và hòa thuận cùng với công nghệ cao và của cải vật chất cho tất cả mọi người. Đây mới chính là chương trình ban đầu cho chúng ta để có thể cùng nhau phát triển như dự định, như những sinh linh từ năng lượng yêu thương, những đứa con của Đấng Tối Cao. Chúng ta có rất nhiều khả năng cao thậm chí còn chưa mơ tới, sẽ xuất hiện khi chúng ta dành tình yêu thương cho nhau.

Đấng Tối Cao đang gửi cho chúng ta tần số NLG – tần số của tình yêu thương. Khi chúng ta bắt đầu quan tâm chăm sóc những đứa trẻ từ khi được thụ thai đến khi sinh ra đời và sau đó, cung cấp cho các em một môi trường tốt, nuôi dưỡng và hỗ trợ phát triển kiến thức, đào tạo các em theo hướng đi tốt với đầy đủ của cải vật chất và kết nối với tần số của Tình Yêu Thương, đứa bé đó có khả năng sống đến 120 tuổi mà không có bệnh tật. NLG chỉ có thể sử dụng trong thời điểm này trong lịch sử trong khi chúng ta đang kết nối lại với Đấng Tạo Hóa/ tần số NLG. Chúng ta sẽ không bị bệnh và nếu chúng ta có bị bệnh thì cũng sẽ khỏi rất nhanh. Tất cả các hệ thống trong cơ thể chúng ta sẽ hoạt động một cách hoàn hảo. Sau đó chúng ta sẽ được kết nối theo một hướng khác. Hệ thống của chúng ta từng gặp nhiều vấn đề trong thời gian dài và cần sự trợ giúp đặc biệt này. Hiện nay, các nhà khoa học cố gắng sử dụng thuốc bao gồm bức xạ và nhiều kỹ thuật khác giúp chúng ta phục hồi sức khỏe tốt hơn. Các nhà khoa học cố gắng kích thích tế bào gốc, nhưng họ không thể làm điều này. Nhưng NLG là tần số chúng ta có thể sử dụng kích thích các tế bào gốc trong cơ thể để có một sức khỏe tốt và trí tuệ cho bản thân.

Mỗi linh hồn của chúng ta là một loại tế bào siêu thông minh mà không có sức mạnh hay thế lực nào có thể hủy diệt. Cuộc sống thực sự của loài người là một thế giới của những năng lượng vô cùng tinh vi mà thế giới vật chất không thể nhìn thấy hết được. Thiên Sứ bên ngoài vũ trụ đã đến đây tạo ra những linh hồn của thế hệ trẻ dưới dạng cơ thể vật lý để theo dõi hành trình tiến hóa mà Thiên Sứ đã mang lại, để khi linh hồn có cơ thể vật lý phát triển đến trình độ giác ngộ mà nền văn minh trong không gian chấp nhận, họ sẽ trở về với linh hồn cội nguồn ban đầu. Bản chất của cuộc sống dành cho tất cả mọi người trên địa cầu này là sự phát triển liên tục của trải nghiệm để đạt trí tuệ.

Đáng buồn thay, có một thành phần vô ích là lòng tham lam hiện rõ trong thế giới loài người dựa trên tư duy chưa tỉnh thức. Kiểu tư duy này thúc đẩy dòng suy nghĩ phải có thừa 'nhiều thứ' vật chất. Trong khi thực tế, chúng ta cần phát triển đạo đức chia sẻ với những người cần sự giúp đỡ trên toàn thế giới.

Con người không hiểu ý nghĩa thực sự của linh hồn. Linh hồn là bản chất tinh thần của loài người. Sự thật về cuộc sống và sự tồn tại của linh hồn là ở trong thế giới vô hình ngoài không gian. Khi chúng ta đến Trái Đất, chúng ta mất đi khả năng nhận thức về thế giới tâm linh vô hình. Linh hồn ban đầu của chúng ta đến từ Linh Hồn Tối Cao – Năng Lượng Vũ Trụ, và không một ai có sức mạnh điều khiển, làm hại hay tiêu diệt Linh hồn. Tất cả chúng ta đến từ Linh Hồn của Tình yêu thương này. Do đó, con người không thể phân so với Linh Hồn Tối Cao ở bất kỳ hình thức so sánh nào. Con người ở một cấp độ khác biệt so với Đấng Tạo Hóa và khi so sánh trí thông minh với Linh Hồn Tối Cao – Nền Văn Minh - Năng Lượng Vũ trụ, chúng ta như những đứa trẻ bốn tuổi. Chúng ta không thể cố gắng xác định trí thông minh của họ cao đến đâu. Chúng ta thậm chí còn không có khả năng nhận thức họ đã phát triển như thế nào. Chúng ta chưa đạt đến khả năng đó.

PHẦN 45: Nghiệp Trong Quá Trình Tiến Hóa Của Con Người

Khi con người có thực phẩm để ăn, có nước để uống, và có không khí để hít thở, chúng ta nên trân quý Thế Giới Vô Hình đã sắp xếp điều này cho chúng ta. Muôn loài vạn vật đã được dàn dựng cho con người sử dụng để gia tăng trí tuệ giác ngộ từng ngày. Khi chúng ta tái kiếp là con người, chúng ta có thể nhận ra những gì Linh Hồn Đấng Tối Cao đã làm cho chúng ta. Mỗi sinh vật sống trên hành tinh này đều có linh hồn để liên tục phát triển. Tất cả mọi thứ phải có cơ hội cho linh hồn phát triển để đạt đến cấp độ của trí tuệ giác ngộ. Tất cả sinh vật sống nhỏ bé xuất phát từ tần số năng lượng rất thấp. Không có nhiều năng lượng, chúng không thể phát triển thị giác, thính giác và khứu giác v.v. Tất cả muôn loài vạn vật nhỏ bé phát triển từng bước một, sử dụng cuộc sống của nó để cống hiến cho những cuộc sống khác, thu thập nhiều điểm cộng để tiến hóa trở thành một dạng sống cấp cao hơn. Nếu chúng cống hiến cho cuộc sống khác, chúng sẽ được đền đáp và trở thành dạng sống cấp cao hơn trong cuộc sống tiếp theo. Đây là cách hệ thống hoạt động. Chúng bắt đầu từ dạng sống rất nhỏ bé, cống hiến cho các loài khác và nhận được điểm cộng để tiến hóa lên dạng sống cao hơn. Giống như 'âm' và 'dương' có thể hỗ trợ lẫn nhau khi tương tác với nhau. Những tế bào nhỏ, cỏ dại, rau củ, trái cây, nhận âm và dương để phát triển và trở thành nguồn thức ăn cung cấp dinh dưỡng cho các cơ thể sống khác. Khi chúng ta, là con người, ăn các dạng vật chất của những linh hồn sống, chúng ta phải trả ơn bằng một cách nào đó vì chúng đã cung cấp cho chúng ta dinh dưỡng cần thiết, không khí, đất v.v. Trong thế giới tâm linh, việc chúng ta trả ơn như thế nào cho những sinh vật đã hỗ trợ chúng ta sẽ được xem xét. Khi chúng ta trả ơn đúng cách, chúng ta cũng sẽ nhận được những lợi ích thích hợp. Thế Giới Vô Hình đã sắp xếp tất cả vạn vật hỗ trợ tất cả sự sống để đạt đến sự phát triển vật lý cao nhất – con người. Tuy vậy khi chúng ta trở thành con người sau chu kỳ tiến hoá từ tế bào nhỏ đến cây cối, động vật rồi tới con người, chúng ta không biết cách chính xác để trả ơn tất cả những linh hồn đã hỗ trợ trong quá trình tiến hóa của chúng ta.

Một số người nghĩ rằng họ thực hành Yếu Tố Tình Thương thứ 5 là yêu thương muôn loài vạn vật và không ăn động vật. Tuy nhiên, điều này không phải là cách trả ơn. Cây cối và động vật nhận điểm cộng để tiến hóa ở kiếp sau bằng cách giúp đỡ con người. Muôn loài vạn vật đã được sắp xếp để chúng ta sử dụng trong việc trở thành con người. Một khi chúng ta trở thành con người thì nhiệm vụ của chúng ta là gia tăng trí tuệ để đạt đến bậc giác ngộ. Khi chúng ta đạt đến trình độ con người, chúng ta có thể nhận thức được sinh vật sống khác đã làm gì cho chúng ta. Chúng ta nhận ra chúng ta cần tìm cách hỗ trợ lại chúng.

Ông bà tổ tiên đã biết cách trả ơn một cách đúng đắn. Mật mã cho cách trả ơn được đặt ở các kim tử tháp ở Ai Cập. Mật mã đã được đặt ở đó cho con người trong tương lai nhận thức được. Mật mã này chỉ cho chúng ta cách kết nối tần số cao nhất với Đấng Tạo Hóa. Khi chính phủ Hoa Kỳ tập hợp những người sáng lập có thông tin này và đưa nó vào hệ thống chính phủ của họ. Họ biết rằng đối xử với người khác bằng tình yêu thương và lòng nhân ái sẽ đem lại nhiều lợi lạc từ thế giới tâm linh. Một hệ thống cũng được hình thành theo hướng đối xử tốt với phụ nữ và trẻ em. Hệ thống chính phủ của Hoa Kỳ dựa trên trí tuệ đã được đưa vào bên trong kim tự tháp. Đó là lý do tại sao hệ thống ở Hoa Kỳ được cung cấp tri thức để tạo ra của cải vật chất và nhận được nhiều lợi lạc cho tất cả công dân của họ. Đó là vì họ đã sử dụng tình yêu thương. Họ giúp đỡ con người ở bất kỳ tôn giáo nào. Họ giúp mọi người bất kể họ là ai hay từ đâu đến. Hoa Kỳ giúp đỡ những người có hoàn cảnh khó khăn và những người cần được giúp đỡ có thể đến Hoa Kỳ. Nước họ có thể tạo ra đầy đủ của cải vật chất nên họ có thể sẵn sàng gửi thêm trợ giúp đến bất kỳ đâu cần giúp đỡ để thể hiện tình yêu thương thực sự cho những người đang cần. Thế giới tâm linh đã giúp đỡ họ vì những hành động này và những triết lý thể hiện chính xác yếu tố tình yêu thương. Thế giới tâm linh công nhận những gì Hoa Kỳ đang làm. Vì Hoa Kỳ được thành lập để sử dụng Năm Yếu Tố Tình Thương thể hiện trong Tuyên Ngôn Độc Lập của họ, Hiến Pháp và Tuyên Ngôn Nhân Quyền, để hướng dẫn hành vi của họ, thế giới tâm linh đặt mọi thứ vào đúng vị trí để nó hoạt động tốt và tạo ra của cải vật chất. Những điều tốt đẹp đã xảy ra ở Hòa Kỳ đến từ thế giới tâm linh vì hướng đi đúng đắn, đó là tình yêu thương tất cả muôn loài vạn vật. Nó rất đơn giản. Nếu các chính phủ ở thế giới cùng kết hợp kiến thức này thì sẽ là thế giới hòa bình và thịnh vượng cho tất cả loài người. Họ sẽ sử dụng Yếu Tố Thứ Năm của Tình Yêu Thương.

Dù mật mã đặt trong kim tự tháp ở Ai Cập, người Ai Cập lại không hiểu hoàn toàn về nó. Để hoàn thành mật mã này, chúng ta phải có Năm Yếu Tố Tình Thương, hoặc là các Thiên Sứ tiết lộ mật mã cho chúng ta thực hiện thông qua cuốn sách này. Trong Hiến Pháp Hoa Kỳ, những người sáng lập lãnh đạo Hoa Kỳ đã sử dụng kiến thức này thành công. Những quốc gia khác đã học hỏi và áp dụng vào hệ thống của họ và cũng khá thành công. Nhưng chưa có quốc gia nào, kể cả Hoa Kỳ, đã đạt và thực hiện đầy đủ Năm Yếu Tố Tình Thương. Nó vẫn chưa hoàn thiện vì họ vẫn sử dụng quyền lực thay vì tình yêu thương. Có rất nhiều lý thuyết về tình yêu thương cho chúng ta học hỏi trên thế giới này. Nhưng hầu hết các lý thuyết ấy đều thiếu Năm Yếu Tố Tình Yêu Thương. Đó là chỗ chúng ta đang thiếu sót và đang trong tình trạng mâu thuẫn như vậy trên thế giới. Tình thương của chúng ta phải mở rộng đến tất mọi người ở khắp thế giới. Sau đó chúng ta sẽ tiếp tục đến với cấp bậc tiến hóa cao hơn đã được định sẵn.

Mỗi tôn giáo lớn đều dạy chúng ta "Đối Xử Với Người Khác Theo Cách Mà Bạn Muốn Bản Thân Mình Được Đối Xử". Tuy nhiên, dù họ có kiến thức nhận ra điều này, hầu hết con người không hành động theo như vậy. Hoặc là họ thực hiện nhưng nó không phải là hành động đúng đắn để mang lại lợi ích thực sự. Thế Giới Tâm Linh đang ở đây hỗ trợ chúng ta tại thời điểm này để tìm ra những vấn đề và giải quyết nó. Ở tất cả quốc gia, đối xử tốt với phụ nữ và trẻ em là điều rất quan trọng trong việc giải quyết những vấn đề của thế giới chúng ta. Ở nhiều nơi, phụ nữ và con cái của họ bị đối xử như nô lệ. Chúng ta cần hỗ trợ những người bị yếu thế và những người dễ bị tổn thương nhất ở thế giới này nhưng hiện tại điều này vẫn chưa thực hiện được. Ở nhiều nơi đàn ông nói rằng phụ nữ phải nghe theo họ và làm tất cả những gì họ nói. Đàn ông nói rằng phụ nữ không được có ý kiến trừ khi anh ta cho phép. Và đàn ông thường dạy con trai họ rằng con chỉ được nói nếu cha cho phép. Người cha nói với đứa con rằng chúng phải làm bất kỳ điều gì anh ta bảo, hoặc anh ta sẽ làm tổn thương chúng cả về thể chất lẫn tinh thần. Đây không phải là tình yêu thương! Phương pháp này là không đúng. Họ cần nguồn năng lượng trí tuệ. Những người đàn ông nghĩ rằng họ đang làm điều đúng, nhưng thực chất hoàn toàn sai lầm.

Chúng ta phải làm rất nhiều điều để hoàn thành Năm Yếu Tố Tình Thương. Từ đó chúng ta có thể bắt đầu một chương mới trên hành tinh này. Một chương của sự phát triển bằng tình yêu thương và quan tâm đến toàn thể nhân loại. Khi yêu trẻ em là chúng ta sẽ chuẩn bị sẵn mọi thứ cho chúng khi được sinh ra trên thế giới vật lý này. Trẻ em sẽ được ở trong ngôi nhà ấm cúng, được học ở trường học tốt, giáo viên đủ tiêu chuẩn với tình yêu thương, có kỹ năng và kiến thức, có sách vở, đầy đủ thực phẩm và có tình yêu thương từ cha mẹ. Họ sẽ phát triển và học theo hướng đi đúng. Đây mới là cách chúng ta thể hiện tình yêu thương. Đây mới là cách chúng ta trả ơn muôn loài vạn vật. Đây mới là cách chúng ta trả ơn cha mẹ và ông bà tổ tiên chúng ta. Và đây mới là cách chúng ta trả ơn những vị minh sư đã đến Trái Đất vào nhiều thời điểm khác nhau để hỗ trợ chúng ta. Giúp đỡ tất cả trẻ em sẽ đưa hành tinh Trái Đất đi theo đúng quỹ đạo của nó. Quá trình phát triển tiến hóa của hành vi chúng ta bao gồm sự tôn trọng những người mẹ và tất cả phụ nữ.

PHẦN 46: Chìa Khóa Vạn Năng

N ăm Yếu Tố Tình Thương là chìa khóa để thoát khỏi những gian khổ của cuộc sống trong suốt hành trình tiến hóa của chúng ta. Đó là cách duy nhất để giải quyết những vấn đề của chúng ta tại đây. Chúng mở ra cánh cửa Trí Tuệ của Giác Ngộ và Tình Yêu Thương. Tất cả những thành tựu khoa học kỹ thuật đều đòi hỏi năng lượng để vận hành, và năm yếu tố tình thương là điều kiện được thiết lập cho chúng ta hướng theo để có nguồn năng lượng từ Thế Giới Vô Hình ngoài không gian, hỗ trợ cho sự tiến hóa của cuộc sống và năng lượng trí tuệ. Những thành tựu khoa học sẽ nhận được những năng lượng cao hơn làm tăng giá trị lợi ích cho dự án đó khi chúng ta bắt đầu cải thiện năm yếu tố tình thương.

Năng lượng trí tuệ bắt nguồn từ Nền Văn Minh ở Thế Giới Vô Hình và sau đó cung cấp năng lượng này cho linh hồn. Đây là năng lượng trí tuệ dành cho toàn thể nhân loại và mọi sinh vật sống. Khi con người học cách tăng phần năng lượng tâm linh cho linh hồn của bản thân, họ có thể mang lại lợi ích và cải thiện mọi khía cạnh của xã hội cho loài người rất nhanh chóng.

Khi Vạn Lý Trường Thành của Trung Quốc được xây dựng, nó không được xây vì lợi ích của con người sống ở Trung Quốc. Nó được xây dựng để hàng ngàn năm sau, con người sẽ nhớ đến và nhận ra vị "Hoàng Đế Vĩ Đại" xây dựng nó. Ông đã nghĩ rằng làm điều này sẽ khiến ông ấy trở thành một người tuyệt vời và mọi người xem ông là một vị Hoàng Đế vĩ đại. Không có lợi ích nào cho người dân Trung Quốc, hoặc loài người, và nó đã gây hại hoặc giết chết hàng triệu người do cưỡng bức lao động. Nó mang lại rất ít lợi lạc nhưng họ lại nói rằng nó thật tuyệt vời khi bức tường này được xây dựng. Con người cần cân nhắc những dự án tốt và tuyệt vời đem lại lợi ích cho con người chứ không phải những dự án làm tổn thương người khác. Con người tôn vinh những dự án như thế này là do thiếu phần năng lượng trí tuệ, trên thực tế đây là điều họ làm sai.

PHẦN 47: Bài Học Mới: Con Người Mới

K hi chúng ta học cách sử dụng NLG, chúng ta sẽ bắt đầu trở thành những con người mới. Con người khi đủ điều kiện, học và hiểu NLG sẽ trở thành những người có tình yêu thương, trí tuệ, sự quan tâm và tấm lòng nhân ái. Đây là những người mà người khác có thể tin tưởng. Họ không làm hại và lợi dụng bất cứ ai. Họ nhận năng lượng để hỗ trợ tất cả mọi người. Những người tuân theo Năm Yếu Tố Tình Thương được người khác tin cậy vì họ không lừa gạt người khác và họ không nói dối hay cố gắng dùng quyền lực kiểm soát người khác. Những người học NLG là người tốt mang lại những lợi ích cho người khác ở tất cả trình độ nào trong cuộc sống. Chúng ta nhận năng lượng của trí tuệ giác ngộ và sử dụng năng lượng này để hỗ trợ toàn nhân loại. Ở cấp độ này, chúng ta có rất nhiều hạnh phúc và sự tự tin, chúng ta luôn ở trong trạng thái cân bằng. Chúng ta có niềm vui, nỗi buồn và tất cả những cảm xúc khác nhưng chúng ta luôn ở trạng thái ổn định. Khi chúng ta thấy người khác đau khổ, chúng ta luôn cảm được nỗi đau của họ. Chúng ta cũng giống như tất cả những người khác, nhưng tâm trạng chúng ta ổn định rất nhanh ở cấp độ của niềm vui và hạnh phúc. Những người không có kết nối với những tần số NLG thường ở trong trạng thái bực tức trong thời gian dài nếu có vấn đề rắc rối xảy ra với họ. Ngược lại, những người kết nối với năng lượng NLG đang bắt đầu cho sự phát triển của trí tuệ giác ngộ. Người khác không cảm thấy sợ hãi hay nguy hiểm khi ở cạnh những người học NLG. Chúng ta nhận và gửi dòng năng lượng NLG một cách an lành và dễ chịu. Mọi người cảm nhận được nó khi ở gần người học NLG. Họ cảm thấy thoải mái và không phải lo lắng.

Khi người ta đến Cung điện của Vua thường cảm thấy không thể di chuyển, như thể họ phải ngồi xuống hoặc đứng yên. Họ cũng nghĩ rằng họ phải rất cẩn thận và chờ nhận lệnh từ vua. Họ không cảm giác được tự do để hoạt động bình thường. Khi con người gắn kết với loại quyền lực này, họ không thể là chính mình và thể hiện hạnh phúc của bản thân. Họ phải theo những luật lệ, thể hiện tôn kính và làm những điều họ cảm thấy không thoải mái. Nếu bạn nhìn thấy một Linh Mục hoặc Giám Mục trong nhà thờ hoặc những người có vị thế cao, thì hành vi của bạn càng bị hạn chế, bạn càng trở nên khó chịu. Khi ở nhà bạn cảm thấy thoải mái nhưng khi đến nhà bạn bè, bạn sẽ tiết chế những hành vi của mình và mức độ thoải mái của mình lại. Nó có cảm giác như mọi việc bạn làm đều bị theo dõi. Họ có thể không thích những gì bạn làm – nên bạn sẽ không làm gì cả và cảnh giác cao độ. Có quá nhiều quy tắc. Một số người nói rằng, nếu bạn nhìn thấy Thượng Đế bạn phải quỳ xuống, khóc lóc thể hiện tình cảm của bạn với Thượng Đế. Nhưng với NLG bạn đơn thuần là chính bạn.

Nếu chúng ta thực hiện Năm Yếu Tố Tình Thương, nhân loại sẽ được dẫn bước vào chương mới của việc học. Những bậc Thầy Minh Sư đến Trái Đất giúp đỡ nhân loại học Năm Yếu Tố Tình Thương thông qua lịch sử con người. Nhưng loài người vẫn chưa hiểu rõ những bài học này. Chúng ta chưa thấu hiểu về ý nghĩa thực sự của thông điệp họ gửi đến. Chúng ta vẫn còn có sự nhầm lẫn trong các bài học ở cả quá khứ và hiện tại,. Những gì các vị Minh Sư đã chỉ dạy vẫn còn là lý thuyết và vẫn chưa đưa vào thực hành trên toàn thế giới hoặc thậm chí ở nhiều cộng đồng. Nền văn minh của Đấng Tạo Hóa sẽ không cho phép bất kỳ sự phát triển ở trình độ cao hơn cho loài người, đến khi nào chúng ta thực hiện

Năm Yếu Tố Tình Thương cho loài người khắp thế giới. Chúng ta phải hành động để đáp ứng nhu cầu cuộc sống của toàn thể nhân loại.

Khi các khái niệm và cách thức tư duy đi lệch hướng, khiến chúng ta đi theo nhiều hướng khác nhau, chúng ta không thể nào hấp thụ được năng lượng của *trí tuệ*. Chúng ta chưa có đủ trí thông minh nên tâm trí cứ quay cuồng rối bời. Sự xáo trộn này dẫn đến bế tắc của sự phát triển của con người chúng ta. Nhưng chúng ta rất may mắn vì sự bế tắc này chỉ hiện diện trong tâm trí chúng ta. Có một cây cầu rất đơn giản để băng qua tới con đường của học vấn tỉnh thức bản thân. Nhân loại chỉ cần nhận những nguồn năng lượng mới, đạt trình độ thông minh sáng suốt hơn để có thể nhận ra trở ngại lớn nhất của loài người trong thời điểm hiện tại chỉ là sự bế tắc về mặt tâm linh. Khi chúng ta kết hợp với năng lượng tâm linh, chúng ta sẽ nhanh chóng nhận thức rõ ràng con đường phải đi. Vũ Trụ Tâm Linh Vô Hình trong không gian cung cấp những bài học mới cho nhân loại trong một chương trình đào tạo. Chúng ta sẽ được hướng dẫn qua một giai đoạn học tập mới, nó sẽ vượt qua sự hiểu biết của khoa học, cũng như các phương thức hiểu biết về tâm linh hiện tại. Nếu như bạn nhận thức rõ điều này, thì bạn sẽ biết rằng khoa học thực sự nằm trong tâm linh, và đang vận hành từ nền văn minh của Thế Giới Vô Hình trong không gian vũ trụ.

Kiến thức của trí tuệ được bổ sung, với tần số năng lượng cao hơn, giúp nhân loại hiểu được cách vận hành đầy lợi lạc theo định hướng chung của toàn thể nhân loại trên Trái Đất. Trong thời kỳ này nhân loại cần giải quyết những vấn đề còn tồn đọng trên Trái Đất, cân nhắc lại các triết lý của xã hội trong cuộc sống bằng cách đi tìm sự thật của tình yêu thương. Những giá trị quan trọng nào cần thiết cho sự phát triển chung, cho toàn thể nhân loại trên hành tinh chúng ta? Chúng ta phải nói về sự thật và những sự thật này sẽ mang lại giá trị thực cho bạn và những người xung quanh, cho cộng đồng mỗi khu vực, mỗi quốc gia và cả năm châu lục.

Do đó, tôi đang trình bày sự thật rằng cuộc sống trên quả địa cầu này được tạo ra bởi nền văn minh của tâm linh từ vũ trụ. Tôi đang nói lại với bạn về khái niệm và tư duy mà nền văn minh trong vũ trụ đã dạy tôi.

PHẦN 48: Bí Mật Của Sự Thật

Vào đầu năm 2018, tôi nhận được sự cho phép để lên chia sẻ về Thế Giới Vô Hình. Vị Thầy Đặc Biệt và đang ở đây hỗ trợ chúng ta, giờ đây cho phép tôi được chia sẻ rộng rãi về điều này. Ở các xã hội trên Trái Đất, thông tin này được giữ bí mật và chỉ những người thông thái nhất, những linh hồn có trình độ cao nhất mới tiếp cận được nhưng Thế Giới Vô Hình không giữ bất kỳ bí mật nào.

Con người muốn biết liệu NLG có thật sự đến từ nền văn minh ngoài không gian hay không. Họ có rất nhiều câu hỏi. Bí mật của tâm linh vẫn còn là điều bí ẩn từ thời cổ đại cho đến bây giờ. Chúng ta được phép tiếp cận kiến thức này tại thời điểm này vì đã có đủ người đạt trình độ đủ cao của sự hiểu biết và trí tuệ. Chúng ta đang nhận được năng lượng trí tuệ để giải quyết những khó khăn mà chúng ta đang gặp phải trên Trái Đất và NLG là cầu nối để chấm dứt bệnh tật, đói nghèo và chiến tranh.

Một cách tự nhiên, mọi người sẽ muốn tìm hiểu những gì năng lượng NLG có thể làm cho họ. Họ sẽ muốn biết nó sẽ giúp ích cho những lĩnh vực nào và nó mang lại lợi ích như thế nào cho cộng đồng của họ và những cộng đồng rộng lớn hơn của nhân loại.

NLG là một môn học bắt nguồn từ Đấng Tạo Hóa trong không gian. Nó được trao cho chúng ta thông qua sự cho phép của Đấng Tạo Hóa. Các tình nguyện viên tâm linh - hay nói cách khác là 'Những Thiên Sứ' từ Thế giới Vô hình đã nhận được sự cho phép của Đấng Tạo Hóa đến Trái đất để thực hiện các nhiệm vụ hỗ trợ những lĩnh vực mà nhân loại đang cần. Vị Thầy Đặc Biệt giới thiệu Thầy là tình yêu thương, đã đến đây với toàn bộ hệ thống hỗ trợ của những

Thiên Sứ tình nguyện để hỗ trợ Thầy giúp đỡ nhân loại. Họ đã đến để giúp chúng ta tiếp nhận năng lượng của trí tuệ để giải quyết mọi nhu cầu của cuộc sống từ A đến Z. Họ sẽ giúp chúng ta nâng cấp tất cả các cấp độ của Tâm Linh trong ba nghìn năm họ ở đây. Lúc đó nhân loại sẽ sẵn sàng cho một giai đoạn tiến hóa khác. Tất cả các cấp độ của tâm linh có thể được nâng cấp trong 3000 năm tới thông qua trường học NLG. Chúng ta không cần phải đến Thế Giới Vô hình để khám phá nó là gì. Chúng ta cần hiểu rằng một linh hồn từ Đấng Tạo Hóa đã đến thế giới này, và chúng ta gọi vị ấy là 'vị Thầy Đặc Biệt của tình yêu thương', linh hồn của NLG. Thầy có thể giúp nhân loại giải quyết tất cả những vấn đề mà loài người đang gặp phải hiện nay.

Với NLG, công cuộc xây dựng thiên đường trên Trái đất cùng với hòa bình và hạnh phúc thật sự sẽ được phát triển. Mọi lĩnh vực sẽ được phát triển nhanh chóng. Tình yêu thương của Đấng Tạo Hóa và nền văn minh của Đấng Tạo Hóa sẽ mang lại sự phát triển dồi dào trong mọi lĩnh vực. Do đó, loài người sẽ được hưởng phúc lợi cả về vật chất và tinh thần. Trong suốt quá trình tiến hóa của loài người, trí tuệ của chúng ta sẽ đạt đến mức phát triển cao nhất.

PHẦN 49: Hợp Nhất Tâm Linh

C hu kỳ luân hồi của những linh hồn ông bà tổ tiên vĩ đại nhất trên Trái Đất đã bắt đầu. Những linh hồn tổ tiên tái kiếp để giúp đỡ dự án NLG, nâng đỡ nhân loại ở mọi lĩnh vực. Sự trở lại của những linh hồn vĩ đại đã bắt đầu. Đây là thời điểm những linh hồn có trình độ cao nhất với nhiều tài năng khác nhau được Linh Hồn Tối Cao cho phép, làm nhiều việc có ích cho hành tinh của chúng ta. Họ sẽ làm việc trong các lĩnh vực khoa học, tâm linh, giáo dục, chính trị, kinh tế, trồng trọt v.v. Họ sẽ sử dụng tần số NLG để cập nhật và nâng cao tài năng của mình. Khi họ kết nối với NLG, họ sẽ trở thành những thiên tài trong lĩnh vực tương ứng của họ. Những linh hồn tổ tiên từ những lần tái kiếp trên Trái Đất trước đây, đã đạt đến trình độ cao nhất tại thời điểm họ ở đây là khoảng 70% tần số năng lượng của trí tuệ. Và bây giờ họ ở đây, họ sẽ kết nối với NLG và tiếp tục ở tần số cao nhất để giúp hành tinh của chúng ta phát triển đúng cách.

Những linh hồn này sẽ làm những con người bình thường như chúng ta, nhưng rất đặc biệt và rất thông minh như Beethoven – là một người đàn ông có khiếu âm nhạc hay George Washington có tầm nhìn xa và tài lãnh đạo tài ba. Chúng ta không rõ làm thế nào họ có thể hoàn thành và đạt được những gì họ đã làm. Tôi không biết ai sẽ trở lại, nhưng họ chắc chắn sẽ là những linh hồn thiêng liêng cao cả nhất. Họ sẽ được sinh ra bất kỳ đâu trên thế giới, nhưng khả năng cao nhất là sẽ đến ở các quốc gia tuân theo Năm Yếu Tố Tình Thương.

Tình cảm gia đình, quý giá như tình nhân loại, không bao giờ cạn kiệt. Chúng ta, loài người, phải học những nguyên tắc để nhận được những lợi ích của thời đại mới và có sức khỏe tốt là bước đầu tiên mà tất cả con người cần phải quan tâm trước tiên. Đây là bước đầu tiên rất quan trọng trong việc mở khóa phần tế bào của cơ thể. Khi năng lượng não bộ hoạt động, năng lượng của linh hồn có thể nuôi dưỡng phát triển trong nhiều lĩnh vực. Khoa học mô tả não bộ chứa 100 đến 150 tỷ tế bào. Vậy thì bao nhiêu phần trăm đang hoạt động và bao nhiêu vẫn đang ngủ? Câu trả lời là chỉ có phần trăm nhỏ tế bào đang hoạt động. Kỹ thuật NLG có thể kích thích tế bào gốc, tế bào não và hỗ trợ năng lượng cho chúng hoạt động. Khi tín hiệu đến não của chúng ta hoạt động hoàn toàn ở tần số cao nhất, nó sẽ hỗ trợ linh hồn của chúng ta ở mức độ phát triển tiến hóa cao nhất có thể. Linh hồn hoạt động với tín hiệu trong não bộ đem đến nhiều tần số trí tuệ hơn. Điều này sẽ hỗ trợ tất cả các bộ phận của cơ thể, giúp chúng ta có một cơ thể khỏe mạnh và giải quyết các vấn đề cấp bách về bệnh tật.

PHẦN 50: Đông Y và Tây Y

Đ ông Y và Tây Y vẫn chưa tìm ra giải pháp cho những căn bệnh đang phổ biến trên thế giới. Tử vong do ung thư tiếp tục tăng. Có rất nhiều căn bệnh hiếm gặp mà khoa học vẫn chưa hiểu rõ. Hàng chục triệu người mắc bệnh và chết mỗi năm và nhiều căn bệnh khác nhau tiếp tục phát triển. Khoa học muốn thay đổi cấu trúc ADN của con người để hỗ trợ sức khỏe của chúng ta, nhưng chúng ta chưa biết liệu điều này có thành công hay không. Mặc dù các nhà khoa học phương Đông và phương Tây làm việc hàng ngày với mục đích tìm ra giải pháp hỗ trợ sức khỏe cho nhân loại, nhưng chỉ có một số ít có thành quả tiến bộ. Hàng nghìn tỷ đô la được đưa vào đầu tư cho việc nghiên cứu nhưng chỉ một số lượng nhỏ được cứu giúp và số lượng bệnh nhân chết vì bệnh tật mỗi ngày tiếp tục tăng lên.

Theo quan điểm của đạo đức xã hội toàn cầu, chưa có câu trả lời làm thế nào để ổn định tình trạng hỗn loạn của nhân loại. Các cuộc chiến tiếp tục gia tăng trên khắp thế giới. Nhiều người theo tôn giáo đang bị tố cáo vì hành vi phạm tội trái ngược với phẩm chất đạo đức được dạy trong tôn giáo của họ. Nhiều người theo tôn giáo thậm chí không tuân theo giáo lý tôn giáo của họ. Họ nói rằng Thượng Đế và những Linh Hồn thiện lành đang giúp đỡ họ và họ phải tuân theo những gì các Ngài nói, trong khi họ lại che giấu những rắc rối của họ và lợi dụng người khác. Họ tìm kiếm sự ủng hộ của những người trung thực, những người đặt niềm tin vào Đức Chúa Trời là Đấng Toàn Năng. Vì vậy, nhiều người theo tôn giáo nói rằng họ có cách chính xác để tìm thấy Thượng Đế và bạn phải làm theo lời dạy của họ. Nhưng đây không phải là cách của Đấng Tạo Hóa chỉ dẫn.

NLG muốn con người nhận ra cách thức để nhận những lợi lạc cao nhất cho bản thân và nhân loại. NLG vì vậy dành cho những người nhận ra con đường lợi lạc dành cho nhân loại. Năng lượng NLG không phải là năng lượng của một vị Thượng Đế mới. Năng lượng này luôn ở đây với chúng ta nhưng vì chúng ta không tuân theo Năm Yếu Tố Tình Thương, nó trở thành một năng lượng ở tần số quá cao mà chúng ta không thể tiếp nhận được. Đánh nhau, lừa gạt và dùng quyền lực kiểm soát người khác khiến con người mất đi trí tuệ và sau đó tần số của họ trở nên thấp đến mức không còn phù hợp với tần số cao hơn là tình yêu thương. Chúng ta luôn nhận được năng lượng cuộc sống từ nguồn năng lượng này, từ Đấng Tạo Hóa của chúng ta, nhưng do hành động của chúng ta mà chỉ nhận được một phần nhỏ của tần số mang lại cuộc sống của chúng ta.

Đến với NLG và sử dụng Năm Yếu Tố Tình Thương, chúng ta có thể kết nối nhanh chóng với tần số bậc cao hơn. (Trước đây, những "bậc thầy" tâm linh thường ngồi thiền trong nhiều năm để kết nối với năng lượng này, nhưng chúng ta có thể làm điều đó trong một vài giờ khi tham gia các lớp học NLG.) Sự kết nối với tần số cao hơn giúp chúng ta cải thiện đáng kể về sức khỏe vì chúng ta đang nhận được nguồn năng lượng mà chúng ta đáng ra phải có. Năm Yếu Tố Tình Thương từ đầu đã được lập trình trong DNA của chúng ta. Tần số cao của tình yêu thương này là điều mà hệ thống của chúng ta cần để vận hành chính xác. Tần số NLG vì vậy là 'phương thuốc' tốt nhất hiện nay. Sử dụng tần số của tình yêu thương, năng lượng của chúng ta sẽ được nâng lên để cơ thể chúng ta luôn khỏe mạnh. Chúng ta chưa bao giờ được tạo ra để có bệnh tật cả. Nếu con cái chúng ta học NLG, lượng thuốc chúng cần sẽ giảm đi ít nhất 50%. Điều này sẽ tiết kiệm hàng nghìn tỷ đô la và nhiều bệnh tật, như Hội chứng Down sẽ dần mất đi.

PHẦN 51: Những Con Người Thiện Lành

Trong hành trình của cuộc đời, trải qua nhiều kiếp luân hồi, gần 30% linh hồn là những người sử dụng tình yêu thương đúng cách. Họ không gây xung đột với người khác; họ không tranh giành hoặc lợi dụng, thúc ép người khác vì lợi ích cá nhân. Dù họ theo hệ thống, nền văn hóa hay tôn giáo nào trong kiếp sống đó, họ cũng đều sử dụng tình yêu thương. Khi ở trong một tôn giáo, hoặc trong bất kỳ hệ thống nào khác, họ tuân theo những giáo lý tốt nhất có thể, trong khi vẫn sử dụng tình yêu của họ. Họ sẽ không đánh nhau. Nếu người khác gây chiến để giành lợi thế với họ, họ sẽ không đấu lại với người này. Họ thà bị người khác lừa dối hơn là gây chiến và đánh mất tâm tính ôn hòa. Họ sống hòa thuận với người khác. Họ sẽ làm bất cứ điều gì họ có thể, tâm thế bình tĩnh để giải quyết vấn đề ổn thỏa. Họ sẽ quyên góp cho tôn giáo của họ mà không nói bất cứ điều gì gây ra trạng thái tiêu cực. Họ hiểu rõ những người xung quanh họ, ai tốt ai xấu, ai đúng ai sai, nhưng sẽ không tranh cãi hay cố gắng chỉ ra ai làm sai. Họ sống an yên và yêu thương cuộc sống hết đời này sang đời khác ở trong bất kỳ hệ thống nào họ đang sống. Những người này tin vào sự thật, tình thương, lòng nhân ái và Đấng Tạo Hóa. Họ vẫn bình tâm lắng nghe một số triết lý hoặc tôn giáo mà họ cảm thấy không đúng đối với họ nhưng chỉ hành động theo những điều họ biết là đúng đắn – tình thương và tấm lòng thiện lành. Họ biết điều gì là đúng và sai, nhưng họ không muốn tranh chấp. Đó mới là tình yêu thương thực sự. Họ yêu con người và muốn làm nhiều thứ hỗ trợ con người. Bất kể tôn giáo nào họ theo, thì trong trái tim, linh hồn họ chỉ có tình yêu thương. Họ thương tất cả, vì Đấng Tạo Hóa của nhân sinh và muôn loài vạn vật đã mong cầu chúng ta điều này. Họ thật sự là những con người thiện lành.

Một số chính phủ và một số tôn giáo trên thế giới đã tìm ra những kỹ thuật đem lại những lợi ích to lớn cho con người. Họ đã học được từ những Linh Hồn đã Giác Ngộ. Nhưng họ đã giữ phần lớn thông tin này cho riêng mình. Họ không cho công chúng biết. Khi chính phủ Hoa Kỳ tìm thấy giải pháp hòa bình, con đường tự do, họ đã chia sẻ nó cho tất cả mọi người. Đây là cách các chính phủ cần vận hành. Các nhà độc tài không muốn để công chúng hưởng kiến thức từ Thế Giới Vô Hình. Họ nói khi họ là Tổng Thống thì họ sẽ là một vị Tổng Thống cả đời và sau đó truyền lại vị trí này cho con cái họ. Họ muốn giúp đỡ gia đình họ chứ không muốn giúp người khác. Đây là lý do tại sao họ chỉ có thể đạt được 70% lợi ích từ kiến thức mà họ nhận được từ Thế Giới Vô Hình. Với cách họ đang sử dụng kiến thức, họ chỉ có thể nhận được lợi ích từ mức 50% đến 70%. Tuy nhiên, những lợi ích ở cấp độ này vẫn tốt hơn là không có kiến thức.

Con người với mức độ phát triển thực sự chỉ sử dụng tình thương yêu mà không có hận thù. Họ là những người sống thiện lành và vị tha nhưng rất dễ bị người khác lợi dụng. Họ cảm thấy làm điều này tốt hơn là lợi dụng hoặc làm tổn thương người khác. Họ có một kiến thức sâu sắc rằng họ nhận được nhiều lợi lạc hơn từ Thế Giới Vô Hình bằng cách làm điều này hơn là gây ra nhiều rắc rối cho người khác. Khi bất cứ ai mang lời dạy của Đấng Tối Cao đến họ, trong thâm tâm họ sẽ biết những lời giảng dạy đó có đúng hay không vì họ nhận thức được sự thật và có trình độ tâm linh để hiểu. Nhưng vì hòa khí và tránh tranh chấp về lỗi lầm của người khác, họ chờ đến khi đúng thời điểm, khi mọi chuyện được sáng tỏ, ai cũng hiểu rõ cách hành xử đạo đức. Gần 30% dân số thế giới đã đạt đến trình độ hiểu biết về tình thương yêu. Những người này đã sẵn sàng và chờ đợi NLG- Năng Lượng Gốc, sự trợ giúp từ vị Thầy Đặc Biệt của tình yêu thương. Họ đang chờ đợi một người được phép nói ra sự thật của tình thương để mang lại lợi ích cho loài người. Họ sẽ dùng tình thương của mình để hỗ trợ lẫn nhau.

PHẦN 52: Những Triết Lý Trên Toàn Cầu

Khi chúng ta nhìn vào khái niệm tâm linh của các tôn giáo và tất cả các triết lý khác nhau của họ, không ai thực sự biết cái nào là tốt nhất để đi theo hoặc cái nào là chính xác nhất. Hầu hết mỗi tôn giáo hiện nay tin rằng họ có triết lý sống đúng đắn. Mỗi tôn giáo nói rằng họ là đặc biệt, hoàn toàn đúng và có Thượng Đế ở bên. Nhưng họ đều không thể chứng minh điều này. Họ chỉ sử dụng lý thuyết và niềm tin cá nhân của họ. Ngay cả bên trong tôn giáo của họ cũng có nhiều vấn đề. Họ hiếm khi chấp nhận bất kỳ điều gì khác ngoài những giáo lý họ được giảng dạy. Hầu hết mọi người sẽ không lắng nghe ý kiến của người khác, ngay cả khi những ý kiến đó có thể giúp ích cho họ. Họ vẫn giữ những giáo lý cũ của họ và nói rằng nó là vậy! Và rằng mọi người phải làm theo những giáo lý cũ này vì Thượng Đế đã nói những điều này. Nhưng đây chỉ là lý thuyết cá nhân của họ.

Tôi rất tiếc khi đi vào chủ đề tôn giáo, nhưng chúng ta cần suy nghĩ về những quan điểm đã đặt ra này. Vấn đề này cần được nhìn nhận để mọi người có thể suy nghĩ thấu đáo. Những người theo họ sẽ tức giận nếu bạn nói bất cứ điều gì khác với niềm tin của họ và họ nói rằng bạn đang đụng chạm tôn giáo đó, và như vậy, bạn đang chống lại Đấng Tạo Hóa. Họ rất tức giận và đôi khi muốn làm điều gì đó tổn thương bạn vì họ nghĩ rằng bạn không 'đứng về phía họ'. Nhiều người nói rằng tất cả những người khác tuân theo giáo lý và đạo lý của họ là điều bắt buộc, và nếu không tuân theo, họ sẽ dùng cách cư xử như động vật bằng cách giết và trừng phạt người khác. Khi mọi người giận dữ như thế này, họ sẽ đốt hết trí tuệ của mình và tiến vào bóng tối nhiều hơn. Chúng ta không muốn điều này xảy ra với họ. Lợi ích cho loài người không giống như lợi ích cho tôn giáo. Nhiều tôn giáo nói rằng dù thế nào thì giáo lý của họ phải được tuân thủ hoàn toàn! Mọi người cần phải có cái nhìn sâu sắc về tất cả các tôn giáo trên thế giới và xem những gì cần được cải thiện để giúp nhân loại.

Chúng ta cần yêu thương tất cả mọi người và hỗ trợ lẫn nhau. Điều quan trọng nhất lúc này là chúng ta có sức khỏe, nhân loại có đủ cái ăn cái mặc và sống trong bình an, hòa thuận với nhau. Chúng ta không cần phải chứng minh ai là Thượng Đế, hay Thượng Đế là gì, bởi vì chúng ta chưa biết. Giờ đây, chúng ta có đủ kiến thức để giải quyết những vấn đề này trên Trái Đất. Chúng ta có đủ kiến thức để giao tiếp với Thế Giới Vô Hình, thoát khỏi bệnh tật, hỗ trợ những người có cảnh đói nghèo và chấm dứt chiến tranh. Chúng ta sử dụng nhiều nguồn tài nguyên của chúng ta cho Thượng Đế, nhưng Ngài không cần chúng ta hỗ trợ. Thượng Đế không cần chúng ta nói những điều tốt đẹp về Ngài. Ngài không cần gì từ con người. Chúng ta cần hiểu và nhận ra những gì chúng ta đang làm và những gì chúng ta cần cải thiện ở đây, trên Trái Đất này.

Mỗi linh hồn đều có quyền hưởng mọi đặc ân từ Thế Giới Tối Cao. Chúng ta không thể ích kỷ, tự cho mình là đúng, độc tài và nói rằng lợi ích từ Đấng Tạo Hóa chỉ dành cho một nhóm người nhất định. Đấng Tạo Hóa không chỉ dành cho một chủng tộc hay một triết lý hay dành cho những người có bằng đại học v.v. Đặc quyền và những lợi ích cuộc sống từ Đấng Tạo Hóa là dành cho toàn thể nhân loại, cho tất cả mọi người trên Trái Đất này. Hiểu được sự thật này sẽ mang lại hạnh phúc cho bạn. Tất cả nhân loại có quyền phát triển và học tập trong hòa bình. Sự thật này có thể khiến một số người cảm thấy buồn bực, nhưng thà rằng họ buồn một chút bây giờ còn hơn là cả đời và những kiếp sống sau này. Những lợi ích thực sự là cho bây giờ và cho tương lai và cho sự tái sinh tiếp theo. Nếu điều này không được hiểu và hành động đúng thì nỗi buồn sẽ còn tiếp diễn trong nhiều thế hệ nữa. Bạn sẽ không thể trưởng thành trừ khi bạn học bài học này. Bạn sẽ không biết sự thật và bạn sẽ không biết ý nghĩa của Thế Giới Vô Hình. Bạn sẽ không thể nhận được những lợi ích từ Thế Giới Vô Hình. Bạn sẽ chỉ ở lại cấp trung học cho lần tái kiếp này và lần tiếp theo, và những lần sau nữa cho đến khi bạn nhận ra được sự thật này. Nếu bạn đốt hết năng lượng của mình, thì bạn sẽ quay lại cấp tiểu học. Bạn sẽ không thể vươn tới trình độ đại học vì bạn sẽ không biết điều gì đúng điều gì sai và đâu là cách mang lại lợi ích thực sự cho bản thân. Tôi biết, những gì bạn đang làm bạn cho là đúng, nhưng kiến thức của bạn vẫn chưa đầy đủ. Bạn cần bổ sung kiến thức của mình nhiều hơn một chút để không tiếp tục lặp đi lặp lại những sai lầm tương tự từ đời này sang đời khác. Tôi nói với bạn điều này bằng tấm lòng yêu thương trọn vẹn. Kiến thức này sẽ mang lại lợi ích trải dài suốt tương lai vô tận của bạn.

Loài người đã mất một thời gian dài để đạt đến trình độ dân trí như hiện nay. Chúng ta đã vượt qua rất nhiều khó khăn. Phải mất quá nhiều thời gian để đạt được trình độ này vì rất nhiều lần chúng ta đã đứng yên hoặc đi lùi trong quá trình phát triển của mình qua nhiều lần luân hồi chuyển kiếp. Mỗi vòng luân hồi trở nên tồi tệ hơn bởi các loại nghiệp làm tiêu hao năng lượng trí tuệ mà chúng ta đã tạo ra. Chúng ta không hiểu tầm quan trọng của những lợi ích mà chúng ta đủ điều kiện nhận được. Phần thưởng tuyệt vời của những lợi ích đó được dành cho những người nhận được phúc lành của Đấng Tạo Hóa. Và phúc lành đó được dành cho những người có trái tim thiện lành. Điều này đã được sắp xếp từ trước bởi Bậc Thầy, Đấng Tạo Hóa, Linh Hồn Tối Cao - Năng Lượng Vũ Trụ.

PHẦN 53: Nghiệp Quả Cá Nhân

H iện tại chúng ta vẫn đang trong vòng luẩn quẩn với rất ít bằng chứng về bất kỳ tiến bộ nào. Nhưng chúng ta mang theo thứ gì đó từ quá khứ - và chúng ta đem nó đến cuộc sống này. Nó là những hành động xuất phát từ những ý định, và dẫn đến những hậu quả trong tương lai. Chúng tôi gọi đây là nghiệp. Đôi khi chúng ta mang theo nghiệp rất tốt và đôi khi không tốt. Nghiệp là là một định luật công bằng trong Thế Giới Tâm Linh và theo chúng ta như một cái bóng từ kiếp này đến kiếp khác trong cuộc sống trên Trái Đất. Khi chúng ta có nghiệp tốt, chúng ta nói rằng mình may mắn và khi chúng ta gặp vấn đề, chúng ta nói rằng chúng ta không may mắn. Nhưng sự thật đằng sau may mắn và xui xẻo là nghiệp của chúng ta. Đó là luật từ Thế Giới Vô Hình dành cho con người. Nó đã được dàn dựng rằng tất cả con người đều bị ràng buộc bởi luật này. Chúng ta không thể xua đuổi nghiệp xấu biến mất. Chúng ta phải chứng minh mình là ai qua những hành động. Chúng ta không thể nói rằng 'Bây giờ tôi sống thiện lành nên nghiệp xấu hãy đi đi'. Điều này không mang lại kết quả nào. Nếu chúng ta vay một ai đó $50 thì chúng ta phải trả lại cho người đó $50. Chúng ta không thể nói rằng bây giờ tôi bị ốm hay tôi đã gặp phải một số điều xui xẻo nên hãy quên đi món nợ đó. Nó không hoạt động như vậy. Bạn cần phải trả các khoản nợ của mình. Nếu chúng ta tạo dựng nghiệp tốt, chúng ta sẽ nhận được may mắn và chúng ta sẽ có năng lượng của trí tuệ. Nó sẽ đến với chúng ta. Nếu chúng ta không có điều đó thì cần phải làm việc và trả các khoản nợ của mình. Khi tạo dựng nghiệp tốt, chúng ta sẽ nhận được các điểm cộng và nó tương đương với sự may mắn.

PHẦN 54:: Chúng Ta Phát Triển Cùng Nhau

Thế Giới Tâm Linh quan sát bạn 24 tiếng một ngày, 7 ngày một tuần. Bạn không phải lo sợ điều gì cả. Họ không bao giờ xâm phạm quyền riêng tư của bạn. Chúng ta không có ngôn ngữ để giải thích về năng lượng siêu thông minh này, nó lưu trữ tất cả các bản ghi chép về hành vi của mỗi linh hồn trong thế giới vật chất từ khi chúng ta sinh ra cho đến khi linh hồn của chúng ta rời khỏi thể xác. Mọi thứ bạn đã làm, mọi hoạt động và hành động bạn đã làm trong suốt cuộc đời, đều được Thế Giới Vô Hình xem xét và sử dụng để sắp xếp cho vòng đời tiếp theo của bạn. Chúng ta phải trở lại Trái Đất từ kiếp này sang kiếp khác để hoàn thành việc học của mình, cho đến khi chúng ta đạt được tiêu chuẩn của nền văn minh ở Thế Giới Vô Hình. Trong giai đoạn học hỏi tiến hóa hiện nay, linh hồn của chúng ta hoàn toàn không có sự lựa chọn nào khác. Không có một ngoại lệ nào cho vấn đề này. Chúng ta không thể nào lên tầm cao mới được cho đến khi linh hồn của *tất cả* nhân loại đạt tới tiêu chuẩn của Năm Yếu Tố Tình Thương, 'Yêu Thương Giác Ngộ'. Và tất cả chúng ta cùng nhau phát triển. Nếu một linh hồn đạt đến cấp độ cao nhất thì linh hồn đó phải giúp đỡ những linh hồn còn lại để đạt đến cấp độ đó. Chúng ta là một hệ thống của cuộc sống, phụ thuộc vào nhau, làm việc cùng nhau để thành công. Đó là cách mà quá trình tiến hóa của chúng ta được sắp xếp. Tất cả chúng ta phải cùng nhau tiến về phía trước, từng bước một cùng nhau.

Thay vì hoạt động cùng nhau để tạo ra điều này, hầu hết chúng ta đã chỉ làm cho bản thân và gia đình của chúng ta, để lại những người còn lại gặp nạn và không quan tâm đến họ. Và điều này chỉ làm cho chu kỳ của sự kém phát triển tiếp tục. Chúng ta vẫn chưa có đủ trí tuệ để giải quyết điều này. Và đó là lý do tại sao chúng ta phát triển chậm. Chúng ta tiếp tục đánh mất sự khôn ngoan mà chúng ta gây dựng từ vòng đời này sang vòng đời khác bởi vì chúng ta không giúp đỡ lẫn nhau. Chúng ta vẫn còn quá coi trọng cái tôi của mình. Hiện tại, khi chúng ta đạt được tiêu chuẩn của Năm Yếu Tố Tình Thương và phát triển trí tuệ giác ngộ, ý chí của mỗi linh hồn sẽ được xem xét trong nền văn minh của Thế Giới Vô Hình. Điều này để kiểm tra xem nguyện vọng của mỗi linh hồn liệu có hợp lý và chính đáng hay không. Khi chúng ta đạt đến cấp độ chính xác của Trí Tuệ Giác Ngộ, thì chúng ta phải nhận ra rõ rằng con người đã được hỗ trợ bởi muôn loài vạn vật sống để có thể đạt đến cấp độ đó. Chúng ta có một hệ thống ở hành tinh này mà tất cả muôn loài vạn vật được thiết kế để hỗ trợ lẫn nhau. Chúng ta đã được hỗ trợ bởi rất nhiều linh hồn, kể cả một số linh hồn rất nhỏ và trẻ để đạt đến cấp độ cao đó. Khi mỗi linh hồn đạt đến cấp độ phát triển cao nhất, họ cần phải nhận ra ai đã giúp họ để đạt được cấp độ cao đó và họ phải trả ơn cho việc đó.

Tất cả những linh hồn ở đây đang tìm kiếm hạnh phúc và trí tuệ. Mọi linh hồn trên hành tinh này đều đang tìm kiếm điều giống nhau. Tất cả chúng ta cùng nhau phát triển. Cho dù một linh hồn được xem là 'tốt' hay 'xấu' thì mục tiêu của họ đều giống nhau, đó là mong muốn hạnh phúc và phát triển trí tuệ. Một số tổ tiên của chúng ta đã mắc một sai lầm lớn khi nghĩ rằng họ đã đạt đến cấp độ cao nhất. Họ muốn rời khỏi thế giới này. Họ muốn rời đi. Đấng Tạo Hóa đã nói, "Không, bạn không thể làm điều đó! Đó KHÔNG phải là trình độ của trí tuệ giác ngộ. Bạn phải biết ai đã hỗ trợ bạn và bạn phải dùng tình thương yêu của mình để hỗ trợ lại họ". Họ muốn bỏ lại tất cả những linh hồn đã giúp đỡ họ. Họ chỉ muốn đạp lên tất cả những linh hồn đó. Họ nói rằng thế giới này là một địa ngục và họ muốn rời khỏi đây. Nhưng họ không nhìn xem ai đã khiến thế giới này trở nên tồi tệ như vậy. Câu trả lời là chính bản thân họ đã làm điều đó. Vì vậy, họ cần ở lại đây và sửa chữa lỗi lầm. Chúng ta không bao giờ có ý định sống trong một thế giới địa ngục. Con người đã làm cho điều này xảy ra và do đó họ phải sửa sai. Những linh hồn này đã đạt đến cấp độ cao nhất nhưng vì họ không quan tâm và giúp đỡ tất cả những linh hồn đã hỗ trợ họ, nên kiếp sau họ lại rơi xuống mức phát triển rất thấp. Chúng ta phải giúp đỡ lẫn nhau và trả ơn cho nhau. Chúng ta phải dùng tình yêu thương để hỗ trợ lẫn nhau. Chúng ta không được bỏ mặc trình độ thấp hơn khi chúng ta đạt trình độ cao hơn. Đó là cách làm sai lầm. Đấng Tạo Hóa muốn chúng ta nhận ra ý nghĩa thực sự của tình thương yêu. Tình thương yêu là lợi ích cho những ai đã đạt đến cấp độ cao nhất và đó là cũng là lợi ích cho tất cả các linh hồn trên Trái đất đã hỗ trợ họ trở thành mức cao nhất. Mỗi linh hồn trên hành tinh này đều đã đóng góp vào sự phát triển của họ. Mỗi loài chúng sinh đều đã góp phần đưa họ đến cấp độ cao nhất. Đó là lý do tại sao Đấng Tạo Hóa muốn chúng ta nhận ra ý nghĩa thực sự của tình thương yêu.

Nhân loại hiện đang bị mắc kẹt và gặp rất nhiều rắc rối. Chúng ta cần phải giải quyết các vấn đề mà chúng ta đang đối mặt càng sớm càng tốt. Vấn đề cốt lõi là chúng ta sử dụng tình thương yêu không chính xác, vì vậy tất cả chúng ta cần phải khắc phục vào thời điểm này. Hiện tại tất cả các linh hồn đều đang bị mắc kẹt, dù họ có ở trình độ cao đến đâu, dù họ có nói tất cả mọi thứ đều ổn đến đâu. Nếu chúng ta không hành động giúp đỡ người khác, thì chúng ta sẽ không nhận được gì cả. Chúng ta không nhận được điểm cộng từ

Thế Giới Vô Hình. Nếu ai đó nói: "Tôi ở trình độ cao và tôi ở gần Thượng Đế", thì họ phải biết cách để hỗ trợ loài người. Đó là ý nghĩa thực sự của "trình độ cao".

Có nhiều kỹ thuật khác để giúp nhân loại ngoài NLG. Nhưng NLG cung cấp năng lượng và kỹ thuật thực hành mà không tốn chi phí nào cả. Nó giống như một tổ chức mới đã mở một dự án cho những người muốn nhận nhiều lợi ích. Nhiều người nói rằng họ có mọi thứ họ cần nhưng họ chỉ đang nói! Họ đã nói trong nhiều thế kỷ rồi! Họ đã nói cả triệu năm rồi. Tất cả chỉ là lời nói! Họ cố gắng giải thích rằng Thượng Đế 'theo cách này' hoặc 'theo cách đó'. Nhưng họ đang dựa trên niềm tin của họ trên những thông tin sai lệch. Họ chỉ nghĩ về việc tạo ra "cái này và cái kia". Sau đó, họ viết một cuốn sách và nói, 'đây là con đường đích thực'. Nhưng vẫn chưa có linh hồn nào biết được con đường đích thực. Các Thiên Sứ đến hành tinh của chúng ta chưa cho chúng ta biết Thế Giới Vô Hình trông như thế nào. Chúng ta chưa đạt đến trình độ có thể hiểu được Thế Giới Vô Hình và Đấng Tạo Hóa. Chúng ta không có khả năng hiểu và chúng tôi cũng không cần phải biết. Chúng ta cần giải quyết các vấn đề của chúng ta ở đây và bây giờ. Khi chúng ta giải quyết được vấn đề của mình, Thế Giới Vô Hình sẽ tiết lộ nhiều thông tin có lợi hơn cho chúng ta. Chúng ta không học mọi thứ chỉ để có thể nói, "Tôi ở trình độ cao, tôi ở gần Thượng Đế, tôi ở ngay cạnh Thượng Đế", rồi lợi dụng mọi người. Chúng ta có thể nhận được lợi ích để nâng cấp mọi thứ trên Trái Đất tại thời điểm này. Chúng ta có thể kiến tạo thiên đường hạ giới ngay tại Trái Đất cho chính mình ngay bây giờ.

Thế Giới Tối Cao, của Đấng Tạo Hóa, cho phép chúng ta kết nối với năng lượng bậc cao hơn nhưng chỉ khi chúng ta sẵn sàng yêu thương nhau. Chúng ta sẽ được cung cấp tần số cao hơn để nâng cấp năng lượng trí tuệ và cho chúng ta tần số để cải thiện sức khỏe đáng kể. Có rất nhiều lợi ích khác sẽ được trao khi chúng ta hiểu và đem ý nghĩa thực sự của tình thương yêu vào thế giới của chúng ta.

Chúng ta được sinh ra trên hành tinh này trong thế giới vật chất. Chúng ta lớn lên được học tập và nhận được một nền giáo dục, sau đó tìm ra hướng đi đảm bảo sinh kế bền vững. Mỗi người đều có một kỹ năng riêng. Trên Trái Đất, chúng ta được trả lương theo tài năng, kỹ năng, bằng cấp và kinh nghiệm của mình. Lương bổng quyết định địa vị xã hội của chúng ta. Khi chúng ta nghĩ về chuyện một số người rất giàu có và một số người thì rất nghèo và một số thì nắm quyền kiểm soát và có quyền lực trong tay, chúng ta nghĩ rằng đó chỉ là điều "bình thường", theo cách hiển nhiên. Không cần phải đặt nghi vấn về điều này. Tuy nhiên điều này không "bình thường". Mọi thứ xảy ra với chúng ta đều dựa trên điểm cộng mà chúng ta đã nhận được từ thế giới tâm linh, được xét trên phẩm chất đạo đức của chúng ta. Phẩm chất đạo đức càng cao, chúng ta càng nhận được nhiều trí tuệ năng lượng từ thế giới tâm linh. Xã hội loài người trả cho chúng ta bằng tiền lương, thế giới tâm linh trả cho chúng ta bằng trí tuệ năng lượng, hoặc điểm cộng. Cuộc sống tiếp theo của chúng ta do đó được quyết định bởi phẩm chất đạo đức của chúng ta. Đôi khi chúng ta nói rằng chúng ta may mắn, nhưng chúng ta cần biết rằng may mắn chỉ dựa trên những gì chúng tôi đã làm. Nếu bạn là học viên của NLG, bạn sẽ có thể đưa ra nhiều quyết định hơn về cuộc đời tiếp theo của mình vì những điểm cộng bạn đang kiếm được qua việc thực hiện Năm Yếu Tố Tình Thương và suy nghĩ theo hướng tích cực.

Nếu bạn muốn đóng góp cho nhân loại, bạn có thể tham gia NLG để được cung cấp những kỹ thuật và năng lượng để giúp đỡ nhân loại. Các giảng huấn NLG đang làm việc cho chính họ vì họ muốn đạt đến trình độ cao hơn. Họ muốn phụng sự để vừa đạt trí tuệ giác ngộ vừa mang lại lợi ích cho người khác. Nếu bạn phụng sự cho NLG và đã đạt trí tuệ giác ngộ, bạn sẽ nhận được quyền lợi có thể quyết định về cuộc sống tương lai của mình.

Chúng ta sẽ tiếp tục tái sinh trên hành tinh này cho đến khi đạt đủ các điều kiện của Thế Giới Vô Hình và khi đó chúng ta sẽ có quyền mong cầu kiếp sau của chúng ta sẽ như thế nào. Khi đó, chúng ta có thể mong muốn được sinh ra khi nào và ở đâu, ngoại hình như thế nào hoặc chúng ta sẽ sinh ra ở tầng lớp xã hội như thế nào v.v. Chúng ta phải hoàn thành Năm Yếu Tố Tình Thương để đạt đủ các điều kiện đó. Nói theo cách khác là khi chúng ta tốt nghiệp "trình độ đại học" ở trường học trên Trái Đất, chúng ta có thể tình nguyện làm những gì chúng ta muốn cho lần tái kiếp tiếp theo của mình. Trong thế giới tâm linh, lương của bạn dựa trên phần đạo đức của bạn và cách bạn thực hiện, giúp đỡ mọi người và cách bạn đối xử hỗ trợ nhân loại.

Nền văn minh của thế giới tâm linh ở ngoài hành tinh của chúng ta không dùng kiến thức của thế giới này. Trong thang điểm từ 1 đến 100 để so sánh sự phát triển của linh hồn con người với mức độ phát triển nền văn minh của Đấng Tạo Hóa, chúng ta chưa đạt đến thang điểm 3, và họ ở mức 100. Chúng ta chưa phát triển đầy đủ để sử dụng kiến thức của họ. Bất luận chúng ta học và phát triển để có tri thức trên Trái Đất đều không cần thiết trong thế giới tâm linh. Những gì chúng ta học được trên Trái Đất đều chỉ sử dụng trên Trái Đất thôi. Trí tuệ cao nhất ở đây chỉ có thể sử dụng cho thế giới này. Đấng Tạo Hóa cùng với Thế Giới Vô Hình của mình không cần chúng ta mang bất kỳ thứ gì vào Vũ Trụ vì mọi thứ ở đó rất khác. Khi bạn đã đạt trình độ trí tuệ giác ngộ, điều đó có nghĩa là bạn đã đạt đến trình độ hiểu biết của loài người trên hành tinh này. Và sau đó, bạn có thể sử dụng những lợi ích này để hỗ trợ loài người tận hưởng cuộc sống thái bình nhiều hơn trước. Nền văn minh của Đấng Tạo Hóa không giống như chúng ta, vì vậy trí tuệ giác ngộ không giúp ích gì cho bên ngoài thế giới mà chúng ta đang sống này. Khi chúng ta đạt trình độ Trí Tuệ Giác Ngộ, lúc đó chúng ta sẽ sử dụng Năm Yếu Tố Tình Thương.

Mỗi linh hồn trên hành tinh này đến thế giới này để học cách phát triển, để đạt được trí tuệ và hạnh phúc. Tất cả chúng ta đều muốn học hỏi và có được hạnh phúc, vì vậy mỗi chúng ta phải đạt được Trí Tuệ Giác Ngộ cho chính mình - đó sẽ là kho báu quý giá nhất của chúng ta và là phần thưởng lớn nhất mà nền văn minh vũ trụ có thể trao cho chúng ta. Với điều này, tất cả chúng ta có thể vui mừng vì chúng ta có thể trở về với chuỗi ngày thanh bình.

Khoảng thời gian xa xôi trước kia, chúng ta đã nhận được một tần số vô cùng mạnh và mang lại cho chúng ta nhiều lợi lạc to lớn. Nhưng con người đã sử dụng lợi thế này sai cách và tiếc là đã lãng phí nó. Họ đã cạn kiệt nguồn năng lượng trí tuệ này và sau đó không thể sử dụng nguồn trí tuệ từ Đấng Tạo Hóa. Họ đánh mất sự khôn ngoan của mình vì họ cố gắng muốn sống độc lập và ngắt kết nối với Thế giới của Tạo Hóa. Vì vậy, khi chúng ta ngắt kết nối với tần số của họ, Thế Giới Vô Hình đã nói 'được rồi', bạn có ý chí tự do, chúng tôi sẽ đứng bên và theo dõi xem bạn làm gì với sự tự do đó.

Trình độ con người đáng lý ra ngày càng cao hơn, nhưng thực tế là chúng ta đang ngày càng đi xuống thấp. Chúng ta cứ vướng vào ngày càng nhiều vấn đề. Khi con người ngắt kết nối với Thế Giới Vô Hình và cố gắng thoát khỏi Năm Yếu Tố Tình Thương, họ đang tìm kiếm những lợi ích cho bản thân và không tuân theo chỉ dẫn để giúp đỡ lẫn nhau. Rồi mọi thứ đổ bể. Mọi người bắt đầu sống trong bóng tối do nghiệp xấu mà bản thân họ đã tạo ra. Họ đã cố gắng dùng quyền lực và lợi dụng người khác. Họ đã phải trả giá cho những rắc rối mà họ gây ra. Họ mất đi năng lượng trí tuệ, cơ thể vật chất của họ phải chịu đau đớn, và họ không thể ra khỏi nghiệp của họ. Những linh hồn tạo nghiệp xấu không hiểu rằng một ngày nào đó họ sẽ phải trả giá cho những gì họ đã làm. Năng lượng trí tuệ mỗi ngày của họ giảm xuống hơn là tăng lên. Họ không có đủ trí tuệ để hiểu phải làm gì khi một vấn đề xảy ra, vì vậy những rắc rối của họ cứ tăng lên gấp bội. Họ sử dụng kiến thức của mình để nói dối và lừa người. Họ cũng cố gắng lừa dối Thế Giới Vô Hình, nhưng con người không thể làm được điều đó. Họ không có khả năng đó. Bất luận chúng ta làm gì, nền văn minh của Đấng Tạo Hóa đều biết. Con người đang sử dụng trí tuệ để lợi dụng lẫn nhau nhưng họ không thể áp dụng phương thức này cho Thế Giới Vô Hình. Thế Giới Vô Hình biết chính xác những gì chúng ta đang làm, dù lớn hay nhỏ. Tất cả các linh hồn của con người phải tiếp tục quay trở lại cuộc sống con người, tái kiếp, và họ phải tìm cách để đạt trí tuệ giác ngộ ở cấp bậc cao hơn. Họ phải đền bù cho những thiệt hại mà họ đã gây ra cho người khác. Đó là lý do tại sao chúng ta đã ở đây ba triệu năm rồi, và chúng ta vẫn không thể giải quyết vấn đề này.

PHẦN 55: Điều Kiện Để Tiến Hóa

Kể cả tổ tiên của chúng ta, qua nhiều lần luân hồi chuyển kiếp cho đến ngày nay, vẫn chưa thể đủ điều kiện hoàn thành trình độ trí tuệ giác ngộ. Vũ Trụ Tối Cao muốn cuộc sống trên hành tinh này trở thành "thiên đàng hạ giới" trên mỗi quốc gia và ở thế giới này. Ngài hỗ trợ chúng ta làm việc này trong sự thuận hòa.

Nền văn minh trong vũ trụ muốn chúng ta có đủ cái ăn cái mặc và phát triển nhiều thực phẩm lành mạnh để tiếp tục chu kỳ luân hồi của mình cho đến khi tất cả đều đạt trình độ trí tuệ/giác ngộ. Đây là yêu cầu của Linh Hồn Đấng Tối Cao. Chúng ta phải thiết lập hệ thống để mọi người có đủ vật chất, đủ giáo dục và kiến thức, đủ thức ăn và mọi thứ con người cần để sống tốt. Nó giống như khi chúng ta chuẩn bị cho một chuyến du lịch hoặc kỳ nghỉ và mọi người phải chuẩn bị cho sẵn sàng về tinh thần, sức khỏe tốt cũng như niềm phấn khởi trước khi đi. Bạn phải cùng nhau có đủ quần áo để mặc, đủ thức ăn và tài chính trước khi đi. Miễn là chúng ta còn sống với quy luật luân hồi trên thế giới này, thì đây là điều cần thiết. Sau một chu kỳ của cái chết và sự tái sinh, thế giới cần phải được sắp xếp để linh hồn quay trở về này - một đứa trẻ – tựa như đang trở lại một điểm nghỉ dưỡng, nơi mọi nhu cầu sẽ được đáp ứng cùng với tình thương yêu, sự thịnh vượng, thực phẩm lành mạnh, không khí trong lành và nguồn nước sạch, vật chất đầy đủ và một nền giáo dục xuất sắc để tiếp thu kiến thức. Điều kiện từ Thượng Đế là chúng ta chuẩn bị sẵn sàng ở Trái Đất, đón nhận tất cả những đứa trẻ mới sinh trở lại dưới dạng thể chất trong một thế giới hòa bình và thịnh vượng - giống như một nơi bạn muốn tận hưởng kỳ nghỉ với gia đình của mình. Kỳ nghỉ này sẽ mang lại cho bạn nhiều niềm vui và hạnh phúc. Việc chúng ta trở lại từ kiếp luân hồi cũng giống như đi du lịch và trong lúc ở đây, nâng cao kiến thức của chúng ta. Đây là điều mà nền văn minh của tình thương yêu, Vũ Trụ Tối Cao yêu cầu ở chúng ta.

PHẦN 56: Nợ Nần Không Thể Tự Biến Mất

T rước khi tôi biết đến NLG, tôi từng đến nhiều buổi hội thảo để học hỏi từ các Thầy khác nhau. Tôi đã gặp một người được gọi là 'thầy bói', người có thể nhìn thấy linh hồn bạn, nói cho bạn nghe tương lai và có thể nhìn thấy tiền kiếp của bạn. Lúc đó, tôi không có nhiều kiến thức về tâm linh. Thầy bói nói về một trong những người tham gia bị bệnh rất nặng và kể cho chúng tôi nghe về tiền kiếp của anh. Tôi đã không tin những gì thầy bói đang nói, và tôi tin rằng cô ấy đang bịa ra một câu chuyện về anh. Sau đó, cô muốn nói với tôi vài điều về bản thân tôi, nhưng tôi không nghĩ điều đó quan trọng và không thực sự tin những gì cô ấy nói. Bây giờ tôi đã biết rất nhiều về tâm linh, tôi biết rằng những gì cô ấy từng nói là đúng bởi vì tôi biết có một Thế Giới Vô Hình và có Linh Hồn Đấng Tối Cao, Đấng Tạo Hóa của chúng ta. Chúng ta có tiền kiếp và chúng ta có kiếp sau, cho đến khi chúng ta đạt đến trình độ hoàn thành những điều kiện của Thế Giới Vô Hình. Khi đó, chúng ta sẽ có năng lượng cấp cao hơn và chúng ta có thể quay trở về Thế Giới Tối Cao bên ngoài Trái Đất.

Khi con người chúng ta hoàn thành khóa đào tạo ở Trái Đất, Thế Giới Vô Hình sẽ giúp chúng ta quyết định những gì chúng ta sẽ làm tiếp theo. Thế giới Vô Hình đang giúp chúng ta để chúng ta có thể vươn tới một cấp độ cao hơn. Từ bây giờ nếu bạn nói rằng bạn đã có trình độ 'cao hơn', hoặc một hệ thống cao hơn, hoặc một lý thuyết tốt hơn, thì cách duy nhất để biết chính xác là bất cứ thứ gì có cấp bậc cao hơn hoặc tốt hơn là liệu nó có giúp ích cho nhân loại hay không. Nếu bạn tự nhận bạn giỏi hơn thì bạn phải biết cách giúp đỡ loài người vì nếu bạn chỉ biết nói lý thuyết thì nó lại chỉ như một trò đùa.

Tất cả chúng ta đều có cơ thể vật lý để sống trên hành tinh này. Một lần tôi hỏi vị Thầy của Tình Thương rằng tại sao chúng ta không thể quay trở về Thế Giới Tối Cao và gặp Đấng Tạo Hóa ngay bây giờ. Thầy nói hãy nghĩ xem nếu bạn muốn đi từ St. Louis đến New York, nhưng xe của bạn chỉ đủ xăng để đi được 300 dặm. Nếu không có trạm nào để đổ xăng từ đây đến New York, bạn sẽ gặp khó khăn. Bạn sẽ không còn xăng để đi nữa. Nói cách khác, chúng ta sẽ cần cải thiện nguồn cung cấp năng lượng lúc đầu để có thể đi từ đây đến New York. Tương tự như khi chúng ta cố gắng quay trở lại Thế Giới Tối Cao, chúng ta phải đi một quãng đường rất dài nên bạn phải tích trữ đủ năng lượng để đến được đó. Với năng lượng mà chúng ta có hiện tại nếu chúng ta đi vào không gian, đơn giản chúng ta sẽ biến mất. Năng lượng từ Vũ Trụ sẽ quá sức chịu đựng của chúng ta và linh hồn của chúng ta sẽ bị phá hủy.

Để có được một cơ thể vật lý, chúng ta phải xếp hàng có thể là trong hàng nghìn năm, trước khi có thể nhận được một cơ thể mới. Chúng ta đang nhận được một phần thưởng lớn khi chúng ta sở hữu một cơ thể vật lý. Đó là một điều rất trân quý. Khi tâm hồn và thể xác kết hợp với nhau thì điều đó rất là quý giá. Đôi khi con người nói rằng họ không muốn ở lại với cơ thể vật lý của mình, nhưng chúng ta chưa có sức mạnh để rời khỏi cơ thể của mình. Chúng ta cần hiểu cách mà Thế Giới Vô Hình đã sắp xếp cuộc sống cho chúng ta. Chúng ta cần tuân theo hệ thống mà Thế Giới Vô Hình đã thiết lập cho chúng ta cho đến khi chúng ta hoàn thành khóa đào tạo của bản thân và có thể tìm ra điểm đến tiếp theo của mình. Khi chúng ta hoàn thành khóa đào tạo của mình, chúng ta sẽ có sự hỗ trợ và có thể đi đến Thế Giới Tối Cao. Chưa có con người nào đạt đến cấp độ này, vì vậy chúng ta không thể tạo ra cuộc sống theo cách chúng ta muốn. Chúng ta cần ngồi lại, tĩnh tâm và học NLG.

Cuối cùng chúng ta sẽ có thể hiểu được. Chúng ta sẽ có sự kết nối và hỗ trợ. Linh Hồn Đấng Tối Cao cho phép chúng ta sử dụng năng lượng của Ngài. Chúng ta phải ở lại với thế giới vật chất và phát triển với thế giới vật chất trước khi quay trở về khối sáng của Thế Giới Vô Hình. Chúng ta phải kiên nhẫn và làm theo hệ thống từng bước một. Khi chúng ta nói rằng chúng ta yêu thương con người và nhân loại, có nghĩa là chúng ta phải làm điều gì đó cho họ. Chúng ta không thể chỉ nói suông - chúng ta phải hành động và cần làm điều gì đó mang tính xây dựng để giúp đỡ họ. Đôi khi khi chúng ta muốn hành động, chúng ta lại cho rằng chúng ta không có đủ sức mạnh. Bây giờ, hôm nay, Thế Giới Vô Hình, Thế Giới Tối Cao, Đấng Tạo Hóa đang cho phép Năng Lượng NLG hỗ trợ chúng ta đạt kết nối cao hơn với Đấng Tạo Hóa. Năng lượng này có thể giúp loài người có đủ năng lượng để chúng ta tiếp tục hành trình phát triển để đánh thức và sử dụng tình yêu thương thực sự từ Linh Hồn Đấng Tối Cao để giúp đỡ loài người. Điều này sẽ giúp chúng ta hiểu được mục đích sống thực sự ở thế giới vật chất.

PHẦN 57: Con Đường Duy Nhất

Hành trình tiến hoá của mọi linh hồn vẫn tiếp tục phát triển qua từng giai đoạn. Mọi người trở về thế giới vật chất để học tập, luân hồi chuyển kiếp. Mọi người đều phải trải qua chương trình đào tạo của Trái Đất theo từng bước. Điều này không thể tránh được. Tất cả các linh hồn phải đạt được năm yếu tố của lòng nhân ái để giác ngộ. Đây là những điều được yêu cầu.

Khi chúng ta có đủ kiến thức về Năm Yếu Tố Tình Thương, đã hoàn thành chúng và đã làm việc chăm chỉ để tạo đủ điểm cộng qua những hành động mà chúng ta đã thực hiện, chúng ta sẽ có thể tái kiếp theo những cách khác những lần trước. Sau đó, chúng ta sẽ có thể đưa ra quyết định cho bản thân về cuộc sống hiện tại của chúng ta và những lần tái kiếp trong tương lai. Người Ai Cập đã cố gắng tìm cách để làm điều này, nhưng họ đã không thành công.

Người Ai Cập đã cố gắng tìm ra cách để có một cuộc sống lâu dài và kiểm soát được những lần tái sinh trong tương lai của họ. Họ đã thử nhiều kỹ thuật để nhận được những khả năng này. Họ thử nghiệm dùng thuốc, năng lượng, các loại thảo mộc, và đã thử nhiều kỹ thuật khác nhau nhưng chưa có cách nào thành công cả. Cách duy nhất để có được những điều này là bạn phải có đủ kiến thức về Năm Yếu Tố Tình Thương. Sau đó khi chúng ta muốn điều gì thì nó sẽ được Nền Văn Minh của Đấng Tạo Hóa chấp thuận. Người Ai Cập đã không có kiến thức đó. Họ không đáp ứng các tiêu chí để hiểu và áp dụng Năm Yếu Tố Tình Thương trong thế giới của họ. Họ đã có một số kiến thức về điều này, nhưng không đầy đủ.

Khi chúng ta hoàn thành Năm Yếu Tố Tình Thương, nhân loại sẽ có thể đạt được nhiều lợi ích. Ví dụ, tôi có một kỹ thuật cho phép chúng ta sống đến 120 tuổi thông qua việc thay đổi ADN của chúng ta trong cuộc đời này. Tôi muốn sử dụng kỹ thuật này để giúp nhân loại trong quá trình phát triển của họ, nhưng Năng lượng Vũ trụ-Linh Hồn Tối Cao chưa cho phép tôi sử dụng nó. Sự phát triển của chúng ta chưa đủ tầm để thể hiện Năm Yếu Tố Tình Thương. Một linh hồn ở Trái Đất cần đạt đủ trí tuệ giác ngộ sử dụng Năm Yếu Tố Tình Thương để đạt tiêu chuẩn của Nền Văn Minh Vũ Trụ. Trong quá khứ, ở những lần chuyển kiếp luân hồi của mọi người, họ phải học mọi thứ từ đầu ở mỗi kiếp mà không có ký ức về tiền kiếp của họ. Nhưng có một cách để tái sinh và duy trì kiến thức của bạn từ kiếp trước. Trong tương lai gần, những người đạt đủ tiêu chuẩn với các bài học NLG sẽ có thể làm điều này. Làm những điều này rất dễ dàng, một khi Linh Hồn Đấng Tối Cao cho phép. Khi một người nào đó đã hoàn thành Năm Yếu Tố Tình Thương, sử dụng kỹ thuật NLG, và họ đã nhận đủ điểm cộng tốt, họ sẽ được phép có nhiều thứ mà họ mong muốn. Chẳng hạn như họ sẽ được chọn nơi mà họ muốn sinh ra! Những gì họ muốn làm trong cuộc sống sẽ được chấp nhận! Trước đây, không ai được phép làm điều này. Hiện tại, những ai có nghiệp thiện lành hoặc điểm cộng tốt, là nhận được 'may mắn' khi học được các bài học mới ở khía cạnh tần số năng lượng.

Những linh hồn tái sinh và trở lại Trái Đất mà không có điểm cộng tốt sẽ có cuộc sống rất khó khăn. Một số người có cuộc sống như vậy nói rằng họ muốn tự vẫn để thoát khỏi cảnh khốn cùng. Điều này sẽ không giúp họ một chút nào. Nó thậm chí sẽ chỉ làm cho mọi thứ tồi tệ hơn. Họ phải tái kiếp lần tiếp theo và cuộc sống đó sẽ còn khó khăn hơn vì họ đã không thực hiện những hành động yêu thương bản thân vốn là hình thức đầu tiên của tình thương. Cho dù ai đó hủy hoại cơ thể của họ bằng cách tự sát hoặc sử dụng bất kỳ hình thức trốn thoát nào khác, họ vẫn phải quay trở lại. Không còn lựa chọn nào khác. Con đường duy nhất để làm cho mọi thứ tốt hơn là thực hiện những hành động đúng đắn kiến tạo ra Năm Yếu Tố Tình Thương trên Trái Đất bằng cách giúp đỡ những người khác nhận được nhiều điểm cộng hơn. Đó là con đường để đạt đến cấp độ đủ để có thể có quyền lựa chọn nơi họ sẽ sinh ra và hoàn cảnh mà họ sẽ sinh ra, v.v ... Họ phải học cách hoàn thành Năm Yếu Tố Tình Thương.

PHẦN 58: Bình Thường Nhưng Kỳ Diệu

N hững người học NLG là những người có cuộc sống đời thường như bao người khác. Nhưng vì làm việc với năng lượng NLG, họ có thể có được những khả năng kỳ diệu và trở thành những người đóng góp giá trị to lớn cho hành trình tiến hóa của nhân loại. Sức khỏe là bước đầu tiên trong nhiều bài học mới mà Đấng Tạo Hóa cho phép được chia sẻ với mọi tầng lớp trong xã hội. NLG dạy chúng ta đạt trí tuệ quý giá trong thời gian ngắn hơn nhiều so với trước đây. Tất cả mọi người đều có thể hiểu được giá trị thực sự của tình thương. Trước khi học NLG, con người không thể tự kích thích tế bào gốc hoặc trở lại trạng thái khỏe mạnh. Khi chúng ta đã học NLG, chúng ta có thể làm những điều này một cách dễ dàng. Nó thực sự là kỳ diệu. Nguồn năng lượng có thể làm điều này đến từ vị Thầy của Tình Yêu Thương, với sự cho phép của Đấng Tạo Hóa. Khi là con người sống trên địa cầu này, chúng ta phải có một sức khỏe tốt. Chúng ta còn cần cả trí tuệ và sự khôn ngoan để áp dụng lối sống bình an và hạnh phúc cho tất cả mọi người.

Tôi là một người bình thường như bao người khác trong xã hội. Tôi không được học hành nhiều và không được sinh ra trong một gia đình giàu có. Có thể nói tôi sinh ra ở vị thấp của xã hội. Tôi không được đào tạo trong bất kỳ lĩnh vực cụ thể nào của tâm linh. Tôi chưa bao giờ nghĩ rằng mình sẽ có thể giúp đỡ những người đang gặp khó khăn và bệnh tật. Nhưng vị Thầy của Tình Thương, từ Đấng Tạo Hóa, đã chọn tôi để dạy môn học mới này cho loài người. Bây giờ, tôi vẫn là một người bình thường, tôi có thể làm nên điều kỳ diệu mà những nhà khoa học giỏi nhất trên Trái Đất không thể làm được. Tôi có thể giúp bạn tự kích thích tế bào gốc cải thiện sức khỏe, giảm đau bệnh cũng như chữa lành các bệnh nghiêm trọng qua khóa học trong khoảng 3 đến 5 tiếng. Và nếu bạn muốn, bạn có thể tiếp tục với các lớp học cấp cao hơn và nhiều kiến thức hơn nữa. Tôi mong muốn chia sẻ tình yêu thương này để mang lại lợi ích cho bất kỳ ai gặp khó khăn trong cuộc sống của họ. Tôi đến với bạn bằng sự chân thành của một người bình thường, với cách giao tiếp bình thường nhất của một người bạn, một người quen. Tôi không muốn khoe khoang hay vụ lợi cho bản thân. Điều tôi ước chỉ đơn giản là chia sẻ tình yêu thương. Tôi muốn giới thiệu với các bạn về vị Minh Sư thực sự của nhân loại, người mà toàn thể nhân loại đều mong đợi được gặp, khi thời điểm được chấp nhận. Thầy là người mà tất cả mọi người muốn nhìn thấy và biết đến. Thầy không phải là người mà mọi người hay nghĩ đến. Thầy rất gần gũi với chúng ta. Bạn sẽ nhận ra Thầy là người mà bạn thương yêu. Thầy là lý do tại sao tôi không bao giờ muốn bất cứ ai gọi tôi là 'Thầy'. Thầy là vị Minh Sư thực sự của tất cả loài người. Thầy là Đạo Sư mà tất cả các tôn giáo muốn nhìn thấy và biết đến. Tất cả kiến thức và khả năng này đều đến từ Thầy. Thầy là người tôi muốn tất cả mọi người biết đến.

Xã hội cho rằng những người tài năng nhất là ở trình độ cao nhất. Các nhà sản xuất thường khẳng định sản phẩm của họ có giá trị cao nhất, tinh vi nhất và tốt nhất trong thị trường. Nhưng sự thật thì những câu nói này không hoàn toàn trung thực. Trong các lĩnh vực khác, bất luận ai cạnh tranh cho vị trí cao nhất đều khẳng định rằng họ là người 'giỏi nhất'. Trên thực tế, tất cả những lời bàn tán về những gì cao nhất và tốt nhất trong nhiều lĩnh vực khác nhau, và tất cả những điều tốt đẹp mà mọi người nói rằng họ đã làm để đóng góp cho nhân loại, chưa thể giải quyết được những vấn đề khó khăn của thế giới chúng ta. Chúng ta đang gặp bế tắc.

Các tôn giáo cho rằng Thượng Đế của họ là Đấng Tối Cao - 'Siêu Quyền Năng'. Trong NLG, chúng ta sử dụng thuật ngữ 'cao' có nghĩa là người đó có thể giải quyết các vấn đề ở đây trên Trái Đất cho mỗi cá nhân và cho nhân loại. Chúng ta không muốn có sự cạnh tranh về cao hay thấp, hoặc đây là Thượng Đế, hoặc đây không phải là Ngài. Trong NLG, chúng ta muốn sử dụng kỹ thuật tân tiến nhất để giải quyết các vấn đề của chúng ta về bệnh tật, đói nghèo và chiến tranh. Đối với NLG, quyền năng cao nhất có nghĩa là Tình Thương Yêu cao nhất. Với NLG chúng ta sẽ có kỹ thuật để giải quyết những vấn đề này. Cao hơn có nghĩa là có thể giải quyết các vấn đề ngay tại đây và ngay bây giờ. Điều này chưa từng được thực hiện trước thời điểm này trong lịch sử. Với món quà này từ NLG, chúng ta có thể kích thích tế bào gốc để tăng cường sức khỏe và trí tuệ. Từ một người bình thường, chúng ta trở thành những người đóng góp có giá trị trong những lĩnh vực cao nhất cho hành trình tiến hóa của con người.

Chúng ta học hỏi gia tăng trí tuệ trong thời gian ngắn hơn nhiều. Chúng ta tìm ra triết lý sống để tất cả mọi người sống bình an và hạnh phúc. Chúng ta có hiểu biết thực sự về giá trị của tình thương yêu. Cải thiện đáng kể về sức khỏe, trí tuệ và sự thông thái của chúng ta. Đây là những lợi ích cốt lõi của năng lượng này.

PHẦN 59: Những Bài Học Tốt Và Xấu

Trước khi đạt đến trình độ trí tuệ giác ngộ, chúng ta phải luôn trân trọng cả mặt tốt và xấu. Con người thường chỉ biết ơn những điều tốt đẹp đến với họ. Trong xã hội này, con người chỉ biết trân trọng những thành công của những cái tốt, cái đẹp và cái 'đúng đắn'. Nếu chúng ta có năng lượng trí tuệ, chúng ta cũng có thể nhìn thấy vẻ đẹp của thất bại đang cho chúng ta những bài học hỗ trợ sự tiến hóa của loài người. Nếu một người chỉ có một chút năng lượng trí tuệ, khi người khác gây ra điều tồi tệ với họ, họ ngay lập tức rất tức giận với người đã gây ra vấn đề đó. Họ có thể nói rằng họ ghét người này vì đã mắc sai lầm hoặc làm điều gì đó sai trái. Họ đối xử với người này rất tệ. Chúng ta có thể rút ra bài học nếu chúng ta dừng lại và nhìn vào những gì đã xảy ra và xem xét vấn đề do người này làm sai. Người làm sai phải bồi thường thiệt hại do mình gây ra. Họ đánh mất rất nhiều thứ trong thế giới vật chất và mọi người ghét họ. Người đó mất năng lượng và điểm cộng làm việc tốt trong thế giới tâm linh. Nếu chúng ta nhìn vào người này và lỗi lầm mà họ đã mắc phải, thì chúng ta có thể tránh được vấn đề này cho chính mình. Chúng ta sẽ không để bản thân mắc sai lầm tương tự.

Nếu điều gì đó không đúng làm chúng ta khó chịu, có lúc chúng ta khiến nó trở nên tệ hơn hoặc phức tạp hơn bằng hành động của mình. Khi chúng ta học NLG, trí tuệ của chúng ta được tăng lên. Từ đó, chúng ta có thể nhìn những điều tiêu cực ở nhiều góc độ khác nhau. Chúng ta không cố gắng hạ bệ người khác hay bị nó kéo xuống. Bây giờ chúng ta có đủ năng lượng để nhận ra rằng chúng ta có thể học hỏi từ những trải nghiệm tiêu cực này.

Con người phải trưởng thành và học hỏi theo cả hai hướng, thông qua việc nhìn thấy cả mặt tốt và mặt xấu. Khi chúng ta thấy người khác làm những điều xấu, chúng ta nghĩ, "Tôi biết điều đó; Tôi không muốn đi theo nó ". Chúng ta nên trân trọng những người đã làm điều xấu, vì họ là ví dụ điển hình cho những điều không nên làm. Bản thân chúng ta sẽ tự khắc tránh mắc phải những sai lầm tương tự. Họ đã dạy cho chúng ta một bài học quan trọng và đã cứu chúng ta khỏi những hành động xấu như vậy, biết rằng khi chúng ta làm điều xấu, chúng ta sẽ phải đền bù cho những thiệt hại bằng việc mất đi điểm cộng của mình. Chúng ta có thể nói, "Bây giờ tôi đã biết là không nên làm thế, cảm ơn bạn rất nhiều vì tôi không phải bồi thường thiệt hại như bạn phải làm, bạn đã dạy tôi bài học quan trọng này!". Mọi thứ đều là bài học để chúng ta sống trở nên thoải mái, an toàn và hạnh phúc hơn. Nếu chúng ta biết ơn tất cả những thất bại từ lịch sử con người, chúng ta có những bài học từ họ và tiến đến một lối sống thành công hơn.

Nếu chúng ta có nhiều năng lượng Trí Tuệ hơn, chúng ta có thể nhận ra thành công và thất bại. Thấy được vẻ đẹp của thất bại là giúp ích cho sự tiến hóa bởi vì sau đó chúng ta sẽ không còn tạo ra những những sai lầm tương tự. Bằng cách nhìn vào những người tốt và xấu và những tình huống khác nhau, chúng ta có thể thấy những hướng đi tạo ra lợi ích cho nhân loại. Chúng ta cần có lòng biết ơn đối với những thành công cũng như những thất bại trong quá khứ. Tất cả mọi thứ đều là bài học cho chúng ta để tạo ra một xã hội bình an và hạnh phúc hơn. Ngày nay, thế giới đang phải đối mặt với nhiều bế tắc mà chúng ta phải nhìn nhận. Ba vấn đề quan trọng nhất là bệnh tật, nghèo đói và chiến tranh, tất cả đã tạo ra rất nhiều đau thương.

Bằng cách nhìn vào giá trị của những lợi ích nhận được từ những hành động, mọi người có thể quyết định phương thức hành động nào là mang lại thành công. Bằng cách nhìn vào những thất bại, chúng ta cũng có thể thấy cách họ chỉ ra hướng đi chính xác và thành công. Vì vậy, chúng ta biết ơn sự thành công và chúng ta biết ơn những thất bại. Thất bại là bài học cho chúng ta có cuộc sống an yên, hạnh phúc và học cách để thành công hơn.

PHẦN 60: Giác Ngộ Là Sự Giải Thoát Của Chúng Ta

Vị thầy Đặc Biệt của Tình Thương, đã ban cho chúng ta NLG – Năm Yếu Tố Tình Thương như là chìa khóa chính để giải quyết tất cả vấn đề cho nhân loại. Tình thương yêu cùng với trí tuệ trở thành trí tuệ giác ngộ, là sự giải thoát của chúng ta. Đây là phao trợ giúp của chúng ta, được gửi đến từ Nền Văn Minh của Đấng Tạo Hóa. Ba tỷ năm trước, Nền Văn Minh của Đấng Tạo Hóa, Linh Hồn Đấng Tối Cao, đã thiết lập muôn loài vạn vật bằng Năm Yếu Tố Tình Thương. Ngài nói, "Con đến Trái Đất này để học cách cải thiện Năm Yếu Tố Tình Thương. Khi con hoàn thành điều đó, ta sẽ đưa con lên một trình độ khác". Vì vậy, chúng ta đã học ở đây ba tỷ năm và chúng ta chỉ nhận ra bốn yếu tố tình thương. Chúng ta đang thiếu yếu tố thứ 5 của tình thương. Chúng ta đang gặp bế tắc ở đây và không hiểu cách quay về với Đấng Tạo Hóa của chúng ta. Khi chúng ta mất kết nối với Thế Giới Vô Hình, chúng ta đã đánh mất con đường phát triển bản thân trở thành những sinh linh sống trong hòa bình, sống trong hạnh phúc. Hôm nay, chúng ta đang kết nối lại với Nền Văn Minh của Đấng Tạo Hóa, mang đến cho chúng ta nguồn năng lượng nâng cao hơn để hiểu và sử dụng Năm Yếu Tố Tình Thương. Khi chúng ta hành động với Năm Yếu Tố Tình Thương, chúng ta có thể trở về với Đấng Tạo Hóa của chúng ta.

Vì loài người không nhận ra cách sử dụng chính xác Năm Yếu Tố Tình Thương, tổ tiên của chúng ta đã nhờ đến sự hỗ trợ của Thế Giới Vô Hình. Chúng ta được đáp lại bằng những tần số NLG để giúp nhân loại tìm ra Năm Yếu Tố Tình Thương. Với NLG, chúng ta có kết nối một lần nữa với

Đấng Tạo Hóa. Nếu không có sự hỗ trợ này, con người không thể hiểu rõ về Năm Yếu Tố Tình Thương để hành động thực hiện. Một số người đã biết về Năm Yếu Tố Tình Thương nhưng đã không thể tạo ra một thế giới hỗ trợ tất cả loài người và tất cả sự sống, bởi vì họ không có năng lượng để làm việc ở trình độ đó. NLG là công cụ hỗ trợ cho những người có trái tim thiện lành sử dụng hỗ trợ bản thân họ và người khác. Khi một nửa số người trên hành tinh hiểu được Năm Yếu Tố Tình Thương và biết cách thực hiện chúng, con người sẽ có thể đi đến cấp độ tiếp theo của sự phát triển con người.

Nhiệm vụ của NLG là hỗ trợ loài người tại thời điểm này đạt đúng trình độ trí tuệ giác ngộ, để có được trí tuệ sống một cách bình an. Sau đó, chúng ta có thể có thiên đường hạ giới cho tất cả mọi người. Khi loài người sống theo Năm Yếu Tố Tình Thương, họ sẽ có đủ trí tuệ và năng lượng để xây dựng một hệ thống chấm dứt nạn đói và chiến tranh. NLG cũng cung cấp năng lượng tân tiến hơn để kích thích các tế bào gốc đưa cơ thể chúng ta về trạng thái khỏe mạnh hơn.

Tần số NLG cung cấp loại năng lượng chúng ta cần, nhưng có chấp nhận nó hay không là tùy thuộc vào chúng ta. Con người có chấp nhận sự giúp đỡ và hỗ trợ này hay không là do chúng ta quyết định. Đó là tùy thuộc vào chúng ta. Chúng ta cần phải quyết định số phận của mình. Quyền lựa chọn là nằm ở con người. Chúng ta có thể sở hữu kiến thức này hoặc bỏ qua nó. Đấng Tạo Hóa sẽ không đưa ra quyết định cho chúng ta. ADN của con người được lập trình với Năm Yếu Tố Tình Thương, và chúng ta đã được thiết lập với điều này. Chúng ta được dàn dựng để phát triển một cách hòa bình, hạnh phúc với sức khỏe tốt, cho đến khi chúng ta đạt đến trình độ có thể trở về với Đấng Tạo Hóa, Linh Hồn

Tối Cao - Năng lượng Vũ Trụ. Chúng ta chỉ cần tần số NLG nâng cấp hệ thống theo cách chúng ta mong muốn được sống. Chúng ta đã mất kết nối này một thời gian dài trước đây và không biết cách sử dụng hệ thống của mình một cách đúng đắn. Chúng ta chưa biết làm thế nào để sử dụng những gì chúng ta đã được ban cho một cách chính xác. Chúng ta chưa thực hiện đủ Năm Yếu Tố Tình Thương. Chúng ta chưa thể nhận được nhiều lợi ích từ Thế Giới Vô Hình. Khi con người hoàn thành thực hiện đủ Năm Yếu Tố Tình Thương, chúng ta có thể hỏi nhiều thông tin cần thiết để tiếp tục phát triển theo hướng chúng ta muốn. Khi một người hiểu rõ và sử dụng Năm Yếu Tố Tình Thương cùng với NLG, thế giới tâm linh chấp nhận cái họ muốn và cho họ nhiều lợi ích hơn cả về cuộc sống này và trong tương lai kiếp sau.

Yếu Tố Thứ Năm của Tình Thương mà chúng ta cần là Yêu Thương tất cả con người và muôn loài vạn vật vô điều kiện. Nó rất đơn giản và dễ dàng, nhưng chúng ta không nhìn thấy giá trị và lợi ích trong đó. Các nhà lãnh đạo trên thế giới sẽ cần phải thực hiện điều này. Chúng ta cần phải đối xử tốt với tất cả trẻ em trên toàn thế giới. Chúng ta cần phải giáo dục các em thật tốt. Trẻ em cần phải lớn lên bằng trí tuệ. Chúng ta cần yêu thương tất cả mọi người một cách đúng đắn. Nhưng thay vào đó, hầu hết con người có xu hướng nói, "Tôi chỉ yêu bản thân mình, tôi không yêu thương bất kỳ ai khác. Tôi chỉ yêu bản thân tôi, và gia đình tôi. Tôi chỉ yêu đất nước của tôi. Không ai khác!" Năm Yếu Tố Tình Thương không phải quá khó để thực hiện. Cũng giống như một chiếc máy tính, linh hồn của chúng ta đã được thiết lập sẵn cho Năm Yếu Tố Tình Thương này, nhưng chúng ta hiện không sử dụng hệ thống đó.

Mẫu Số Chung - Phúc Lê

Thông tin về việc sử dụng Năm Yếu Tố Tình Thương để tạo ra vận mệnh của chúng ta được chứa trong các kim tự tháp ở Ai Cập, dù vậy người Ai Cập đã không biết cách sử dụng Năm Yếu Tố Tình Thương.

Nền Văn Minh của Đấng Tạo Hóa đã hỗ trợ một số linh hồn có sự thông thái trên hành tinh này thành lập một quốc gia mới, Hợp Chủng Quốc Hoa Kỳ. Sự phát triển của hiến pháp Hoa Kỳ đã được hỗ trợ bởi Nền Văn Minh của Đấng Tạo Hóa như một ví dụ cho thế giới thấy về cách thực hiện Năm Yếu Tố Tình Thương này. Hoa Kỳ là một quốc gia duy nhất, một quốc gia hiện đại, được thành lập để chứng minh cho nhân loại thấy hệ thống của chúng ta hoạt động như thế nào. Nhưng nhiệm vụ này đã không được hoàn thành. Những ý tưởng đã không được thực hiện đầy đủ vì mọi người cần có khả năng áp dụng Yếu Tố Thứ Năm của Tình Thương. Nhân loại vẫn thường tìm cách sử dụng quyền lực và kiểm soát người khác hơn là tình thương yêu. Hoa Kỳ đã được sắp xếp để thể hiện tình thương và giúp đỡ người khác tạo ra sự thịnh vượng mà mọi người trên thế giới có thể noi theo.

Hy vọng rằng sẽ sớm thôi, mọi người trên thế giới sẽ nhận ra, thay đổi và chấp nhận đi theo con đường khác. Con người sẽ tuân theo và thực hiện Năm Yếu Tố Tình Thương vì họ sẽ nhận ra rằng điều này là vì lợi ích của họ. Không ai có thể bảo con người thay đổi chỉ bằng lời nói, "Tôi yêu bạn, Thượng Đế yêu thương bạn hay nền văn minh trong không gian yêu thương bạn". Hầu hết mọi người không quan tâm. Tuy nhiên, khi họ nhận ra mình có thể khỏe mạnh, sống lâu và phát triển năng lượng trí tuệ, họ sẽ yêu thương Năm Yếu Tố Tình Thương. Họ phải nhận ra những điều này là vì bản thân họ và vì lợi ích của họ. Từ đó họ sẽ thay đổi. Không một ai có thể làm họ thay đổi thông qua lý thuyết. Kể cả

245

Thượng Đế đã đến đây và khuyên họ thay đổi cách hành xử từ bây giờ, họ có thể trả lời 'đồng ý' nhưng họ sẽ không làm như vậy. Họ sẽ quyết định thay đổi chỉ khi họ nhìn thấy lợi ích của chính mình. Thế Giới Vô Hình không cho chúng ta biết bất cứ điều gì, nhưng họ gửi năng lượng trí tuệ đến linh hồn của chúng ta để tất cả con người có thể bắt đầu nhận ra sống trong hòa bình với nhau là như thế nào. Chúng ta phải đưa ra quyết định cho bản thân. Con người mới chính là nhân tố quyết định cuộc sống sẽ như thế nào trên hành tinh này. Đừng nghĩ rằng Thượng Đế dạy bảo chúng ta sống thế nào. Chúng ta không thể nói Thượng Đế nói điều này hay điều kia. Đấng Tạo Hóa chỉ ban cho chúng ta tần số trí tuệ, năng lượng của trí tuệ. Chúng ta phải đạt được thỏa thuận với nhau, với cộng đồng, với xã hội cũng như những thỏa thuận giữa các quốc gia.

Đừng khẳng định bất cứ điều gì về Thượng Đế, rằng Ngài đã nói, 'điều này' hoặc đã nói 'điều đó'. Thượng Đế không nói gì cả. Thượng Đế ban cho chúng ta năng lượng trí tuệ và chúng ta có thể minh định mình sẽ sống như thế nào. Chúng ta minh định làm thế nào để sống hòa bình và yêu thương lẫn nhau. NLG đã được lập trình cho con người sống trong Năm Yếu Tố Tình Thương. Mọi thứ khác chúng ta phải tự phát triển.

Ngay từ đầu linh hồn của chúng ta được thiết lập cho sự tiến hóa của tình thương yêu. Đã ba tỷ năm trôi qua, nhưng chúng vẫn được thiết lập theo cách này để hoạt động chính xác với Năm Yếu Tố Tình Thương, điều mà Nền Văn Minh của Đấng Tạo Hóa đã cung cấp cho chúng ta. Những yếu tố này luôn gắn kết với các linh hồn qua mỗi chu kỳ tiến hóa, nhưng chúng ta chưa bao giờ biết cách sử dụng chúng một cách chính xác. Giờ đây, chúng ta có thể sử dụng chìa khóa của Năm Yếu Tố Tình Thương kết hợp phương pháp bổ sung của tần số Năng Lượng NLG để khám phá những lợi ích của việc tuân theo đúng chương trình cho hệ thống ADN. NLG là một món quà mà chúng ta được ban tặng vào thời điểm này để hỗ trợ chúng ta thực hiện thay đổi.

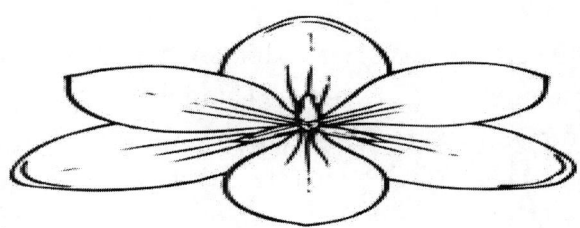

PHẦN 61: Đấng Tối Cao

Con người thường sử dụng nhiều từ ngữ để gọi tên Thượng Đế. Họ gọi Thượng Đế là Đấng Tối Cao, Chúa Tối Cao, Đức Chúa Trời, Đấng Toàn Năng, Đức Gie-hô-va, và nhiều tên gọi khác. Mọi người đều biết họ muốn nói đến ai khi dùng những tên gọi này, nhưng họ lại không hiểu ý nghĩa sâu xa Thượng Đế là ai. Chỉ có ai đến từ nơi của Thượng Đế mới có thể cho chúng ta biết Thượng Đế thật sự là ai, ý nghĩa thật sự của Bản Thể này, của Linh Hồn này. Giống như nếu một ai đó chưa bao giờ đến Hoa Kỳ mà cố gắng miêu tả nó trông như thế nào, họ không thể nói được vì họ chưa bao giờ đến đó. Họ chỉ phỏng đoán nó trông như thế này, thế kia, nhưng họ không biết cuộc sống thực tế ở Hoa Kỳ. Họ không thể biết trừ khi một vài công dân Hoa Kỳ đến và sống với họ, chia sẻ cặn kẽ cuộc sống ở Hoa Kỳ như thế nào. Chúng ta cũng giống như thế khi nói về Thượng Đế. Con người có nhiều ý tưởng miêu tả về Ngài như Ngài là người quyền lực nhất và là 'Đấng Tối Cao', nhưng chúng ta chỉ đơn giản là không có hiểu biết thực sự. Khi con người sử dụng mắt thường để hình dung, và tưởng tượng về Đấng Tối Cao thì họ đã mắc sai lầm. Khi con người tỏ lòng kính trọng, thờ phụng, trao niềm tin mù quáng, có sự tuân thủ nghiêm ngặt và sự quy phục tuyệt đối với Thượng Đế và sẵn sàng trao mạng sống của mình vì lời nói của họ để bảo vệ niềm tin của đức tin, thì điều đó có thực sự cần thiết không? Nhân loại đã đặt ra Thượng đế, là Đấng Tối Cao Toàn Năng dựa trên sự hiểu biết của kiến thức loài người. Sử dụng mắt thường để hình dung và tưởng tượng về Đấng Tối Cao là đã mắc một sai lầm rất lớn.

Một ngày nào đó, một thực thể tuyệt vời từ nền văn minh của Linh Hồn Đấng Tối Cao trong không gian sẽ đến Trái Đất, để mô tả Thượng Đế, để chứng minh cho mọi người thấy ý nghĩa thực sự của Thượng Đế là gì. Bất luận điều gì chúng ta nghĩ về Thượng Đế vẫn không thể đầy đủ. Những người dùng những lời nói mạnh mẽ của họ về Thượng Đế có từng mang lại cho nhân loại những lợi ích thực sự từ những lời nói đó chưa? Ai có khả năng cho chúng ta biết câu trả lời sâu sắc về Đấng Tạo Hóa của chúng ta? Ai có thể cho chúng ta biết sự thật? Ngay bây giờ, một vị Thầy Đặc Biệt đang ở đây, dưới hình dạng của năng lượng tình thương và trí tuệ, giúp đỡ nhân loại. Thầy đã đến Trái Đất. Tôi nói với bạn sự thật, tôi không biết tên của Thầy, nhưng Thầy nói với tôi rằng Thầy là Tình Thương và thầy có đủ Tình Thương cho tất cả con người và muôn loài vạn vật trên hành tinh của chúng ta. Thầy có đủ năng lượng để giúp giải quyết mọi bế tắc trong thế giới của chúng ta. Thầy đã đến bởi vì vấn đề này rất quan trọng trong vũ trụ. Chúng ta không cần phải giành nhau đi tìm Thầy trong một tôn giáo nào đó. Thầy đang mang lại những lợi ích mà tất cả nhân loại đều có thể nhận ra. Tôi đã tìm kiếm một cái tên thích hợp cho Thầy đó là Năng Lượng của Cuộc sống. Chỉ có Ngài, Đấng Tạo Hóa, mới có thể tạo ra sự sống của loài người và muôn loài vạn vật.

Tại thời điểm này, nếu tôi giải thích Thượng Đế như thế nào bạn sẽ nói tôi sai và chỉ cho tôi cách bạn tin vào Thượng Đế như thế nào. Vì vậy đầu tiên tôi sẽ giúp bạn sử dụng những lợi ích từ Linh Hồn Đấng Tối Cao – Năng Lượng Vũ Trụ. Tôi sẽ giúp bạn sử dụng những lợi ích từ vị Thầy của Tình Thương trước và sau đó tôi sẽ giải thích Thầy là ai theo thuật ngữ bạn nghĩ về Thượng Đế. Chúng ta sẽ cùng nhau nấu một món ăn tuyệt vời, với nhiều nguyên vật liệu làm món ăn ngon và hấp dẫn, nhưng tôi sẽ không nói món ăn đó tên gì. Tôi muốn bạn thưởng thức món ăn đó trước và sau đó chúng ta cùng đánh giá, đặt tên cho nó và mô tả về nó. Thượng Đế của Tình Thương đã tạo ra Tiên Thiên Khí. Tiên Thiên Khí sản sinh ra năng lượng cho linh hồn của tất cả sự sống.

Thượng Đế đã tạo ra Năng Lượng Gốc. Năng Lượng Gốc là Linh Hồn của Thượng Đế. Năng Lượng Gốc đã tạo ra tất cả Linh Hồn hoặc muôn loài sống khác trong thế giới này. Tất cả mọi thứ đều sử dụng năng lượng tâm linh. Thế giới vật lý thì sử dụng oxy. Tất cả muôn loài vạn vật đều có Linh Hồn, và Linh Hồn đó giống như người thầy điều khiển toàn bộ cơ thể. Linh Hồn là người ra lệnh điều khiển muôn loài vật sống. Vạn vật sống đều có Linh Hồn của chính nó. Chúng sử dụng những tần số khác nhau. Những tần số thể hiện mức năng lượng trí tuệ chúng có. Cũng giống như mỗi chiếc điện thoại đều có hệ thống khác nhau, nhưng chúng đều có thể kết nối với nhau. Linh Hồn của mỗi con người là hoàn toàn khác nhau vì tần số năng lượng trí tuệ khác nhau. Cơ thể hấp thụ năng lượng nuôi dưỡng mọi sự sống trong hành tinh này.

PHẦN 62: Sức Sống Và Năng Lượng Cuộc Sống

Tiên Thiên Khí, hay còn gọi là NLG – Năng Lượng Gốc cùng với Năm Yếu Tố Tình Thương, đề cập đến Năng Lượng đã tạo ra cuộc sống đầu tiên trên Trái Đất. Trong tương lai, khi một nửa số lượng con người đã học NLG – Năng Lượng Gốc, tôi mong muốn nhân loại, sẽ đặt tên lại cho năng lượng này một cái tên phù hợp hơn và dựa trên quan điểm của họ về năng lượng này. Nó cần có một cái tên mà tất cả mọi người đều cảm thấy thuyết phục và mang lại cảm giác an tâm. Dù bất kỳ tên gì được quyết định để gọi năng lượng này đi chăng nữa, mọi người sẽ chấp nhận nó và hài lòng về cái tên này. Những lợi lạc của năng lượng này dành cho nhân loại mới là điều quan trọng. Tên gọi không phải là vấn đề ở đây. Mọi người có thể biểu quyết chọn tên giúp tất cả đều cảm thấy thoải mái nhất khi gọi tên năng lượng này.

Linh Hồn Đấng Tối Cao – Năng Lượng Vũ Trụ ở rất xa hành tinh chúng ta và không có tên nào có thể dùng để gọi Ngài chính xác. Ngài không tuổi tác, không hình dáng, không tôn giáo, không giới tính, không màu da. Không có thông tin gì về Ngài ngoài việc Ngài mang một nguồn năng lượng tình yêu trí tuệ vô biên.

Tất cả các hình thức ca ngợi khác nhau mà con người đã tạo ra dành cho cho Đấng Tối Cao Vũ Trụ, không làm tăng lợi ích mà họ nhận được từ Ngài. Thượng Đế không cần gì từ loài người. Ngài không cần được khen ngợi hay các hình thức tôn vinh nào khác. Vì Thượng Đế là Thượng Đế, chúng ta không thể thêm hay giảm giá trị của Ngài. Ngài đến với toàn thể nhân loại để mang lại lợi ích, cho chúng ta trí tuệ và cho chúng ta tất cả những cơ hội trong cuộc sống để có được hòa bình. Chúng ta phải học cách trân trọng, chấp nhận thế giới của mình và mọi người sống trong đó, để chúng ta có cuộc sống an yên và ổn định. Sự giác ngộ và trí tuệ của tình thương mà nền văn minh ngoài không gian mang lại là dành cho tất cả mọi người trên hành tinh này. Chúng ta cần chào đón tất cả những kiến thức này và áp dụng nó vào thế giới của chúng ta. Chúng ta không cần phải lấy bất cứ thứ gì ra hoặc gửi bất cứ thứ gì đến Linh Hồn Tối Cao - Năng Lượng Vũ Trụ. Tất cả những lời khen ngợi và tôn vinh mà chúng ta dành cho Đấng Tạo Hóa là không cần thiết. Thượng Đế không cần gì ở loài người dưới hình thức chúc phúc, ngợi khen và tôn vinh.

Khi chúng ta đến với vị Thầy của Tình Thương, chúng ta phải học những gì Thầy muốn dạy chúng ta, để nhận được những lợi ích từ Thầy. Chúng ta cần học hướng đi đúng để tiếp nhận kiến thức này và cách trân trọng kiến thức này và tất cả những lợi ích đi kèm với nó. Chúng ta phải tuân theo các nguyên tắc của Thầy để nhận toàn bộ lợi lạc. Trí tuệ giác ngộ của tình yêu thương là dành cho tất cả mọi người trên toàn cầu sử dụng. Nó không phải vì lợi ích của nền văn minh trong không gian. Chúng ta đã nhận được tất cả thông tin để sử dụng cho chúng ta trong thế giới này, cho loài người trên hành tinh này. Nhiều tôn giáo khác nhau có những nghi lễ khác nhau thể hiện sự tôn kính và tình yêu thương của họ đối với Thượng Đế. Đấng Tạo Hóa không cần những nghi lễ này. Ngài không cần bất cứ điều gì từ chúng ta để thể hiện sự tôn trọng với Ngài. Tất cả tình yêu thương và lợi ích đến từ Linh Hồn Đấng Tối Cao Vũ Trụ là dành cho toàn thể nhân loại.

PHẦN 63: Yêu Thương Đúng Cách

N ếu chúng ta muốn yêu thương Linh Hồn Đấng Tối Cao – Năng Lượng Vũ Trụ đúng cách, thì chúng ta cần thực sự yêu thương nhân loại một cách trung thực bằng cả trái tim và linh hồn thực sự của chúng ta. Đừng nói với bất kỳ đứa con nào của Đấng Tạo Hóa rằng: "Tôi yêu bạn" và rồi làm điều sai trái sau lưng họ. Đừng dối trá với nhau và đừng bày mưu hãm hại nhau chỉ vì những lợi ích vật chất nhỏ nhặt. Bất kỳ lời nói dối và bất kỳ sự gian dối nào, chúng ta đều đánh mất tất cả những giá trị thiêng liêng của một linh hồn.

Tất cả các tôn giáo trên thế giới đều nói về tình yêu bác ái, tình yêu thương con người và sự tôn kính với đấng thiêng liêng vĩ đại. Sử dụng sự tha thứ để yêu thương người khác là triết lý cơ bản. Dù bạn theo tôn giáo nào thì họ đều muốn bạn hiểu và thể hiện đức tính yêu thương này. Tình thương là sự thật đi cùng với một kho tàng lợi ích mà chúng ta cần đi tìm hiểu chi tiết hơn. Ở đó bạn sẽ tìm thấy nguồn gốc của hạnh phúc từ bên trong.

Năng lượng trí tuệ ở bên trong linh hồn. Mỗi linh hồn đã mất một thời gian dài để xây dựng năng lượng mà họ hiện đang hưởng thụ. Bởi vì chúng ta không hiểu, chúng ta tích lũy năng lượng trí tuệ này và sau đó chúng ta làm mất nó. Chúng ta làm điều này lặp đi lặp lại và hầu hết chúng ta không bao giờ thoát ra khỏi khuôn mẫu này. Đấng Tạo Hóa của chúng ta, Linh hồn Đấng Tối Cao -Năng Lượng Vũ Trụ, đã dành ra ba tỷ năm để giúp nhân loại tạo ra trí tuệ và kiến thức mà chúng ta có ngày nay. Ngài đã đợi rất lâu rồi. Hôm nay, qua một phương thức đặc biệt, Ngài đang cho phép chúng ta kết nối với nguồn năng lượng băng tần cao của Ngài, dạy cho chúng ta những bài học mới để hiểu được giá trị đích thực của cuộc sống và giá trị của linh hồn ở mỗi con người. Đấng Tạo Hóa đang cho chúng ta thấy tình thương yêu của Ngài.

PHẦN 64: Chúng Ta Không Thể Định Nghĩa Tình Thương

C húng ta không thể định nghĩa tình thương, nhưng chúng ta có thể nhìn thấy giá trị của việc bảy tỏ trao đi yêu thương, Nó đòi hỏi sự khôn khéo của bạn để tìm ra sự tinh túy và hương vị của tình thương yêu, Tình Thương là người bạn thật sự của bạn.

Trong Kinh Thánh có ghi rằng, "Ngươi hãy hết lòng, hết linh hồn, và hết trí tuệ yêu kính Chúa, Đức Chúa Trời của ngươi". Đây là điều răn đầu tiên và lớn nhất. Và điều răn thứ hai: "Ngươi hãy yêu mọi người chung quanh như chính bản thân mình". Toàn bộ Luật Pháp và các Tiên Tri đặt nền tảng trên hai điều răn ấy." (Theo Thánh Kinh Matthew 22:35-40 và Mark 12:28-34). Trong những câu này có một mật mã rất quan trọng. Nếu bạn hiểu mật mã này, sức mạnh tâm linh sẽ nằm trong tay bạn. Vì vậy, nói cách khác, điều đầu tiên, thương yêu và tôn trọng Chúa trên tất cả. Điều thứ hai nói rằng nó cũng giống như điều đầu tiên, yêu tất cả mọi người cũng như chúng ta yêu chính bản thân mình. Khi chúng ta hiểu điều này, chúng ta không cần quan tâm về "điều răn" đầu tiên được viết ở trên. Khi chúng ta nhìn vào câu thứ hai, nó có nghĩa là yêu con người, và quan tâm đến tất cả mọi người. Vì vậy nếu chúng ta áp dụng "điều răn" thứ hai, nghĩa là chúng ta đã làm theo yêu cầu của Chúa, chúng ta đã tôn trọng Ngài bằng cách làm những gì Ngài bảo, là yêu thương tất cả con người và quan tâm lẫn nhau. Trong xã hội chúng ta, rất nhiều người không hiểu điều này và làm mọi thứ cho Thượng Đế trong khi đối xử tệ bạc với con người. Họ quên cách yêu thương con người. Nếu con người tuân theo "Điều Răn Lớn Nhất" này, chiến tranh sẽ không bao giờ xảy ra.

Con người làm ngược lại những gì Thượng Đế muốn theo nhiều cách khác nhau.

Hầu hết các hệ thống tin ngưỡng tâm linh khác nhau trên thế giới sử dụng một khái niệm chung của "Điều Răn Lớn Nhất" trong các bài giảng của họ. Mỗi người có một lời dạy tương tự như "Hãy đối xử với người khác theo cách mà bạn muốn bản thân mình được đối xử". Ngoài ra, tất cả các tôn giáo trên thế giới đều có tiếng nói về tình yêu bác ái, tình yêu thương con người và tình yêu thương của sự tha thứ. Tất cả các đạo giáo đều xem những điều này là một phần của hệ thống tín ngưỡng của chính họ. Nếu tất cả mọi người trên trên thế giới đều tuân theo lời dạy đó, chúng ta sẽ nhanh chóng trở thành một hành tinh hòa bình và phát triển cao. Khi nhu cầu về hòa bình và vật chất cũng như tinh thần của con người được đáp ứng, thời gian của chúng ta có thể dành trọn vẹn trong cuộc sống hạnh phúc và con đường học vấn. Chúng ta sẽ phát triển ngày càng nhiều hệ thống mang lại lợi ích cho tất cả sự sống trên hành tinh. Điều này sẽ đáp ứng được yếu tố tình thương thứ năm của NLG để tiếp cận các tần số cao hơn mà chúng ta đang nhận.

Vì vậy làm thế nào chúng ta yêu thương con người đúng cách? Làm cách nào chúng ta có thể "Hãy đối xử với người khác theo cách mà bạn muốn bản thân mình được đối xử"? Đây là điều rất quan trọng cần suy nghĩ đến! Thượng Đế bảo rằng nếu bạn yêu tôi, nếu bạn tôn trọng tôi, bạn phải yêu thương con người như bạn yêu bản thân bạn. và tình yêu thương thật sự dành cho bản thân đúng cách là như thế nào? Nó có một ý nghĩa sâu sắc đáng để chúng ta khám phá nội tâm của mình. Điều gì thực sự khiến chúng ta hạnh phúc? Chúng ta có tin rằng mình xứng đáng được hưởng hạnh phúc không? Chúng ta cần thực hiện như thế nào để tạo ra điều đó? Chúng ta chăm sóc nhu cầu của cơ thể tốt như thế nào? Chúng ta sử dụng những từ ngữ nội tâm nào khi nghĩ về bản thân? Chúng ta có thực sự trung thực với chính mình? Chúng ta có thực sự dành những gì tốt nhất cho bản thân không?

Khái niệm tình thương yêu có hai loại khác nhau. Loại thứ nhất là tình yêu thương thể hiện trên cơ thể. Tình yêu thương này là một thành tựu tuyệt vời do 'Đấng Tối Cao' dàn dựng. Trong tình yêu thương giữa vợ và chồng, chỉ có họ mới có thể cảm nhận được hạnh phúc xảy ra giữa họ. Điều này không thể giải thích được, vậy mà nó lại tạo nên những cảm xúc tuyệt vời như vậy. Ở nó có sức hút của sự quyến rũ, sự rung động của các tế bào trong cơ thể cũng như trong năng lượng tâm hồn. Những cảm giác, cảm xúc, niềm vui mà con người có giữa một người đàn ông và một người phụ nữ được thiết lập bởi Thế Giới Vô Hình. Đây là một món quà tuyệt vời mà chúng ta được ban cho để cảm nhận hạnh phúc và cảm thấy được yêu thương. Đàn ông và phụ nữ đến với nhau không phải là tội lỗi hay việc làm sai trái. Chúng ta tận hưởng điều này một cách đúng đắn. Chỉ có con người mới có loại cảm xúc và loại hạnh phúc theo cách đó. Không có dạng sống nào khác cảm nhận được những tần số cao của tình yêu như thế này với bạn đời của họ. Khi vợ chồng ở bên nhau hạnh phúc thì cả hai đều cảm thấy không thể giải thích dễ dàng. Đây là một thành quả mà Đấng Tạo Hóa rất hài lòng. Ngài yêu thương và quan tâm Nhân Loại như sự sáng tạo quý giá nhất của mình.

Đấng Tạo Hóa là trí tuệ cao nhất của tình thương yêu thuần khiết. Ngài vượt qua những lời nói của loài người, vượt qua không gian và thời gian. Con người trên Trái Đất này không thể mô tả được trí thông minh siêu phàm của Linh Hồn Đấng Tối Cao - Năng Lượng Vũ Trụ và tất cả các chiều không gian mà Ngài tồn tại. Nó nằm ngoài khả năng trí tuệ của chúng ta. Ngài rất hạnh phúc về con người vì chúng ta đang tiến bộ, vì chúng ta là những đứa conTgái và con trai thông minh nhất mà Ngài đã tạo ra. Chúng ta là sự sáng tạo có giá trị nhất của Đấng Tạo Hóa trong Vũ trụ. Ngài thương yêu loài người rất nhiều. Thượng Đế tạo ra con người, động vật, đá, cây cối, ... nhưng chính con người mới là điều mà Ngài yêu quý nhất. Ngài hạnh phúc vì chúng ta đang trưởng thành. Ngài trao tặng cho chúng ta nhiều lợi ích từ Vũ Trụ.

Tình thương và sự may mắn là tương quan hỗ trợ nhau. Tôi đang nói về loại tình yêu thương thứ hai mà con người có khi họ giúp đỡ lẫn nhau và khi họ yêu thương và chăm sóc con cái của họ. Đây là loại tình thương thứ hai mà Thượng Đế dành cho chúng ta. Để sử dụng loại tình thương này đúng cách, là khi chúng ta nói rằng chúng ta yêu ai đó, nó chẳng mang lại lợi ích gì cho đến khi chúng ta hành động. Và với từ may mắn, bạn cũng không nhận có được may mắn cho đến khi bạn thực hiện một hành động để nhận được sự may mắn đó. May mắn không bao giờ đến với bạn nếu bạn không làm điều gì đó có ích cho người khác. Và tình thương yêu chẳng có nghĩa lý gì trừ khi bạn hành động để làm điều gì đó có ích cho người mà bạn nói rằng bạn thương. Khi bạn nói, "Tôi yêu bạn", điều đó có nghĩa là bạn sẽ làm điều gì đó cho người mình yêu. Khi bạn nói rằng bạn là người may mắn có nghĩa là bạn đã làm được điều gì đó để giúp đỡ người khác. Không có hành động, tình yêu thương và may mắn không cho bạn điều gì, chúng chỉ là những những từ trống rỗng. May mắn của một người tỷ lệ thuận với hành động yêu thương của người đó.

Nếu tôi nói tôi yêu bạn, thì tôi phải hành động làm điều gì đó cho bạn. Hành động đó đi đôi với lời tôi nói – và nó sẽ tạo ra giá trị của định nghĩa tình yêu thương. Và nếu tôi nói, "tôi yêu bạn" và không làm gì cho bạn – giả sử bạn hỏi nhờ giúp đỡ và tôi nói "Tôi bận rồi", thì nói câu nói tôi yêu bạn trở nên vô nghĩa. Bạn phải đi nhiều bước, phải hành động để tăng giá trị của tình yêu thương, tăng giá trị của tình bạn. Điều bạn đã làm và hành động bạn thể hiện sẽ xây dựng tình bạn và tình thương yêu của hai người, và tất cả sẽ hạnh phúc hơn. Giá trị của tình thương sẽ tăng cao. Mối quan hệ giữa người với người sẽ khăng khít hơn từ hành động này, và bạn sẽ cảm thấy ngày càng hạnh phúc hơn. Chúng ta cần phải làm điều gì đó. Chúng ta không thể chỉ có lời nói. Bất cứ hành động nào bạn thực hiện có lợi cho người khác sẽ làm tăng ý nghĩa của tình thương yêu và tình bạn giữa hai người.

Điều duy nhất đem lại hạnh phúc thật sự là có sự hỗ trợ từ người khác. Nếu bạn nói rằng bạn thương yêu chị hay em gái mình, nhưng bạn không làm gì cho cô ấy, nói câu thương yêu ấy dường như vô nghĩa. Linh Hồn Đấng Tối Cao đã dàn dựng điều này cho chúng ta. Chúng ta có cuộc sống lành mạnh khi chúng ta có tình thương yêu, sự đồng hành và sự hỗ trợ từ những người khác.

Khi một người nói rằng, "tôi không thương yêu bất cứ điều gì hay bất cứ ai!", anh ta cảm thấy bị bỏ rơi từ tình yêu thương của người khác. Anh cảm thấy hoàn toàn đơn độc. Anh không cảm thấy mình có mối liên hệ nào với người khác. Những cảm giác này có thể khiến anh muốn tự tử! Ví dụ, một đứa trẻ khi không có cha mẹ sẽ cảm thấy cô đơn. Bé sẽ không cảm thấy hạnh phúc, và không cảm nhận được tình yêu thương. Tình yêu thương là cội nguồn và năng lượng của cuộc sống. Nó đã ở trong tâm hồn và trong cơ thể của chúng ta. Tất cả chúng ta đều có điều này được thiết lập trong phần linh hồn. Khi không có tình thương yêu, thì giống như chúng ta đang thiếu năng lượng. Nó giống như nhiên liệu của chúng ta vậy. Nếu chúng ta không có tình thương yêu, thì chúng ta sẽ giống như một tảng đá. Tình thương yêu là nền tảng của mọi thứ. Nếu bạn không có tình thương yêu, thì bạn sẽ lạc lối.

Sự sắp xếp của Quy Luật Tình Thương đã được thiết lập trong linh hồn của chúng ta ngay từ đầu. Chúng ta cần gia tăng tình yêu thương và sự hỗ trợ, mà chúng ta đang cho và nhận để phát triển bản thân trở thành những sinh linh cấp cao hơn. Một khi bạn yêu thương một ai đó, nó không chỉ dừng ở đó! Nó tiếp tục trau dồi ngày này qua ngày khác. Nó giống như bạn cần oxy để thở mỗi ngày. Và mỗi ngày bạn đều cần có năng lượng tình yêu thương. Đó là cách hệ thống của chúng ta hoạt động. Nó được lập trình trong ADN của chúng ta. Tình thương yêu có nghĩa là chúng ta phải làm điều gì đó cho những người chúng ta yêu thương hôm nay, ngày mai và mãi mãi.

Chúng ta cần làm tăng ý nghĩa của tình thương yêu bằng những hành động và hỗ trợ lẫn nhau. Đây là những cách cư xử cần được thể hiện liên tục và tăng dần theo thời gian. Tôi yêu thương bạn theo cách này ngày hôm nay. Ngày mai tôi yêu thương bạn một cách khác. Mỗi ngày cứ như thế! Chúng ta có thể cảm thấy buồn hôm nay vì chúng ta không có đủ tình thương yêu. Ngày hôm sau chúng ta tỉnh dậy và cảm nhận tình yêu thương lần nữa. Rồi chúng ta nghĩ rằng "Ồ! Tôi không sao! Tôi cảm thấy yêu đời trở lại"! Tình yêu thương không giống như bài học giống nhau mỗi ngày. Nó cứ đến liên tục mỗi ngày theo một cách khác nhau. Cũng giống như bạn yêu chồng mình trong cuộc đời này. Để rồi kiếp sau anh ấy là một người đàn ông khác, nhưng bạn vẫn sẽ yêu anh ấy một lần nữa. Có rất nhiều điều về tình yêu thương. Nó có những ý nghĩa rất sâu sắc và nó phụ thuộc vào cách bạn nhận ra chúng như thế nào. Tình yêu thương sẽ đến. Và biết cách tận hưởng tình thương khi nó đến là điều rất quan trọng. Linh Hồn Tối Cao đang gia tăng trí tuệ để giúp chúng ta trong cuộc sống. Chúng ta cần phát triển mối quan hệ thân thiết gắn bó với mọi người. Bạn có những người bạn từ trước, bạn có họ ngày hôm nay, và bạn sẽ tiếp tục giữ vững mối quan hệ tình bạn của mình về sau.

Phần quan trọng nhất của con người chính là linh hồn. Linh hồn điều khiển cơ thể vật lý và giúp cơ thể thể hiện tình thương yêu. Nếu linh hồn điều khiển cơ thể, thì bạn sẽ có rất nhiều lợi ích. Khi linh hồn kiểm soát cơ thể, linh hồn sẽ nhận được nhiều lợi ích và cơ thể vật lý cũng nhận được. Nếu cơ thể điều khiển linh hồn, thì bạn sẽ gặp rắc rối rất nghiêm trọng. Khi con người thiếu kiến thức, cơ thể sẽ kiểm soát linh hồn. Khi chúng ta học NLG, chúng ta sẽ có đủ năng lượng trí tuệ để điều khiển cơ thể vật lý. Nếu bạn muốn có năng lượng trí tuệ, bạn cần có sự kết nối. Khi chúng ta kết hợp với Năng Lượng NLG, linh hồn của chúng ta sẽ trở nên ngày càng thông minh hơn và có nhiều trí tuệ hơn. Chúng ta có thể hướng dẫn cơ thể vật lý làm những điều chúng ta muốn, vì vậy chúng ta sẽ nhận được nhiều lợi ích. Nếu cơ thể điều khiển linh hồn, là chúng tôi đang gặp rắc rối. Nó giống như những người nghiện ma túy, thuốc lá và rượu bia, cơ thể nói "Tôi muốn có ma túy !!", và mặc dù linh hồn nói, "Nó không tốt", cơ thể vẫn tiếp tục dùng những chất độc hại này. Điều đó có nghĩa là cơ thể vật lý kiểm soát linh hồn bạn. Cơ thể điều khiển linh hồn nhận những thứ không có lợi và gây tổn hại cho cơ thể.

PHẦN 65: Những Yếu Tố Của Tình Thương

Khi nói về chủ đề tình thương, thì đây là chủ đề xưa như Trái Đất. Dường như cổ xưa và có vẻ thần thoại, nó bắt đầu xuất hiện từ khi có sự hiện diện của con người trên quả địa cầu này. Ngay cả bầu trời cũng đầy bí ẩn và có vẻ đẹp tuyệt vời khiến trái tim chúng ta phải đáp lại. Tình thương yêu đến từ mọi nền văn hóa dưới nhiều hình thức khác nhau. Không có trải nghiệm tình thương yêu nào giống hệt nhau. Khi một người nghĩ rằng tất cả những câu chuyện về tình thương yêu đã được kể hết rồi, thì ở đâu đó lại xuất hiện thêm những câu chuyện mới.

Tình thương yêu có đầy đủ các sắc thái. Nó đến dưới những cảm xúc khác nhau, những loại hạnh phúc khác nhau, những cảm giác khác nhau. Chúng ta không thể giải thích ý nghĩa của tình thương yêu, nhưng chúng ta có trách nhiệm với nó. Khi hành động, chúng ta có thể cảm thấy mình tràn đầy tình yêu thương. Tuy không thể giải thích ý nghĩa thực sự của tình thương yêu, nhưng chúng ta cảm nhận được nó. Không ai có thể viết đầy đủ câu chuyện của tình yêu thương vì có quá nhiều cách để thể hiện nó. Tất cả mọi người đều đang trải qua tình thương yêu hàng ngày theo nhiều cách khác nhau. Trong xã hội, chúng ta thường nói đến lòng từ bi và bác ái như những cách thể hiện tình thương yêu.

Những người thực sự có tình yêu thương sẽ chia sẻ những gì họ có. Họ sẽ cung cấp cho bạn bất cứ thứ gì bạn cần trong khả năng của họ. Nếu họ chỉ có một chiếc bánh và thấy mọi người đói và không có gì để ăn, họ sẽ chia sẻ nó. Nhưng hầu hết mọi người nói rằng, "Tôi yêu bạn; tôi thương bạn rất nhiều, nhưng cái bánh mà tôi có chỉ dành cho tôi, cho con gái tôi và con trai tôi. Tôi sẽ đi và tìm một cái bánh khác cho bạn." Khi họ tìm được một cái khác và quay lại thì người đó đã chết vì đói rồi. Tình thương không có ý nghĩa khi chúng ta chỉ nói suông; chúng ta cần hành động. Và nhiều người sẽ nói với người thể hiện tình yêu thương trong hành động của họ rằng, "Tại sao bạn lại cho mọi người quá nhiều của cải vật chất? Tại sao bạn không giữ nó cho chính mình? Tại sao bạn không tiết kiệm cho con cái của bạn hoặc cho cháu gái và cháu trai của bạn? Tại sao bạn lại cho đi dễ dàng như vậy? Rất khó để làm được điều đó. Bạn đã làm việc rất chăm chỉ để có được nó. Bạn thật là điên rồ khi cho đi quá nhiều như vậy!" Những người chỉ trích bạn như vậy không hiểu ý nghĩa thực sự của tình thương yêu. Những người đó rất ích kỷ và muốn xây dựng thế giới vật chất cho chính họ. Một số người thậm chí sẽ lừa dối bạn và nói, "Này, bạn yêu thương Thượng Đế, phải không? Vì vậy, hãy cho tôi chiếc bánh của bạn vì tôi phụng sự cho Thượng Đế - vậy hãy cho tôi một nửa chiếc bánh của bạn và nửa chiếc bánh đó sẽ dành cho Thượng Đế và cho loài người". Tuy nhiên họ đang lừa dối bạn, họ lấy chiếc bánh đó và cất giữ cho chính họ, hoặc họ bán lại để kiếm tiền cho bản thân. Thực tế họ không cần hỗ trợ. Họ đi theo con đường bất lương và sẵn sàng nói dối. Họ đang lợi dụng những người yêu mến Thượng Đế. Đôi khi, những người trao yêu thương trên thế gian này lại chịu thiệt thòi về vật chất và đôi khi cả về tinh thần vì trao đi tình yêu thương khi sống với những người chỉ biết yêu thương bằng lời nói chứ không thể hiện qua hành động. Tất cả chúng ta đều đã sử dụng năng lực trí tuệ của mình và đã làm việc rất chăm chỉ để đạt được tài sản vật chất trong thế giới này.

Từ rất lâu rồi con người đã không muốn hỗ trợ lẫn nhau vì nó đồng nghĩa với việc bạn phải làm điều gì đó cho người mình thương. Chẳng hạn như người chị gái sẽ nghĩ về tình yêu thương cho cô em gái nhưng nhận ra rằng nó cũng có nghĩa cô phải dành thời gian giúp đỡ em mình và cho đi phần vật chất của cô. Cô ấy biết rõ em gái mình, và cô biết cô sẽ mất thời gian, tiền bạc và không nhận lại được điều gì cho bản thân. Tất cả những gì cô ấy nhận được là sự yêu thương từ người em gái. Nhiều người biết rằng họ có thể cho người khác rất nhiều bằng lòng yêu thương thực sự một cách đúng đắn nhưng không nhận lại điều gì cả ngoài trừ một vài lời nói. Đây là lý do tại sao rất nhiều người không biết cách thương yêu đúng đắn. Họ chọn không chia sẻ những gì họ có, hoặc giúp đỡ người khác bằng thời gian, sức lực và tiền bạc nhiều nhất có thể, giống như một người yêu thương thực sự thể hiện. Những người đã trao tình yêu của họ một cách đúng đắn dường như họ phải chịu rất nhiều thiệt thòi, về vật chất và đôi khi là về tinh thần. Lời nói yêu thương ai đó chỉ nói ra từ miệng mà không có những hành động yêu thương đi kèm thì nó trở nên vô nghĩa. Đây là lý do tại sao nhiều người chỉ nói và không có cử chỉ hành động. Điều này đã xảy ra với tất cả chúng ta vào một thời điểm nào đó trong cuộc đời.

Con người tự hỏi tại sao người giàu lòng yêu thương lại cho đi dễ dàng như vậy. Đó là bởi vì họ đang đầu tư khôn ngoan bằng cách tạo nghiệp tốt, thông qua cách yêu thương mọi người bằng hành động của họ. Cách làm tăng thiện nghiệp là giúp đỡ người khác về vật chất và trí tuệ thông qua giáo dục, và qua những cử chỉ hành động yêu thương. Đây là bí quyết giúp một cá nhân hay một quốc gia có được trí tuệ nhanh nhất. Một số người nói rằng họ yêu chúng ta nhiều như thế nào và sẽ cầu nguyện cho chúng ta khi chúng ta gặp khó khăn. Đó chỉ là lời nói. Và có thấy được lợi ích ở đâu không? Cách để thực sự trao yêu thương là hành động chứ không phải chỉ qua lời nói. Nếu chúng ta có thể giúp đỡ về vật chất khi mọi người cần và làm điều gì đó để giúp đỡ họ - và ở phía sau nâng đỡ thể hiện lòng yêu thương- thì đó là cách hiệu quả nhất để xây dựng điểm cộng và thiện nghiệp của chính mình. Tuy nhiên, nhiều người không thể thấy những hành động này là có lợi cho họ. Họ giữ của cải vật chất cho riêng mình và không biết cách đầu tư tốt. Họ không biết cách tạo dựng điểm cộng / thiện nghiệp.

Giả sử bạn đang ở trên sa mạc và bạn chỉ có một bình nước, và bạn không biết trong bao lâu bạn có thể ra khỏi sa mạc. Nước trong bình chỉ đủ cho bạn sống sót trong một ngày. Và sau đó một người khác đến và nói rằng họ đã hết nước và đồ ăn. Nguồn dự trữ thực phẩm của bạn chỉ đủ cho một ngày, nhưng bạn không lo lắng và chia sẻ ngay lập tức để cứu mạng anh ta ngay thời điểm đó. Bạn nói với anh ấy rằng tôi có thể chia một nửa chiếc bánh và một nửa phần nước bạn có. Đây là một điều tốt để làm. Khi bạn hỗ trợ một ai đó như vậy, Thiên Sứ sẽ chỉ đường cho bạn. Thượng Đế sẽ chỉ ra con đường cho bạn. Trong trường hợp đó bạn đã có thể nói rằng bạn xin lỗi, nhưng bạn phải giữ nguồn thực phẩm và nước cho bản thâm. Hoặc bạn có thể nói với người đó bằng tình thương yêu và lòng nhân ái, "Nếu chúng ta chết, chúng ta chết cùng nhau, vì tại thời điểm đó bạn đói, bạn cần cái bánh và nước, và tôi sẽ chia phần của mình cho bạn". Và sau đó, Thiên Sứ sẽ gửi một ai đó đến cứu bạn và hướng dẫn bạn đến nơi có thể lấy được đồ ăn, nước uống và nơi bạn có thể nhận sự hỗ trợ. Bằng việc quyết định chia sẻ của mình, anh ấy đã cứu được một mạng sống khác. Anh ấy đã cứu sống cả hai người. Trong hoàn cảnh khác, nếu anh ấy nói: "Tôi xin lỗi vì tôi không thể cho bạn bất cứ thứ gì, tôi chỉ có đủ lượng thực trong một ngày". Anh đã có thể đi theo hướng tiêu cực vì đã chọn cách ích kỷ như vậy. Vì vậy Thiên Sứ sẽ không thể kết nối với anh ta. Thiên Sứ sẽ không thể hỗ trợ anh ấy vì tần số của anh rất xa so với tần số của Thiên Sứ. Anh ta sẽ không thể kết nối với sự hỗ trợ cần thiết. Vào cuối ngày hôm đó người đàn ông đó có thể đã chết. Chúng ta cần nhanh chóng sử dụng tình thương yêu nếu muốn cứu một mạng người.

Trong trường hợp bạn phải giúp một ai đó nếu không họ sẽ chết, nhưng bạn không làm vậy, thì chúng ta không thể nói rằng bạn làm sai được. Đây là một ví dụ khác về cách yêu thương người khác một cách trí tuệ. Chúng ta đang ở trên một chiếc máy bay và gặp sự cố. Mặt nạ dưỡng khí được thả xuống. Bạn ngay lập tức muốn giúp đỡ cứu con mình ngồi bên cạnh. Vì vậy, bạn làm mọi cách để giúp đứa trẻ và cuối cùng bạn sẽ cạn kiệt oxy và chết. Đứa trẻ sống sót và máy bay hạ cánh an toàn, nhưng đứa bé ấy không biết cách chăm sóc bản thân. Và sau đó đứa trẻ ấy cũng không sống được. Vì vậy, nếu bạn, trong tình huống này dường như ích kỷ, đưa mặt nạ dưỡng khí vào miệng và mũi của bạn trước, và 30 giây sau giúp đứa trẻ, cả hai sẽ sống sót. Trong hoàn cảnh khó khăn bế tắc bạn cần sử dụng trí tuệ và tình thương yêu để tìm ra phương án tốt nhất để có hành động đúng đắn. Khi bạn làm điều này, vị Thiên Sứ nhìn thấy sự trung thực của bạn và tình thương yêu thực sự của bạn. Tần số của bạn lúc đó phù hợp với Năm Yếu Tố Tình Thương giống như bạn cần đến NLG. Tần số của bạn được duy trì tức thời với cơ chế hoạt động NLG, và bạn có được kết nối.

Trong trường hợp ở sa mạc, khi bạn quyết định: "Được rồi, tôi có một cái bánh, tôi có một bình nước và dù có chuyện gì tôi vẫn sẽ giúp đỡ người này khi cần. Lúc đó Thiên

Sứ sẽ giúp đỡ bạn. Tình thương yêu luôn xảy đến ngay lập tức.

Nếu bạn gửi tín hiệu S.O.S giúp đỡ khẩn cấp cho đúng người, họ sẽ hiểu bạn cần gì. Nếu bạn gửi đến nhầm người, họ sẽ không hiểu yêu cầu giúp đỡ của bạn là gì. Khi chúng ta sử dụng tình thương thật sự, trí tuệ của chúng ta sẽ phát huy, và chúng ta biết cách giải quyết những vấn đề khó khăn đúng hướng vì chúng ta có sự kết nối với Linh Hồn Đấng Tối Cao. Những người thiện lành nhất sẽ có sự trợ giúp từ những Thiên Sứ.

Nền văn minh trong không gian, Linh Hồn Hướng Dẫn, sẽ hỗ trợ chúng ta theo cách nhất định, chứ không phải theo cách chúng ta muốn. Nếu chúng ta sử dụng tình thương, họ sẽ luôn cố gắng hết lòng hỗ trợ chúng ta, bởi vì đó là nhiệm vụ của họ. Họ được phép giúp đỡ chúng ta nếu chúng ta áp dụng tình thương yêu thực sự.

Đôi khi một người đàn ông yêu một người phụ nữ và nói rằng anh ta không biết lý do là gì. Và với một người phụ nữ cũng vậy; cô ấy sẽ có tình yêu trọn vẹn với một người đàn ông mà không có lý do rõ ràng. Đó là từ một cái gì đó sâu bên trong và chỉ có tâm hồn mỗi cá nhân mới có thể nhận ra những gì đang xảy ra. Mỗi chúng ta đều có rất nhiều kiếp sống. Vì vậy, trong kiếp luân hồi tiếp theo, một cảm giác trong quá khứ vẫn có thể nhận ra ở cấp độ linh hồn. Năng lượng trong linh hồn họ kết nối họ lần nữa. Trong kiếp trước, có lẽ họ đã từng nói rằng họ sẽ yêu nhau mãi mãi.

Tuy nhiên tình yêu giữa nam và nữ cũng gây ra nhiều đau khổ. Có biết bao nhiêu câu chuyện buồn của tình yêu. Những câu chuyện về đôi trai gái yêu nhau nhưng gia đình không chấp nhận người con gái đó; những người đàn ông hy sinh trong chiến tranh khi tuổi đời còn trẻ và người vợ sau đó phải sống cô đơn một mình. Hoặc có khi một người phụ nữ ra đi sớm hơn vì bệnh tật và để lại người chồng một mình. Trong nhiều văn hóa, con cái phải nghe theo sự sắp đặt cưới hỏi trong gia đình, cha mẹ đặt đâu con ngồi đấy – dù họ không yêu người đó. Họ không có sự lựa chọn. Điều này đôi khi làm cho họ cảm thấy bị khủng hoảng. Tất cả những điều này tạo ra sự đau buồn và tổn thương rất lớn. Nhưng dù nó có gây ra bao nhiêu đau thương, buồn khổ và nhiều gian nan, chúng ta vẫn có thể tìm thấy tình yêu thương. Tình yêu thương được lập trình trong linh hồn của chúng ta. Một bí mật được giữ trong tình yêu thương. Thượng Đế đã thiết lập điều này ngay từ ban đầu. Những người đã rất đau khổ vì tình yêu sẽ nói rằng họ sẽ không bao giờ yêu lần nữa. Nhưng vì tình yêu thương là điều kiện cần phải có của cơ thể vật lý và linh hồn, họ sẽ lại tìm đến tình yêu thương lần nữa. Chỉ có những người muốn đau bệnh mới không muốn có tình yêu thương.

Giống như thực phẩm là nguồn cung cấp cần thiết cho sức khỏe chúng ta, tình thương yêu cũng vậy. Tình yêu thương là điều kiện cần có ở cơ thể vật lý và một linh hồn. Cũng giống như việc bạn ăn một bữa tối thịnh soạn và không muốn ăn thêm nữa. Nhưng rồi bạn vẫn sẽ đói và tiếp tục ăn vì đó là nhu cầu của cơ thể vật lý và linh hồn. Chúng ta được thiết lập theo cách đó. Và tương tự như vậy với tình thương yêu, cơ thể vật lý và linh hồn của chúng ta cần có nó.

Trong một số tôn giáo, những vị chủ trì không được phép kết hôn vì họ nói rằng họ chỉ yêu thương Thượng Đế. Điều này tạo ra nhiều vấn đề khiến những vị chủ trì cư xử không mẫu mực vì nhu cầu tình yêu của con người vốn được thiết lập sẵn trong ADN. Họ hành xử như thể tình yêu giữa con người với nhau là một tội lỗi. Điều này là không đúng.

Đây là do họ không có đủ trí tuệ và cuối cùng họ đã làm đảo lộn sự thật. Họ không có kết nối với Đấng Tạo Hóa. Họ nói rằng hành động xấu là tốt và hành động tốt là xấu. Nếu họ có trí tuệ và nếu họ có sự kết nối với Linh Hồn Đấng Tối Cao từ Thế Giới Vô Hình, họ sẽ có nhiều năng lượng trí tuệ và họ có thể minh định điều gì là tốt nhất. Khi chúng ta có trí tuệ, chúng ta có thể minh định điều gì đúng và sai, và chúng ta sẽ không đi theo hệ thống cũ hoạt động kém. Chúng ta có thể chỉnh sửa và tìm ra hướng đi để nhận lợi lạc cho bản thân và toàn nhân loại.

Con người thường nói rằng tình yêu sẽ làm con người ta mờ mắt. Tình yêu trong mù quáng trở thành thảm họa cho nhân loại. Nó sẽ gây ra thiệt hại cho bản thân và cho những người họ yêu thương. Đây là do sự thiếu kết nối với Đấng Tạo Hóa. Họ không có đủ năng lượng trí tuệ. Tình thương yêu giá trị nhất là tình yêu bao dung, bác ái từ trái tim con người. Đây là tình yêu thương của Linh Hồn Đấng Tối Cao – Năng Lượng Vũ Trụ từ nền văn minh trong không gian. Đây là nguồn năng lượng "Trí Tuệ Tâm Linh". Năng lượng này đem lại cho chúng ta rất nhiều điều tốt đẹp như năng lượng của sự khôn ngoan. Nó cho chúng ta đủ trí tuệ để đánh giá tầm quan trọng của mọi thứ và nó cho phép bạn xem xét lợi ích của mọi điều gì đó trước khi bạn thực hiện. Từ đây, bạn nhận được kết quả cao nhất, nâng cấp giá trị của cuộc sống hiện tại.

Trong thế giới tâm linh bạn có thể rời xa người bạn đã kết hôn mà bạn không còn yêu thương nữa, nhưng bạn cần sử dụng trí tuệ của mình để tìm ra hướng giải quyết trong hòa thuận. Ly hôn không phải là tội lỗi. Nhưng chúng ta cần làm điều này trong hòa thuận và công bằng cho mỗi người. Thế giới tâm linh không nói rằng phải ở bên nhau nếu cặp vợ chồng không hạnh phúc. Bạn hoàn toàn có thể tìm một người khác phù hợp với bạn hơn và sau đó tìm cách tạo hạnh phúc hơn là nỗi buồn. Trong thế giới tâm linh không có quy tắc về tình yêu thương. Tình yêu thương mang lại tích cực theo bất kỳ cách nào mà mỗi cá nhân cảm thấy nó sẽ tạo ra hạnh phúc cho họ. Nó phải được xem là hướng đi an toàn và thoải mái cho mỗi người. Chúng ta cần tìm cách tốt nhất để hỗ trợ và bảo vệ mọi người. Chỉ có luật con người mới cố gắng ràng buộc vợ chồng và làm họ khó rời xa nhau. Thế giới tâm linh không bao giờ ràng buộc hai vợ chồng. Thế giới tâm linh hỗ trợ phát huy trí tuệ, cho chúng ta đưa ra những lựa chọn tốt nhất vì sự an toàn và hạnh phúc của con người. Chúng ta cần làm tương tự như những gì mà cộng đồng trong mỗi văn hóa và xã hội đã quyết định bảo vệ cho cuộc sống hôn nhân. Chúng ta cần phải tìm ra phương hướng xây dựng cuộc sống hôn nhân thế nào là tốt. Trí tuệ và năng lượng phải được sử dụng đúng để xem xét hướng đi nào là an toàn và mang lại hạnh phúc cho nhau. Các nền văn hóa có thể thay đổi vì chúng được quyết định bởi người dân. Họ có thể đưa ra quy tắc mới về hôn nhân thông qua trí tuệ của họ để mang lại hạnh phúc và bình an.

Ý nghĩa lớn nhất của tình yêu thương là yêu thương nhân loại. Yêu thương con người bằng một trái tim thiện lành và một linh hồn lương thiện. Loại tình yêu thương này sẽ mang lại rất nhiều hạnh phúc. Điều này sẽ giúp phát huy trí tuệ của bạn dễ dàng hơn và bạn có thể hiểu được ý nghĩa của tình yêu giữa người đàn ông và người phụ nữ. Khi Thế Giới Tối Cao cho phép nhân loại kết nối với tần số cao nhất thông qua NLG, toàn thể nhân loại sẽ nhận ra ý nghĩa khi trở thành một người chồng và một người vợ và sẽ hiểu rõ tại sao chúng ta ở đây và mục đích của chúng ta là gì. Từ đó chúng ta sẽ có thiên đàng hạ giới, và chúng ta sẽ biết những bí mật làm sao có được hạnh phúc trong gia đình. Chúng ta sẽ biết cách suy nghĩ khôn ngoan đúng đắn để đưa ra quyết định. Đàn ông là phải bảo vệ và yêu thương vợ mình. Người đàn ông sẽ chỉ ở bên cạnh vợ mình. Và người phụ nữ sẽ hoàn toàn nhận ra và hiểu được ý nghĩa của tình yêu một cách sâu sắc. Con người vẫn chưa có đủ năng lượng để dễ dàng tìm đúng người đồng hành trên con đường hôn nhân, luôn yêu thương và yêu thương như thế nào. Khi thực hiện cam kết trong hôn nhân, họ sẽ giữ lời hứa vì nó mang lại sự an yên trong lòng.

Rất nhiều linh hồn có tần số cao hiện đang luân hồi tái kiếp trên hành tinh của chúng ta và điều này sẽ tiếp tục trong tương lai. 70% dân số sẽ phát triển và đạt đến trình độ "Đại Học" và 30% sẽ từ trình độ của "Trung Học". Nhóm 70% sẽ nhanh chóng nhận biết con đường trí tuệ và thay đổi nhiều thứ để giúp nhân loại có được hạnh phúc. Nhóm 70% sẽ chuyển hóa thay đổi tư duy của "trình độ thấp hơn" ở nhóm 30%, hỗ trợ nhóm này lên cấp bậc cao hơn. Cho đến bây giờ thì con số này đang đảo ngược, với thiểu số được sinh ra đã phát triển đến "trình độ Đại Học". Trong tương lai chúng ta sẽ làm việc ít hơn và tận hưởng cuộc sống nhiều hơn. Chúng ta sẽ có đủ phương tiện vật chất, chúng ta sẽ có đủ lương thực cho mọi người, giao thông tốt hơn và kỹ thuật công nghệ tân tiến. Chúng ta sẽ có tất cả mọi thứ để mọi người sống thoải mái và hạnh phúc. Mọi người sẽ yêu thương nhau nhiều hơn so với ngày hôm nay. Mọi người ở tất cả các tầng lớp xã hội sẽ được quan tâm chăm sóc tốt. Con người sẽ nhận ra điều quan trọng nhất, Yếu Tố Tình Thương Thứ Năm. Hệ thống xã hội toàn cầu sẽ chăm sóc tốt tất cả trẻ em được sinh ra. Những đứa trẻ này sẽ được đào tạo bài bản với trình độ học vấn rất cao. Các em sẽ rất thông mình và kiến tạo thiên đàng hạ giới ở Trái Đất. Một hệ thống mới bắt đầu vào năm 2000. NLG chịu trách nhiệm xây dựng hệ thống trí tuệ thông minh mới này. Khi nhân loại trên Trái Đất đạt được trí tuệ giác ngộ về tình yêu thương đích thực thì cả nam và nữ sẽ có được hạnh phúc trọn vẹn. Mọi người sẽ hiểu nhau hơn và trân trọng nhau hơn. Họ sẽ hiểu được bí quyết của gia đình hạnh phúc viên mãn.

Tất cả những người trở thành tỷ phú và triệu phú trở nên giàu có như thế là nhờ những khoản điểm cộng mà họ kiếm được trong những tiền kiếp. Nhờ những hoạt động vì cộng đồng, họ đã được thiết lập để trở nên rất giàu có. Mọi người tin rằng các triệu phú chỉ là những người may mắn. Nhưng sở dĩ họ giàu có như vậy là vì những điểm cộng tốt họ đạt được. Những người là tỷ phú và sử dụng những hành động yêu thương đối với người khác, giúp đỡ nhiều người, sẽ là tỷ phú mãi mãi vì họ đã tạo dựng được rất nhiều điểm cộng tốt. Thế Giới Vô Hình sẽ tiếp tục sắp đặt cho họ ở một vị trí tốt để họ tiếp tục hỗ trợ nhân loại và tất cả mọi người trong cuộc sống của họ, hết đời này sang đời khác. Giàu có không bao giờ là vô tình hay ngẫu nhiên.

Khi tôi lênh đênh trên một chiếc thuyền với 20 người khác trong 5 ngày, thoát khỏi hoàn cảnh sống khó khăn, khoảng một trăm con tàu đã đi qua chúng tôi nhưng họ không giúp chúng tôi. Họ quay lưng lại với tín hiệu khẩn cấp S.O.S của chúng tôi, và vờ như họ không thấy gì. Nhưng những con tàu từ Hợp Chủng Quốc Hoa Kỳ hầu như luôn luôn đến và cứu những người gặp nạn hoặc nguy hiểm. Điều đó ngụ ý rằng có sự khác biệt lớn giữa Hoa Kỳ và các quốc gia khác. Thượng Đế hỗ trợ những quốc gia hành động như vậy và động lòng thương với những người gặp khó khăn. Khi hành động của mọi người xuất phát từ tình yêu thương thực sự, những Thiên Sứ thường sẽ luôn giúp đỡ họ. Các Thiên Sứ thường chọn giúp đỡ Hoa Kỳ vì niềm tin của người dân đã được nêu trong các chính sách ban hành trong đất nước họ.

PHẦN 66: Những Lợi Ích Của Tình Thương Thật

N hững từ ngữ về tình thương mà nhiều người đang sử dụng hiện nay không thật sự là yêu thương. Nhiều người chỉ nói những từ "Tôi thương bạn" mà không có hành động nào thể hiện điều đó. Điều này không có lợi ích gì cả. Mọi người thường gửi lời yêu thương đến nhau. Họ có thể nói mỗi ngày rằng họ yêu người khác nhiều như thế nào. Nhưng họ đã làm gì cho người họ gửi lời yêu thương chưa? Thông thường họ chỉ dùng từ ngữ nhưng không làm gì để giúp đỡ người kia cả. Cách dùng như vậy chỉ thể hiện những lời nói sáo rỗng. Cách yêu thương đó không hỗ trợ được điều gì. Mỗi cá nhân nhận được lợi ích to lớn khi họ thực hiện một cử chỉ yêu thương. Thế Giới Vô Hình biết các hành động của bạn. Đây là bí quyết để đạt được trí tuệ. Tất cả những thứ vật chất mà con người dường như dễ dàng nhận được thực sự là phần tích đức từ những hành động nhân ái trong quá khứ của họ. Nó có nghĩa là họ đã đầu tư khôn ngoan qua nhiều kiếp trước. Vì vậy, ngày nay, những may mắn mà họ cho là tự nhiên đến thực sự là nhờ những khoản đầu tư của họ và khoản điểm cộng mà họ đã tạo ra. Họ thậm chí còn không nhận ra rằng họ đang tạo ra những điểm cộng này. Họ có thể đã giúp ai đó mà không cần suy nghĩ về nó. Và kết quả của mọi hành động tốt luôn quay trở lại với chúng ta. Từ 'may mắn' thực sự không có nghĩa như cách chúng ta hiểu nó ngày nay. Mọi người sẽ nói với bạn rằng bạn là người may mắn, nhưng họ không nhận ra bạn đã đạt được những kết quả đó thông qua những thành tích bạn đã đạt được trong quá khứ.

Nếu bạn tạo dựng tích điểm cộng bằng cách sống thiện lành, giúp đỡ người khác, chúng ta sẽ được trả ơn bằng những điều may mắn. Đây là hệ thống của Thế Giới Vô Hình. Chúng ta phải làm nhiều điều tốt. Chúng ta phải tích cóp điểm cộng của mình. Khi chúng ta gặp may mắn, đó là nhờ công lao tích lũy điểm cộng bằng các hành động tốt của chúng ta. May mắn của bạn là những lợi ích dành cho bạn đến từ Thế Giới Vô Hình. Trên thực tế, của cải vật chất đến từ sức mạnh của trí tuệ được đưa vào hành động. Đầu tư thông minh để tạo ra may mắn. Hãy sử dụng lòng bác ái, khoan dung và trái tim nhân hậu trong hành động của bạn. Đây là bí quyết để bạn phát triển trí tuệ nhanh nhất. Điều này sẽ tạo ra vận may cho bạn tốt hơn bất kỳ hệ thống đầu tư nào trong cuộc sống vật chất. Khi bạn đầu tư bằng những hình thức này bạn sẽ có một kho tàng trí tuệ, sẽ theo bạn suốt hành trình tiến hóa, phát triển của bạn qua mọi thời đại. Cuộc sống của bạn sẽ không bao giờ gặp trắc trở hay rắc rối. Xã hội đang trải phải những bất lợi lớn vào lúc này vì họ thiếu tầm nhìn và sự hiểu biết, và thay vào đó, họ tiếp tục sống trong sự ích kỷ.

Đôi khi, người ta tự xây dựng bản thân trở nên quyền lực, giàu có và sau đó có thái độ tự cho rằng bản thân cao hơn và tốt hơn những người bình thường. Họ nói rằng họ cần được tôn trọng theo một cách khác biệt, rằng họ ở trên tất cả những người khác. Nhiều người khi được trao cơ hội tốt hơn đã hành động như thể họ cần được đối xử khác biệt. Họ sẽ không nói chuyện hay lắng nghe những người ở trình độ thấp hơn. Họ không còn xem những người họ đã từng biết là bạn bè. Nhưng họ chưa làm được gì để giúp đỡ cộng đồng. Họ chỉ muốn làm những điều có lợi cho bản thân. Điều này không mang lại giá trị nào. Nó sẽ gây nhiều rắc rối cho người đó. Khi chúng ta lên một cấp độ cao hơn trong tâm linh, chúng ta có thể hỗ trợ nhiều người hơn và yêu thương nhiều người hơn. Đó là hành động đúng đắn cần thực hiện để tiếp tục xây dựng tín cộng tốt của bạn về mặt tinh thần. Đây là cách yêu thương đúng đắn. Đây mới là một hệ thống lành mạnh điều đó tạo ra lợi ích cho tất cả mọi người tham gia. Đây mới là cách hệ thống của chúng ta đã được thiết lập để hoạt động.

Một ví dụ để chỉ ra cách sử dụng từ "Tôi yêu bạn" một cách vô nghĩa trong thời điểm hiện tại, là nếu ai đó đang đói, không có thức ăn và chúng ta nói với họ, "Tôi yêu bạn", nhưng sau đó không làm gì cả, điều đó không phải là tình thương yêu. Nếu bạn thương một ai đó đang đói khát, thì bạn phải giúp đỡ chia sẻ những thứ họ cần. Chúng ta không thể nói thương yêu một ai đó cả ngày lẫn đêm và không làm gì cho cho người đó. Nó không mang lại bất kỳ lợi ích nào. Con người có thể nói yêu thương người khác một cách thoải mái dễ dàng nhưng điều đó có nghĩa là họ sẽ hành động khi họ nhìn thấy người này cần giúp đỡ không? Nó đã không xảy ra tương ứng với cách mà con người sử dụng từ yêu thương hiện tại. Nếu con người giúp đỡ người khác một cách thoải mái hơn, chúng ta sẽ nhanh chóng đưa thế giới này trở thành một nơi tất cả mọi người đều tận hưởng hạnh phúc.

Động vật không thể nói "Tôi yêu bạn", nhưng chúng đóng góp cho con người qua thực phẩm. Chúng đóng góp để con người có thể tiếp tục sống và học hỏi, đạt trí tuệ giác ngộ. Con người cần nhận ra tình yêu thương này, phần đóng góp của động vật. Trong hệ thống này, động vật thể hiện tình yêu thương bằng cách sống theo cách Thế Giới Vô Hình sắp xếp. Chúng nhận được điểm cộng qua cách này để rồi phát triển lên một hình thức cao hơn và cuối cùng đạt đến cấp độ là một con người.

Trong tương lai, chúng ta sẽ không sử dụng ý nghĩa của tình thương yêu như chúng ta đã và đang làm. Chúng ta sẽ sử dụng tình yêu thương bằng trí tuệ giác ngộ, giống như tình yêu thương của Linh Hồn Đấng Tối cao, đã tạo ra con người và đã cho chúng ta rất nhiều lợi ích vô điều kiện. Ngài không yêu cầu chúng ta làm bất cứ điều gì. Mọi thứ chúng ta cần đều ở đây. Đó là Tình Yêu Thương từ Linh Hồn Đấng Tối Cao. Chúng ta sẽ không có loại tình yêu thương này cho đến khi chúng ta đạt đến trí tuệ giác ngộ. Ở cấp độ tiếp theo, khi chúng ta học NLG, chúng ta sẽ tìm hiểu về 'lợi ích' và lý do tại sao chúng quan trọng hơn tình yêu thương.

Chúng ta cần sử dụng trí tuệ song song với hành động thiện lành. Chúng ta cần đánh giá hình thức phúc lợi tốt nhất mà chúng ta có thể cung cấp, để không lấy đi những thứ cần thiết của người nhận nó. Mỗi cá nhân cần hành động để tạo lợi ích vật chất cho riêng mình. Khi chúng ta biết cách giúp đỡ mọi người học cách tạo ra cuộc sống tốt cho chính họ, đây cũng sẽ là lợi ích của chúng ta. Sự cố gắng là hoạt động thực tiễn của chân lý. Vì vậy, chúng ta cần giúp để con người thật sự hưởng lợi từ những hành động chúng ta chọn để giúp đỡ họ. Giúp đỡ người khác là đang phụng sự cho Thượng Đế. Cách phụng sự thật sự là thực hiện những điều tốt và truyền cảm hứng lành mạnh trong tâm hồn.

PHẦN 67: Quy Luật Tiến Hóa

T rái Đất là một quần thể năng lượng khổng lồ ấp ủ và phát triển qua luân hồi chuyển kiếp từ sinh vật nhỏ nhất giống như một, tích trữ năng lượng, điểm cộng tốt tiến hóa lên cấp bậc thực vật, động vật, chết đi và tái sinh thành một dạng tinh vi hơn. Quá trình này liên tục như thế đến khi linh hồn đó đủ điều kiện đạt đến cấp độ một con người. Quy Luật Tiến Hóa này xoay vòng liên tục. Cuộc sống bắt đầu, cống hiến, nhận lại và cho đi, bổ sung năng lượng, phát triển trí tuệ và tiến hóa. Năng lượng tâm linh đã được kế thừa trong suốt cuộc hành trình dài tiến hóa cho đến ngày nay. Mỗi linh hồn xây dựng năng lượng của mình qua mỗi lần đầu thai. Cuối cùng, việc xây dựng tích trữ năng lượng tốt này từ chu kỳ này qua chu kỳ khác trong quá trình tiến hóa lâu dài, nhiều yếu tố đã phát triển vượt bậc để các thực thể đó đạt đến cấp độ là một con người.

Khi một chu kỳ của một cuộc đời kết thúc, năng lượng điểm cộng của linh hồn đã được tạo ra trong cuộc đời đó sẽ tìm một hình hài phù hợp để bắt đầu cuộc sống mới. Là một phần của sự tiến hóa này, chúng ta cũng sẽ tiếp tục phát triển trong nhiều khía cạnh mới. 'Quy Luật Tiến Hóa' này được dàn dựng bên ngoài Trái Đất bởi Thế Giới Vô Hình của tâm linh huyền bí, nền văn minh của Thượng Đế. Do đó, Nền Văn Minh ngoài vũ trụ điều khiển và vận hành sự sống trên Trái Đất. Chưa có linh hồn nào thuộc loài người trên Trái Đất tiến hóa đủ để đáp ứng điều kiện vượt qua định luật này. Tất cả người trên Trái Đất đều ở trong chu kỳ này. Không có ngoại lệ. Đó là quy luật của sự tiến hóa.

Con người tiếp tục tái kiếp luân hồi để phát triển trình độ tâm linh ngày càng cao hơn. Thuật ngữ "cao hơn" được dùng ở đây có nghĩa là có khả năng yêu thương và giúp đỡ đồng loại bằng tình thương thật sự. Trình độ cao hơn nghĩa là có trí tuệ và trí thông minh cao hơn để tìm ra con đường đơn giản và đúng đắn để phát triển. Cuối cùng, khi kết thúc một cuộc đời, tức bạn rời khỏi thể xác của bạn, nếu bạn đang tích lũy công đức qua việc giúp đỡ nhân loại, bạn có thể được phép chọn lựa về cuộc sống tiếp theo, nơi bạn sinh ra và cuộc sống sẽ như thế nào. Những chọn lựa sẽ giúp linh hồn bạn phát triển và chạm đến những tần số của sự tiến hóa cao hơn nữa.

Một số triết lý trên thế giới cho rằng không nên ăn thịt động vật như gà, lợn, bò,... Họ tránh ăn chúng vì cho rằng điều đó là tạo nghiệp sát sinh. Nhưng điều này đã hiểu sai. Họ hoàn toàn sai, nhưng làm thế nào chúng ta có thể giải thích điều này cho họ? Đây là một ví dụ; một con gà đang cần tích cóp một nghìn điểm để chuyển kiếp lên cấp độ cao hơn. Khi con gà trao cơ thể vật lý của mình cho một con hổ, chúng sẽ nhận được thứ gì đó tương đương mười điểm. Nhưng nếu chúng cho con người, chúng sẽ nhận được 100 điểm. Đó là lý do tại sao chúng muốn con người sử dụng cơ thể của chúng, hỗ trợ con người sinh sống, để làm tăng năng lượng và có thể trở thành con người nhanh hơn. Con người chưa hiểu được điều này. Thượng Đế, Linh Hồn Đấng Tối Cao, đã lập trình động vật hỗ trợ cuộc sống con người và các loài khác bằng năng lượng có trong cơ thể của chúng. Con người chưa nhận ra điều này vì họ chưa đạt đến đúng cấp độ trí tuệ giác ngộ. Con người làm đảo lộn kế hoạch của Thượng Đế và từ chối tuân thủ cơ chế hoạt động này. Họ nói, "Tôi đúng" nhưng họ đã sai về mặt nhận lợi lạc. Họ đang đi sai hướng.

Con người là sự sống phát triển cao nhất, đã có quá trình tiến hóa trên Trái Đất và sẽ có nhiều khả năng khi trí tuệ của chúng ta phát triển, và có thể sử dụng những năng lực đầy lợi lạc mà chúng ta không thể hình dung vào thời điểm này. Sau thời gian dài chuẩn bị để trở thành linh hồn trong hình dáng con người lần đầu tiên, sau khi cống hiến và kiếm đủ công đức, linh hồn lần đầu tiên từ hình dạng kém phát triển thành một hình hài con người. Trong quá trình tiến hóa, để có thể chuyển hóa thành hình dáng con người được xem là đặc ân. Để trở thành linh hồn con người, từ một hình thức thấp hơn cần chuẩn bị rất nhiều công đức. Vài người hiểu được sự đóng góp to lớn này, nhưng không biết làm cách nào để đền đáp những linh hồn đã cống hiến, giúp đỡ cho hành trình tiến hóa lên con người. Để chuẩn bị cho việc tiến hóa thành cơ thể con người, một linh hồn sẽ hạnh phúc và cảm kích nếu có thể đóng góp bằng cách thu thập đủ nghiệp tốt để được sinh ra như một linh hồn mới. Họ làm việc chăm chỉ để đủ điều kiện trở thành một con người, bằng cách liên tục giúp đỡ những linh hồn khác phát triển.

Chúng ta phải làm rất nhiều thứ để hoàn thành Năm Yếu Tố Tình Thương và khi đã hoàn thành, chúng ta có thể bắt đầu một chương mới trên hành tinh này. Đây sẽ là một chương về sự phát triển biết chăm sóc và yêu thương toàn thể nhân loại. Tuân theo Năm Yếu Tố Tình Thương, tất cả trẻ em đều sẽ được yêu thương. Tất cả mọi thứ để được chuẩn bị sẵn sàng khi các em được sinh ra trong thế giới vật chất. Trẻ em sẽ có nhà để ở, được học ở trường tốt, những giáo viên đủ tiêu chuẩn với tình yêu thương, kỹ năng và kiến thức, cung ứng đầy đủ sách vở, thực phẩm và tình yêu thương của cha mẹ. Họ có thể trưởng thành và học hỏi theo hướng đi đúng đắn. Đây là cách thể hiện tình yêu thương của chúng ta.

Đây là cách chúng ta trả ơn cho muôn loài vạn vật. Đây là cách chúng ta trả ơn cho cha mẹ và ông bà tổ tiên của chúng ta. Và đây là cách chúng ta trả ơn cho các vị minh sư đã đến Trái Đất ở nhiều thời điểm khác nhau để giúp đỡ chúng ta. Hỗ trợ và chăm sóc tất cả trẻ em sẽ đưa Trái Đất của chúng ta trở lại quỹ đạo chính xác. Tôn trọng và ghi nhận công lao những người mẹ của những đứa trẻ này và tất cả phụ nữ cũng là đức tính cần có trong hành trình tiến hóa của con người.

Ông bà tổ tiên cũng sẽ trở về thông qua kiếp luân hồi và không biết trước họ sẽ được sinh ra ở đâu. Vì vậy, tất cả chúng ta cần yêu thương bất kỳ ai đang ở cạnh. Ý nghĩa thực sự của tình thương có nghĩa là hỗ trợ tất cả trẻ em được sinh ra ở đây trên Trái Đất. Chúng ta không cần những lễ tưởng niệm xa xỉ cho những người đã khuất. Đó chỉ đơn giản là hiểu sai. Hãy đối xử tốt với trẻ em. Đây mới là cách trả ơn cho tất cả mọi thứ họ đã làm cho chúng ta trong sự tiến hóa của họ.

Thật không may, rất ít người hiểu được sự đóng góp lớn lao này từ mỗi linh hồn và không biết cách đền đáp những phước lành mà họ đã nhận được từ sự cống hiến của linh hồn mới và cả những linh hồn tổ tiên chuyển kiếp. Nếu tất cả trẻ em khắp quả địa cầu này có thể sống trong điều kiện sức khỏe tốt, cùng với tình yêu thương mà chúng cần, những quan tâm chăm sóc thật sự, chúng sẽ trở nên rất thông minh. Trẻ em cần được dạy bảo về Năm Yếu Tố Tình Thương trong con đường học vấn.

Một trong những tiêu cực con người làm là có ý định đáp ứng, quan tâm chăm sóc các em, nhưng sau đó không làm gì cả. Một người với tình thương thật sự sẽ giúp đỡ trẻ em cả về vật chất lẫn tinh thần. Đây là điều mà Linh Hồn Đấng Tối Cao muốn chúng ta làm. Điều này sẽ trả ơn tất cả mọi thứ.

Linh Hồn Đấng Tối Cao cung cấp năng lượng cho chúng ta nhiều hơn mức cần có để hoàn thành những điều này cho trẻ em, nhưng sau đó chúng ta sử dụng nó theo hướng tiêu cực và những lợi ích chúng ta nhận được trong cuộc sống này dần biến mất hoặc cạn kiệt. Con người né tránh sự thật này bằng cách nói rằng đây chỉ là lý thuyết khi nói rằng Linh Hồn Tối Cao ban cho rất nhiều năng lượng và tình yêu thương.

PHẦN 68: 'Hệ Thống Mới' Của Hoa Kỳ

T rong những thế kỷ gần đây, Thế Giới Vô Hình, nền
văn minh của Đấng Tạo Hóa đã trợ giúp, mang lại một mô
hình vũ trụ mới cho Trái Đất. Mô hình trí tuệ tiên tiến này
đã được phát triển bởi các nhà lãnh đạo sáng lập Hợp Chủng
Quốc Hoa Kỳ. Những nhà lãnh đạo có tư tưởng tiến bộ này
đã viết những văn kiện quý giá như "Tuyên Ngôn Độc Lập",
"Hiến Pháp của Hợp Chủng Quốc Hoa Kỳ" và Tuyên Ngôn
Nhân Quyền. Đấng Tối Cao, nền văn minh của Đấng Tạo
Hóa đã mong muốn Hoa Kỳ trở thành một hình mẫu để tất
cả con người trên Trái Đất học hỏi. Mục đích của việc này là
để phát triển một chính phủ dựa trên sự hợp nhất, tình yêu
thương thiêng liêng, và biết quý giá cuộc sống vì nó là hình
mẫu cho những nước còn lại trên thế giới. Nếu tuân theo
chính xác, những nguyên tắc này sẽ triển khai áp dụng Năm
Yếu Tố Tình Thương. Những người sáng lập Hoa Kỳ, thông
qua nguồn năng lượng trí tuệ được bổ sung từ không gian,
đã tạo ra một hệ thống chính phủ vì lợi ích chung của tất cả
mọi người. Nhờ sự hiểu biết và làm theo thông điệp từ nền
văn minh của Đấng Tạo Hóa, Hoa Kỳ nhanh chóng trở thành
quốc gia thành công nhất trên thế giới.

Nhiều quốc gia khác thích nói về các nền văn hóa cổ xưa
và lịch sử phong phú của họ. Tuy nhiên những nền văn hóa
này liệu có quan tâm làm thế nào Hoa Kỳ có thể tạo ra sự
giàu có trong một khoảng thời gian tương đối ngắn như vậy
không? Đã 234 năm kể từ khi Hiến Pháp được ký kết. Một
nền văn hóa cổ xưa với bề dày lịch sử không có nhiều ý nghĩa
nếu người dân của bạn nghèo đói và thiếu giáo dục. Một lịch
sử lâu đời và một nền văn hóa tuyệt vời là điều tuyệt vời,

nhưng điều đó không có nhiều giá trị đối với những người sống trong hoàn cảnh khổ cực.

Một trong những lý do khiến những nhà lãnh đạo của các quốc gia khác khó chấp nhận những lợi ích họ có thể nhận được bằng cách tuân theo một hệ thống như Hoa Kỳ là do quá khứ từ những lần tái kiếp của họ. Một linh hồn đã ở một vị trí rất quyền lực trong quá khứ, thì khi tái kiếp họ có thể cảm thấy an toàn khi ở trong khuôn mẫu cũ và chưa sẵn sàng chuyển đổi hướng đi mới. Một phép ẩn dụ cho điều này có lẽ là câu chuyện về Hoàng Đế của Trung Quốc. Khi ông bắt đầu xây dựng Vạn Lý Trường Thành, ông tin rằng nó là cần thiết để bảo vệ vương quốc của ông trong tương lai. Ông đã nói rằng, bất kể giá nào dù là mạng sống hay tiền bạc, ông cũng phải xây dựng bức tường càng nhanh càng tốt. Công trình xây dựng được một phần thì ông qua đời. Linh hồn của ông đã muốn quay lại ngay lập tức để hoàn thành bức tường. Nhưng trong thế giới tâm linh ông không thể quyết định trở về ngay được. Ông đã trở về dạng cơ thể vật lý một ngàn năm sau. Vào thời điểm đó, ông vẫn tập trung muốn hoàn thành việc dang dở này từ một ngàn năm trước để giúp vương quốc của mình. Ông không muốn làm bất cứ điều khác ngoài việc làm theo phong tục cổ xưa từ 1000 năm trước. Ông bỏ ngoài tai tất cả ý tưởng tiến bộ mới. Ông không thể chấp nhận mọi thứ đã thay đổi. Điều này cũng giống như con người không muốn chính phủ của họ thay đổi dùng một hệ thống tân tiến dù biết rằng nó sẽ mang lại nhiều lợi ích cho tất cả mọi người. Quan điểm của họ bị mắc kẹt trong quá khứ từ một cuộc đời khác, và họ không nhận thức được mọi thứ đã thay đổi. Họ cố gắng cản trở tất cả mọi người đi theo hướng đi khác tiến bộ hơn. Họ can thiệp theo nhiều cách khác nhau. Những linh hồn này vẫn sống trong tâm tính của quá khứ, muốn tiếp tục đấu tranh giành quyền kiểm soát và tiếp tục đi theo hướng tiêu cực vì quyền lực, nói rằng họ làm điều này nhân danh Tình Thương. Họ sai lầm khi nghĩ như vậy. Họ không muốn một chính phủ được tạo ra hỗ trợ toàn thể nhân loại trên Trái Đất vì sự thiếu khôn ngoan của họ.

Hệ thống Hoa Kỳ dựa trên ba văn kiện linh thiêng, áp dụng tình yêu thương thực sự cho con người, là hình mẫu cho việc sử dụng tạo ra thành tựu vật chất và tinh thần. Có rất nhiều quốc gia trên thế giới đã sử dụng khuôn mẫu này để tạo ra hệ thống chính phủ đồng thời tạo ra của cải vật chất và thành công cho người dân. Các phương án cũ để tranh giành quyền thống trị với người khác là của hệ thống cổ hủ không mang lại lợi ích cho bất kỳ ai tham gia. Sử dụng tình yêu thương trên hành tinh của chúng ta cùng với hệ thống hình mẫu của Hoa Kỳ, để biết cách đạt thành tựu vật chất và giá trị tinh thần, kiến tạo một hành tinh hòa bình và hạnh phúc cho tất cả mọi người. Hợp tác với nhau để cùng thành công, mang lại lợi ích cho tất cả mọi người. Hoa Kỳ đã rất thành công trong việc có thể giúp đỡ những người khác trên khắp thế giới ứng phó với khủng hoảng và thiên tai.

Tuy nhiên, dù Hoa Kỳ có sự hỗ trợ từ nền văn minh của Đấng Tạo Hóa cho sự phát triển dựa trên triết lý này, Hoa Kỳ vẫn chưa sử dụng đúng cách. Vì lý do này, rất nhiều lợi ích vẫn đang bị kiềm hãm. Đây là lý do tại sao chúng ta vẫn gặp khó khăn. Nếu NLG được các nhà lãnh đạo và những người nắm quyền trên thế giới công nhận và hiểu rõ, họ sẽ sử dụng kỹ thuật NLG và giải quyết tất cả các vấn đề của thế giới. Không có điều gì có sẵn để giúp họ dễ dàng nhận ra và biết cách giải quyết các vấn đề. Họ cần phải tự mình nhìn thấy. Họ cần phải đưa ra quyết định rằng điều này sẽ mang lại lợi ích cho họ và tất cả nhân loại. Đấng Tối Cao không sử dụng vũ lực hoặc những lời đe dọa để giúp chúng ta đi theo con đường nhận thức đúng đắn. Thế Giới Tối Cao không cố gắng làm chúng ta sợ hãi. Họ chỉ muốn chúng ta tạo ra đủ năng lượng trí tuệ cho linh hồn để có thể minh định điều gì sẽ có lợi cho xã hội, và sau đó sử dụng sự giúp đỡ mà họ đang nhận được để giải quyết các vấn đề trên Trái Đất. Khi bổ sung thêm năng lượng NLG được gửi đến từ Đấng Tạo Hóa, bằng cách áp dụng Năm Yếu Tố Tình Thương, chúng ta có thể sửa chữa tất cả những sai lầm mà chúng ta đã mắc phải trong quá khứ, do những hành động ích kỷ đến từ nỗi sợ hãi của bản thân. Sử dụng Năm Yếu Tố Tình Thương đúng cách và tâm thái ở đúng tần số Năng Lượng NLG, hòa bình sẽ đến với nhân loại trên toàn thế giới.

Nhờ có trình độ trí tuệ tiến bộ được tìm thấy trong những văn kiện linh thiêng, chứa đựng những nguyên tắc của Hoa Kỳ, những linh hồn con người trên hành tinh Trái Đất, dù có những tâm lý lo lắng sợ hãi, vẫn không thể khiến hệ thống chính phủ ở Hoa Kỳ thành một hệ thống thấp hơn. Hoa Kỳ đã được sắp xếp, đem lại lợi lạc vì lợi ích chung cho tất cả mọi người trên Trái Đất. Khi hệ thống được nâng cấp dựa trên những thông tin đó, áp dụng Năm Yếu Tố Tình Thương, và tần số Năng Lượng NLG, tất cả chúng ta đều có thể sống trong bình an và hạnh phúc cùng nhau đồng thời tiếp tục thúc đẩy nền văn minh trên Trái Đất lên tầm cao mới và đạt nhiều lợi ích hơn

Ở mặt sau của tờ tiền đô la là "Đại Ấn của Hoa Kỳ" cùng với "Thiên Nhãn" hay còn gọi là "Con mắt nhìn thấy tất cả của Thượng Đế". Nó thể hiện rằng Thượng Đế đang dõi theo loài người. Việc Thiên Nhãn bị ngắt kết nối với các bậc của kim tự tháp thể hiện con người không muốn rời bỏ quyền năng với Thượng Đế.

Vào Thứ Tư, Ngày 27 tháng 06, 2018, hình ảnh Thiên Nhãn và các bậc của kim tự tháp đã được kết nối lại với tần số của Tình Thương. Nó đã diễn ra tại NLG Lớp 3 tại St. Louis, MO Hoa Kỳ, với những người có tấm lòng nhân hậu và tình yêu thương vô điều kiện cho loài người. Ngày này được gọi là "Ngày Đoàn Tụ". Vào ngày này, nhân loại đã được phép kết nối lại với quyền năng của Thế Giới Vô Hình thông qua tần số của NLG. Tần số của Linh Hồn Đấng Tối Cao có thể giải quyết vấn đề của hành tinh này. Kết nối giữa kim tự tháp và Thiên Nhãn của Thượng Đế được thực hiện bằng cách sử dụng một tần số khác trước. Tần số này có hiệu quả đến 99%.

Điều này sẽ đưa Hoa Kỳ trở lại như dự định ban đầu, để thể hiện nền dân chủ cho người dân và thế giới. Thế Giới Vô Hình có trí tuệ và sẽ cho chúng ta những câu trả lời giải quyết tất cả vấn đề. Nếu trí tuệ này được sử dụng cho các dự án của con người, chúng ta sẽ thấy lợi ích cho chính họ và nhân loại. Nền Văn Minh sẽ chấm dứt việc sử dụng lặp lại những mô hình kém hiệu quả và tiến tới một kỷ nguyên hòa bình trên hành tinh chúng ta.

PHẦN 69: Sự Hỗ Trợ Của Nền Văn Minh Trong Không Gian

T ôi được cho phép chia sẻ với loài người sự thật về Thế Giới Vô Hình và thế giới vật chất từ vị Thầy Đặc Biệt của Tình Thương. Tôi tin rằng tất cả các vị lãnh đạo trên thế giới, bằng kiến thức hiện tại, họ sẽ nhận ra giá trị to lớn của thông tin được cung cấp trong cuốn sách này. Hy vọng rằng một khi họ thật sự hiểu rõ về thông tin chia sẻ ở đây, họ sẽ không bao giờ lặp lại những lỗi lầm của quá khứ và không còn đưa ra những quyết định tiêu cực, gây ra việc mất năng lượng trí tuệ của linh hồn.

Những vị lãnh đạo trong quá khứ đã làm rất nhiều việc sai lầm. Họ nghĩ rằng họ đã hành động đúng, nhưng thật sự không phải vậy. Những vị lãnh đạo thường ở vị trí mà họ nói đã làm đúng, nhưng họ đã tạo ra điều trái ngược với lợi ích cần thiết. Khi các vị lãnh đạo của cộng đồng chúng ta và các quốc gia hiểu rõ NLG, họ sẽ có những hành động đúng đắn có lợi cho bản thân và nhân loại. Trước khi có NLG, họ đã làm theo những gì họ nghĩ là đúng – nhưng họ đã mất đi những lợi ích trong thế giới tâm linh. Lợi ích quan trọng nhất cho tất cả mọi người là năng lượng trí tuệ. Năng lượng trí tuệ rất thiêng liêng. Nó đến từ Thế Giới Vô Hình. Con người đã và đang lưu trữ, tạo dựng năng lượng trí tuệ trong ba tỷ năm để đạt đến trình độ mà họ đang ở ngày nay. Nếu họ không biết cách duy trì, và gia tăng năng lượng trí tuệ, họ sẽ chỉ mất dần nó đi.

Nếu chúng ta cạn kiệt năng lượng trí tuệ, chúng ta sẽ trở về trình độ thấp nhất của sự tồn tại của loài người. Ví dụ, một người tỷ phú, trong thế giới tâm linh có năng lượng trí tuệ cấp một tỷ. Vì vậy, người này có một tỷ đô la và năng lượng trí tuệ là cấp độ một tỷ. Nếu người này quyết định sai lầm, họ sẽ mất tiền cùng với năng lượng trí tuệ vì hai điều này đi song song với nhau. Nó cũng giống như việc đầu tư sai cách. Khi bắt đầu quyết định, họ đã đầu tư tiền của mình và tin rằng nó sẽ mang lại cho họ rất nhiều lợi nhuận. Nhưng ngay cả khi họ nghĩ rằng đó là một quyết định đúng khi bắt đầu đầu tư, cuối cùng lại là một quyết định sai lầm vì họ đã mất rất nhiều tiền. Có thể họ mất tất cả. Và khi họ mất tất cả, họ trở thành một người 'bình thường' và phải quay trở lại làm việc. Năng lượng trí tuệ của bạn trong thế giới tâm linh có thể được xem như là một danh hiệu bạn nắm giữ trong thế giới loài người. Tuy nhiên trong thế giới tâm linh, khi bạn mất đi năng lượng trí tuệ, bạn cũng sẽ mất đi danh hiệu của mình. Trong thế giới loài người, nếu bạn có bằng Tiến Sĩ và khi bạn mất tất cả, bạn vẫn giữ được danh hiệu Tiến Sĩ của mình.

Lý do tại sao con người cứ luẩn quẩn đi trên con đường cũ, với cùng một vấn đề mà không tiến bộ được là vì khi con người trở thành những tỷ phú, chúng ta tiêu xài tất cả tiền bạc sai cách. Chúng ta có xu hướng sử dụng tiền bạc để thể hiện sự dư dả và tầm quan trọng của mình. Một vài người đàn ông nói rằng họ phải cưới ba người vợ, có phi cơ riêng và có quyền lực. Về mặt tâm linh, đây là một quan điểm hoàn toàn sai lầm. Một số người giàu có tiêu hết tất cả tài sản của họ. Sau đó phải đi từ vị trí tỷ phú đến tuyên bố phá sản. Họ không còn gì cả. Họ đã xây dựng một tỷ điểm cộng năng lượng trí tuệ và sau đó họ mất tất cả năng lượng trí tuệ trong thế giới tâm linh cùng với tất cả tiền bạc. Sau đó họ trở thành người thường và phải xây dựng lại khoản điểm cộng lần nữa. Và rồi lần nữa họ lại mất hết tất cả. Đôi khi điều này cứ lặp đi lặp lại vì họ không hiểu những nguyên tắc cơ bản của cuộc sống. Họ sử dụng tiền bạc cho những điều sai mà không đem lại tình yêu thương. Nếu họ chọn sử dụng tiền bạc để thể hiện tình thương với con người cần giúp đỡ, họ sẽ có thể giữ lại của cải của họ và nó sẽ phát triển. Nhưng với nhiều người giàu có, họ đơn giản là hiểu sai và nghĩ rằng uống rượu bia, sử dụng chất kích thích, có nhiều phụ nữ vây quanh và sở hữu quyền lực kiểm soát người khác là cách sử dụng tiền bạc của họ. Thay vì sử dụng nó đem lại nhiều tình thương hơn cho thế giới, họ làm rất nhiều điều tiêu cực, hủy hoại toàn bộ năng lượng trí tuệ của họ. Tuy nhiên nếu họ sử dụng tài sản làm cuộc sống của người khác tốt đẹp hơn, họ sẽ đạt được nhiều năng lượng trí tuệ hơn và giàu có hơn trong thế giới vật chất. Trong trường hợp này, họ sau đó có thể phát triển đến trình độ cao hơn mà không bị mất của cải vật chất hay tinh thần.

Với thông tin này, mọi người đều có quyền đưa ra quyết định của riêng mình và tự phân định xem có muốn thay đổi hay không. Việc thay đổi phụ thuộc vào cá nhân có nhận ra sự thật này hay không. Nhưng khi các tỷ phú nhận ra điều này, họ sẽ không bao giờ tổn hao hết năng lượng trí tuệ nữa và tránh việc quay trở lại làm người bình thường. Họ không muốn trở thành người vô gia cư ở kiếp này hay kiếp sau. Những người vô gia cư không có năng lượng trí tuệ và họ không biết phải làm gì. Nếu họ được thuê để giúp sơn nhà của bạn, họ thường làm cho nó rối tung lên. Bạn yêu cầu họ làm việc trong sân nhà bạn, hướng dẫn sẵn họ phải làm gì, và trong nửa giờ họ đã làm mọi thứ rối tung lên. Cuối cùng bạn đưa cho họ 10 đô la và yêu cầu họ đi mua một ít đồ ăn ở McDonald's, bảo họ đừng quay lại nữa vì họ chẳng làm nổi. Những nhà tỷ phú không muốn sống mà không có trí tuệ. Họ không muốn đi xuống trình độ đó. Họ muốn có sắc đẹp ở kiếp sau. Họ muốn được kết hôn với một người phụ nữ tốt, có những đứa con xinh đẹp và một ngôi nhà ấm cúng để ở. Họ muốn được đi du lịch vòng quanh thế giới vào những kỳ nghỉ. Tất cả mọi người đều muốn cuộc sống như thế, nhưng nó không dễ dàng đạt được. Kết nối với năng lượng NLG để hiểu ý nghĩa của Năm Yếu Tố Tình Thương và bạn sẽ thực hiện được mục tiêu này. Hãy ra ngoài, hành động và tận hưởng cuộc sống một cách đúng đắn. Học hỏi và trở thành một người có trình độ học vấn cao. Trong thế giới tâm linh, khi nắm trong tay Năm Yếu Tố Tình Thương cũng giống như có trình độ Tiến Sĩ ở thế giới này. Khi bạn hiểu ra điều này, bạn sẽ hoàn thành việc học của mình và sử dụng trí tuệ để thể hiện những hành động yêu thương gia đình, giúp đỡ trẻ em, yêu thương con người và kết nối với nhau để hỗ trợ lẫn nhau. Với sự hiểu biết và cách cư xử như thế, mọi điều tốt đẹp trên thế giới này đều thuộc về bạn.

PHẦN 70: Con Đường Duy Nhất

Đã 3 tỷ năm trôi qua kể từ ngày chúng ta tiến hóa thành con người. Chúng ta đã trải qua toàn bộ quá trình từ những vi sinh vật có kích thước rất nhỏ cho đến hình dáng con người ngày nay. Chu kỳ tiến hóa của thực vật và động vật đã trải qua hàng triệu kiếp sống hấp thụ năng lượng, đóng góp năng lượng, tích lũy năng lượng, cho đến cuối cùng tất cả những chu kỳ này góp phần xây dựng năng lượng trí tuệ, và đạt đủ điểm cộng giúp con người hoàn thiện.

Tất cả các sinh vật và con người đều tuân theo quá trình tiến hóa này từ tiến hóa thấp nhất đến cao nhất và không có ngoại lệ. Đây là Quy Luật của Thế Giới Vô Hình. Tất cả sự sống là một quá trình tinh vi từ Nền Văn Minh của Đấng Tạo hóa, Linh Hồn Đấng Tối Cao. Một khi chúng ta đạt đến trình độ của con người, chúng ta đã phát triển đủ để có mọi thứ cần thiết cho quá trình tiến hóa cao hơn của chúng ta. Chúng ta đạt đến tần số năng lượng cao, chúng ta đang phát triển kiến thức, chúng ta có thể hiểu mọi hoạt động xung quanh chúng ta và có thể nhận ra rõ những gì xảy ra xung quanh chúng ta. Thông qua những hành trình liên tục của mình trên Trái Đất, chúng ta tiếp tục phát triển năng lượng trí tuệ và sự khôn ngoan của linh hồn mình qua mỗi lần hóa kiếp. Không ai biết trước chúng ta sẽ phát triển như thế nào ở mỗi cuộc đời.

Trong suốt chu kỳ của ba tỷ năm, chúng ta đã được hỗ trợ và nhận nhiều lợi lạc từ muôn loài vạn vật để chúng ta phát triển. Chúng ta thu thập năng lượng từ các năng lượng bổ sung, liên kết và phụ thuộc lẫn nhau trong thế giới tự nhiên, và nó được lưu trữ trong cơ thể chúng. Sau đó chúng ta tiếp nhận và hấp thụ năng lượng từ chúng khi đã phát triển để giúp chúng ta có năng lượng.

Thế Giới Vô Hình đã dàn dựng quá trình của cuộc sống này. Nó được thiết kế cho chúng ta nhận ra điều này từ thế giới động vật. Chúng ta cần biết con đường đúng đắn để trả ơn chúng. Giống như cha mẹ chúng ta đã đưa chúng ta đến hành tinh này. Họ đã phải làm việc rất chăm chỉ và dành nhiều thời gian hỗ trợ chúng ta phát triển. Khi chúng ta có trí tuệ giác ngộ, chúng ta cần biết cách để trả ơn. Chúng ta không bắt buộc phải báo đáp trực tiếp cho cha mẹ hay cho thế giới động vật. Chúng ta trả ơn cho bất kỳ ai đang ở xung quanh chúng ta. Khi chúng ta có cơ hội giúp đỡ người nào đó, chúng ta cần giúp họ.

Có một cách chúng ta trả ơn cho tất cả sự sống đã giúp đỡ chúng ta và đó chính là yêu thương tất cả trẻ em. Đây là cách chúng ta trả ơn muôn loài vạn vật đã hỗ trợ chúng ta trong quá trình tiến hóa con người và cũng cách báo đáp cho cha mẹ chúng ta.

Khi linh hồn trong mỗi sinh vật lớn lên, đạt đến trình độ đủ điều kiện, nó sẽ trở thành một đứa trẻ. Linh hồn của những bậc thầy dạy dỗ loài người lần đầu tiên đến đây cũng là những đứa trẻ. Tổ tiên của chúng ta trở về hành tinh này cũng dưới hình dáng là những đứa trẻ. Tất cả trẻ sơ sinh và trẻ em cần được chăm sóc chu đáo. Bất cứ ai được sinh ra ở Trái Đất này là đến để đạt trí tuệ giác ngộ. Chúng ta cần nhận ra điều này và hành động chứ không chỉ nói suông. Chúng ta cần giúp đỡ tất cả trẻ em được sinh ra ở khắp mọi nơi trên Trái Đất.

Khi một linh hồn đang chuẩn bị vào một thể xác mới, họ rất hạnh phúc vì họ biết họ đã đóng góp đầy đủ và giờ đây đủ điều kiện để bước vào một thời kỳ tiến hóa cao hơn. Họ tin rằng họ sẽ được chào đón trong thế giới con người với tình yêu thương cao cả của con người. Tuy nhiên, một số đứa trẻ đến với thế giới này bị từ chối, bị bỏ đói, bị khinh miệt, lạm dụng, bóc lột và trải qua nhiều hình thức đau đớn khác. Một số cha mẹ bỏ rơi con cái của họ.

Không phải lúc nào người chăm sóc cũng dành đủ tình yêu thương. Sự đền đáp từ những người lớn, anh chị trong gia đình cho những đóng góp của họ cho nhân loại là không có. Điều này là do sự thiếu trách nhiệm, thiếu nhận thức, thiếu giáo dục, và thiếu tình thương của loài người. Điều này đã lan rộng qua vô số lần tiến hóa cho đến ngày nay. Hiện nay khi một đứa bé đến thế giới này, nó phải la hét. Thay vì được hưởng hạnh phúc khi bước vào thế giới này, nó lại có cảm giác sợ hãi và không muốn quay trở lại cuộc sống của con người nữa.

Mỗi cá nhân tiếp tục hành trình phát triển. Mỗi người sẽ sinh ra lần nữa là một đứa trẻ ở đâu đó trên Trái Đất này. Chúng ta không biết sẽ là vùng đất nào và trong hoàn cảnh nào. Chúng ta không biết liệu chúng ta có được sinh ra trong sự ấm êm hay khó khăn tột cùng. Các vị Minh Sư sẽ trở về thế giới này với những thông điệp hướng dẫn và giảng dạy khi còn là một đứa trẻ được sinh ra đâu đó trên Trái Đất. Khi chúng ta tạo ra thế giới mà tất cả trẻ em đều an toàn, được chào đón và nhận được sự quan tâm tuyệt vời, tất cả chúng ta sẽ tiến bộ phát triển nhanh chóng hơn.

Bản chất tinh vi của Nền Văn Minh Trong Vũ Trụ đem lại cho con người những yếu tố cần thiết để tạo thiên đường. Tuy nhiên, do thiếu năng lượng trí tuệ, con người đang bỏ lỡ nhiều cơ hội. Ngày hôm nay chúng ta chỉ là những người bình thường. Chúng ta không thể hỗ trợ nhân loại. Nhưng một ngày nào đó, nếu bạn trở thành vị lãnh đạo của một đất nước, hoặc bạn trở nên giàu có, bạn cần biết cách sử dụng nguồn vật chất và kiến thức bạn có để đóng góp hỗ trợ thế hệ trẻ hơn. Điều này rất quan trọng phải hiểu ra. Đây mới là cách áp dụng Yếu Tố Tình Thương Thứ Năm.

PHẦN 71: Sự Kết Hợp

Q uyết định gây rắc rối nhất, bất lợi nhất mà con người đã chọn là vội vàng giành lấy độc lập từ Nền Văn Minh của Đấng Tạo Hóa. Họ đã đạt đến một giai đoạn phát triển và sau đó muốn tách ra khỏi Ngài trước khi họ có đủ kiến thức. Tổ tiên chúng ta bắt đầu sử dụng tần số thấp hơn bên ngoài phạm vi kết nối với tần số của Nền Văn Minh trong không gian. Vì vậy khi họ đối mặt với khó khăn, họ đã không có đủ khôn ngoan để giải quyết vấn đề. Họ thiếu năng lượng phát huy trí tuệ để có được những câu trả lời chín chắn cho những vấn đề sẽ mang lại nhiều lợi ích cho xã hội. Họ đã nghĩ rằng những quyết định của họ sẽ đem lại những kết quả tốt nhất, nhưng trong thực tế họ đã tạo kết quả ngược lại. Sau khi mất kết nối với Nền Văn Minh của Đấng Tạo Hóa trong không gian, sự phát triển của trí tuệ gần như bị dừng lại. Khi đối diện với những tình huống khó khăn, tổ tiên của chúng ta không thể tìm ra câu trả lời để giải quyết vấn đề hiệu quả. Đây không phải là một phán xét – chỉ là mọi thứ đã diễn ra như vậy.

Hiện tại chúng ta được phép kết nối với tần số cao hơn một lần nữa, chúng ta phải luôn giữ kết nối với Nền Văn Minh trong không gian của Đấng Tạo Hóa. Điều này sẽ giúp con người phát huy năng lượng trí tuệ đầy đủ hơn để đương đầu với những vấn đề khó khăn trong hành trình tiến hóa của mình. Đây là sự lựa chọn khôn ngoan nhất của toàn thể nhân loại.

Chúng ta có khả năng tuyệt vời tạo ra một thiên đường hạ giới, khi chúng ta có thể tiếp tục tiến hoá khi ở bên cạnh Linh Hồn Đấng Tạo Hóa. Năng lực của chúng là vô hạn. Chúng ta sẽ tiếp tục phát triển từ trình độ mẫu giáo của nền văn minh cho đến trình độ Tiến Sĩ và cao hơn nữa, với những khả năng mà chúng ta chưa hề nghĩ tới. Đây mới là điều Đấng Tạo Hóa muốn dành cho chúng ta. Chúng ta cần giữ vững kết nối với vị Thầy của Tình Thương. Chúng ta là những đứa con quý báu của nền văn minh vô hình đến từ Vũ Trụ, dù cách hành xử trong quá khứ của chúng ta có tệ thế nào đi nữa. Tình thương thật sự của NLG giúp chúng ta nhận ra và minh định làm thế nào để thoát khỏi đau khổ và bệnh tật, từ những vấn đề sức khỏe thể chất đến tinh thần. Đó là tình thương từ NLG. Nhiều người bị mắc kẹt và không biết cách giải quyết vấn đề nhưng Vị Thầy của Tình Yêu Thương – vị Thầy của NLG – gửi cho chúng ta đủ năng lượng để đối mặt với những vấn đề trong xã hội hiện tại. Khi chúng ta kết nối và điều chỉnh tần số để bắt đúng với tần số NLG, chúng ta sẽ có đủ năng lượng trí tuệ để giải quyết với những vấn đề ngày nay. Năng lượng NLG cho chúng ta làm điều này. Đó là tình thương yêu. Họ gửi đến những lợi lạc tuyệt vời nhất cho nhân sinh và muôn loài vạn vật trên hành tinh này. NLG sẽ hỗ trợ chúng ta nhiều lợi ích và giải pháp. Chúng ta có thể thay đổi thời tiết. Chúng ta có thể sản xuất thực phẩm lành mạnh và đủ chất dinh dưỡng cho nhân loại. Và rồi tất cả con người đều có sức khỏe tốt.

Đấng Tạo Hóa muốn chúng ta tiến bộ tích cực thay vì cứ lặp đi lặp lại những lỗi lầm trong lịch sử qua hàng ngàn năm. Ngài muốn chúng ta sống trong một thế giới tươi đẹp không đói nghèo, không xúc phạm lẫn nhau và không bệnh tật. Nhưng đây là sự lựa chọn của chúng ta để có thể tạo ra điều này hay không. Con người ngày nay rất ngây dại chưa hiểu rõ mối quan hệ thiêng liêng và mật thiết giữa Đấng Tạo Hóa và con người.

PHẦN 72: Mẫu Số Chung

Đất nước Hoa Kỳ là đồng sáng lập với nền văn minh của Đấng Tạo Hóa để minh họa một hệ thống có giá trị, có thể sử dụng trên khắp thế giới để tạo hạnh phúc cho tất cả con người trên Trái Đất. Nhờ năng lượng trí tuệ trong không gian và thông qua sự tác động của của những linh hồn phát triển tiến bộ trong thế giới này, nền tảng của Hoa Kỳ đã được tạo ra, trở thành một mô hình cho tất cả quốc gia khác noi theo. Nó được sắp xếp để mỗi cá nhân đều có giá trị tối cao và chính phủ tồn tại để hỗ trợ và bảo vệ quyền lợi của mỗi cá nhân. Thông qua những văn kiện ban hành như 'Tuyên ngôn Độc lập', 'Hiến pháp của Hợp Chủng Quốc Hoa Kỳ' và 'Tuyên ngôn Nhân quyền', những chỉ dẫn phát triển dành cho con người trên khắp thế giới đã được tạo ra. Hoa Kỳ được tạo ra như một nước cộng hòa với các nguyên tắc dân chủ khác nhau, để bảo vệ các quyền cá nhân.[2] Nền Văn Minh của Đấng Tạo Hóa đã muốn thiết lập một hệ thống chính phủ, để hướng dẫn cho các dân tộc trên thế giới cách tạo ra lợi ích cho nhân loại. Sử dụng mô hình này, chúng ta có thể tận hưởng sự đổi khác tích cực và cùng nhau hành động vì lợi ích cao nhất cho tất cả chúng sinh trên hành tinh.

Nếu tâm linh trong không gian không trực tiếp giúp đỡ, thì nhân loại có lẽ sẽ vẫn ở một trình độ phát triển như ở thế kỷ 15 và 16. Có lẽ chúng ta vẫn sẽ cầm kiếm, cung tên và cưỡi ngựa để tàn sát nhau. Hoặc dịch bệnh sẽ lan nhanh, và hầu hết sẽ sống trong cảnh nghèo đói cùng cực. Lịch sử để lại cho chúng ta một ấn tượng, về một hành trình với rất nhiều đau thương.

Trải qua nhiều thời đại đã có cuộc tranh giành quyền lực tâm linh trên hành tinh của chúng ta vẫn chưa được giải quyết thỏa đáng. Chúng ta hy vọng rằng cuộc tranh giành quyền lực vô nghĩa sẽ kết thúc trong tương lai gần, bởi vì không có lợi ích nào. Nó chỉ tạo ra chết chóc và bi kịch. Nó khiến sự phát triển của loài người chậm hơn. Tranh giành và xung đột khiến mọi người ghét nhau và làm họ nghĩ rằng bản thân họ là đúng, người khác thì sai. Sự thù hận làm giảm khả năng minh định hành động nào mang lại lợi ích tốt nhất cho bản thân họ và nhân loại. Họ cho rằng mình thông minh và giỏi giang hơn người khác. Càng nghĩ như vậy họ càng vướng vào rắc rối. Nó khiến họ rơi vào tình trạng bế tắc. Nó làm họ cố gắng tranh giành quyền kiểm soát và làm những điều điên rồ chẳng giúp ích được cho ai. Và sau đó họ lại nói rằng, "Ồ, nhưng tôi là người tốt mà!"

Cách duy nhất để thoát khỏi vấn đề này là kết nối lần nữa với Nền Văn Minh của Đấng Tạo Hóa trong không gian, để nhận năng lượng phát huy trí tuệ, từ đó đem lại cho chúng ta trí tuệ giác ngộ. Chỉ khi chúng ta kết nối lại với nền văn minh của Đấng Tạo Hóa, chúng ta sẽ phát huy trí tuệ, thay đổi tư duy về năng lượng linh hồn, năng lượng tâm linh, và năng lượng não bộ. Chúng ta sẽ tự điều chỉnh bản thân cho phù hợp với năng lượng trong Năm Yếu Tố Tình Thương, vì vậy chúng ta sẽ liên kết bản thân với không gian – thời gian

---

[2] *Theo trang web 'Diffen.com'. Trong một nước Cộng Hòa, hiến pháp hoặc hiến chương các quyền bảo vệ một số quyền bất khả xâm phạm mà chính phủ không thể tước bỏ, ngay cả khi nó đã được đa số các cử tri bầu ra. Trong một "nền dân chủ thuần túy", phần đa số không bị hạn chế theo cách này và có thể áp đặt ý chí của mình vào thiểu số. Hầu hết các quốc gia hiện đại – bao gồm cả Hoa Kỳ - là các nước **cộng hòa dân chủ** có hiến pháp, có thể được sửa đổi bởi một chính phủ được đại đa số bầu cử.*

siêu thông minh để cải cách mọi thứ. Điều này sẽ tạo ra sự đồng lòng của nhân loại, để cùng nhau làm việc từ những tần số hài hòa của tình yêu thương mà tất cả mọi người đều vui vẻ. Khi chúng ta tiếp tục hiểu giá trị của Năm Yếu Tố Tình Thương, tất cả chúng ta sẽ nhận được những món quà về trí tuệ, sức khỏe và hạnh phúc thực sự. Và sau đó chúng ta sẽ có thể giải quyết những vấn đề trên hành tinh này. Ai cũng muốn khỏe mạnh, sắc đẹp, nhìn xa trông rộng, tư duy thông minh và có thể sống đúng với giá trị của cuộc sống. Tất cả công dân trên thế giới sẽ nhìn thấy những lợi ích này và tình nguyện trải nghiệm cuộc sống này.

Tất cả quốc gia trên thế giới cần học NLG, bởi vì cơ chế hoạt động của thế giới đang ở trong tình trạng nghiêm trọng. Hiện tại, đến ngày hôm nay, họ vẫn đang tìm kiếm cách làm một hệ thống cho loài người hoạt động vì lợi ích cho tất cả nhân loại, nhưng họ vẫn chưa tìm được. Họ đang tìm kiếm NLG. Họ đang chờ đợi NLG. Họ biết rằng họ có vấn đề lớn ở thế giới này, nhưng họ không biết tin ai để có câu trả lời. Đấng Tạo Hóa, thông qua vị Thầy Đặc Biệt của Tình Thương, cung cấp năng lượng cho người có thể sử dụng tình yêu thương thực sự. Bất kỳ ai có đức tính không trung thực đều không thể nhận được tần số NLG. Chỉ những người có tình yêu thương thực sự mới có thể sử dụng NLG. Nếu ai đó nói rằng sẽ theo NLG và mang lại hòa bình cho mọi người, nhưng khi họ nhận được nguồn năng lượng, họ không hòa hợp đúng với tình thương yêu, họ cần phải thay đổi bản thân để sử dụng tình thương yêu thực sự. Họ sẽ không còn lợi dụng người khác.

Mỗi quốc gia trên thế giới luôn nói rằng trong quá khứ họ làm những điều đúng đắn và họ đã được Thượng Đế cho phép để bảo vệ đất nước của họ. Mỗi người đều nói rằng họ đã làm theo cách tốt và đúng. Họ thích sử dụng vũ lực để duy trì quyền lực và kiểm soát công dân của họ và các quốc gia khác. Các quốc gia khác cũng nói rằng họ là những người tốt và Thượng Đế đang ủng hộ họ. Nhiều quốc gia sẽ nhìn vào quốc gia khác và e ngại trước sức mạnh của đối phương. Họ cảm thấy phải ngăn chặn những quốc gia đó nắm quyền nếu không đất nước của họ sẽ bị xâm chiếm. Sự thật là họ không bao giờ biết ai mới thực sự có hỗ trợ từ Thượng Đế. Nhưng họ sẽ nói rằng họ phải kiểm soát quyền lực bởi vì họ là những người theo Thượng Đế. Họ muốn điều đó thành sự thật. Họ tuyên bố phải duy trì quyền lực vì họ là người mà Thượng Đế đã chọn, không phải là 'những người khác' mà họ đang đánh bại. Ai mạnh hơn sẽ cố gắng can thiệp vào vị trí của người kia. Do đó, âm mưu phá hoại cứ lặp đi lặp lại giữa họ. Điều này vẫn tiếp diễn cho đến ngày nay, hạn chế khả năng của quốc gia còn lại để thực hiện bất kỳ sự thăng tiến nào.

Tân dân chủ cộng hoà chủ trương chính sách bình đẳng cho tất cả mọi người. Nó tạo ra một cánh cửa rộng mở cho con người trên thế giới cần nơi trú ẩn khỏi chiến tranh và đói nghèo. Nó được tạo ra để mang lại hạnh phúc cho nhân loại vì nó được phát triển ngày càng tiến bộ từ hệ thống cũ sang hệ thống mới. Trí tuệ này đã phát triển Hoa Kỳ, biết cách tạo ra của cải vật chất và chia sẻ nó với nhân loại. Nó sử dụng một hệ thống phát triển đầy đủ để con người trên toàn thế giới đều có vật chất và có thể nhận hỗ trợ khi xảy ra thảm họa và cần hỗ trợ khẩn cấp. Những cử chỉ này làm Đấng Tạo hóa hài lòng. Ngài yêu tất cả các con của mình ở mọi nơi trên thế giới, dù giàu hay nghèo. Chúng ta đã được chỉ dẫn phải biết yêu thương tất cả nhân loại. Hoa Kỳ đưa kiến thức này vào hành động. Nó thể hiện tình yêu thương đến tất cả sự sống. Các nguyên tắc của quốc gia này là khuôn mẫu để phần còn lại của thế giới noi theo.

Các nguyên tắc cụ thể của quốc gia này có thể là hình mẫu để chia sẻ với tất cả các quốc gia tạo nên thành công là:

1. Hỗ trợ và yêu thương trẻ em đúng cách

2. Hỗ trợ phụ nữ và làm điều đó với sự trân trọng. Phụ nữ được bảo vệ bình đẳng như nam giới. Họ không nói vị trí người phụ nữ thấp kém hơn đàn ông. (Không hỗ trợ tất cả trẻ em và phụ nữ là một sai lầm ở nhiều quốc gia).

3. Yêu thương tất cả con người trên thế giới, dù là quốc gia nào hay quốc tịch nào. Họ giang tay giúp đỡ với bất kỳ ai gặp khó khăn, như thể sẵn sàng giúp đỡ chính công dân của họ. Họ làm điều này vì họ biết tất cả trẻ em là con trai và con gái của Thượng Đế. Họ không phân biệt người nào đáng được giúp đỡ và người nào thì không chỉ vì vị trí xã hội trong cuộc sống.

4. Công nhận những Linh Hồn có năng lực lãnh đạo. (Họ không áp dụng hệ thống kế thừa theo huyết thống có thể đưa người thiếu năng lực lên dẫn đầu)

5. Đất nước cho phép người nhập cư trở thành công dân, giống như người được sinh ra ở đất nước này. Tổng Thống, công dân hay người nhập cư đều là công dân của Hòa Kỳ, đều được đối xử bình đẳng như nhau. Hiến Pháp quy định nhưng công dân bản địa có lợi thế hơn so với những người nhập quốc tịch – là quyền ứng cử Tổng Thống.

6. Tất cả mọi người đều được đối xử công bằng dù họ là ai, bất kể màu da nào, mọi người đều có cơ hội phát triển, cho phép kinh doanh và được hưởng một nền giáo dục tốt.

Đây là những nguyên tắc của Thượng Đế, Linh Hồn Đấng Tối Cao, mong muốn tất cả con người làm theo. Hiến Pháp Hoa Kỳ, các văn kiện sáng lập, hệ thống tiêu chuẩn, chứa đựng Năm Yếu Tố Tình Thương. Đây là điều mà 5 Thiên Sứ của 5 Châu Lục trên hành tinh này muốn dạy cho thế giới. 5 Thiên Sứ muốn tôi nói điều này với tất cả mọi người trên thế giới rằng chúng ta cần làm những điều này. Khi thế giới công nhận những nguyên tắc này và thực hiện thành công , Linh Hồn Đấng Tối Cao sẽ cho chúng ta nhiều năng lượng hơn, nhiều trí tuệ hơn, và tất cả rồi sẽ ổn. Linh Hồn Đấng Tối Cao đã rất hạnh phúc vì sự thành lập phát triển của quốc gia này, Hợp Chủng Quốc Hoa Kỳ. Với tầm nhìn của ba văn kiện quý giá hướng đến, đất nước đổi mới này không chống lại ai, nó chỉ vì sự phát triển của tất cả các dân tộc, để tất cả con người trên thế giới có thể sống đoàn kết với nhau. Đây là hướng đi tốt nhất cho con người. Nó công bằng với tất cả mọi người. Mỗi linh hồn đều có thể phát triển, nhận được lợi ích và làm việc cùng nhau để đem lại hòa bình và thiên đường trên Trái Đất.

Ngay bây giờ, những vị lãnh đạo của nhiều quốc gia chỉ đang cố gắng duy trì quyền lực của họ vì họ không muốn buông bỏ nó và chịu tổn thương vì điều này. Họ cần thay đổi và làm những điều sẽ giúp công dân đất nước họ. Khi họ thực hiện điều này, họ sẽ nhận ra lợi lạc từ Linh Hồn Đấng Tối Cao, Đấng Tạo Hóa của chúng ta. Sử dụng NLG, họ sẽ có sức khỏe tốt, có cuộc sống lâu dài và tiếp tục phát triển tư duy và trí tuệ. Nếu một vị Vua chuyển giao vương quyền cho người dân và từ chối quyền lực mà hệ thống đã sắp xếp và làm theo hệ thống của Hoa Kỳ, ông ấy vẫn sống tốt trong thế giới vật chất. Khi mọi người trên thế giới hiểu rằng hệ thống của Hoa Kỳ là mô hình cho loài người do Đấng Tạo Hóa của chúng ta gửi đến, và nhờ có lòng tin tưởng vào hệ thống này, họ có thể thay đổi sống ôn hòa hơn. Từ bỏ quyền lực sẽ không còn là vấn đề và họ sẽ tiếp tục nhận nhiều lợi ích từ

Thượng Đế, Đấng Tạo Hóa. Một số nhà lãnh đạo đã nhận ra, ở một mức nào đó họ cần thực hiện điều này nhưng vẫn chưa biết làm thế nào để buông bỏ được quyền lực của họ.

Các hệ thống chính phủ khắp thế giới nhấn mạnh giá trị của Nhà Nước so với cá nhân và có luật lệ kiểm soát từng cá nhân. Kể từ thời điểm Hoa Kỳ được hình thành, có nhiều quốc gia đã áp dụng hệ thống của Hoa Kỳ, điều này làm Đấng Tạo hóa của chúng ta hài lòng vì họ cũng yêu thương từng công dân của họ và hỗ trợ người dân đạt được hạnh phúc trong cuộc sống.

Dù vậy, nhiều hệ thống vẫn theo con đường cũ nghĩa là chỉ đem lợi ích cho một số cá nhân. Con người làm tổn thương chính mình khi cứ tiếp tục hành xử lạc hậu và cho rằng nó xuất phát từ văn hóa của họ. Nhiều chính phủ chỉ thấy lợi ích cho bản thân, những người lãnh đạo. Họ nói rằng nền văn hóa của họ là như vậy trong khi nhiều nơi không có đủ lương thực cho dân chúng. Điều quan trọng của một đất nước là có đủ lượng thực thực phẩm cho tất cả người dân, đủ của cải vật chất để tất cả mọi người đều có chỗ để ở và một hệ thống giáo dục tốt để tạo cuộc sống hạnh phúc cho tất cả. Không có một nền văn hóa nào mà bạn cần phải tuân theo nếu nó làm hại người khác. Ở một vài quốc gia, nếu bạn chỉ trích bất cứ điều gì về chính phủ, họ sẽ bắt giam bạn. Đây là phương pháp cổ hủ của kiểm soát và thao túng quyền lực. Điều này là sai lầm. Không có tình thương nào ở đó cả. Những hệ thống này làm mất đi trí tuệ của những người duy trì chúng. Ở những lần chuyển kiếp tiếp theo, họ sẽ sinh ra trong hoàn cảnh tồi tệ.

Điều quan trọng là chúng ta phải yêu thương tất cả trẻ em khắp thế giới bằng cách chăm sóc nuôi dưỡng từ khi các em được sinh ra. Những người mẹ cũng cần được trân trọng và hỗ trợ. Tất cả phụ nữ đều cần một sự tôn trọng và cơ hội giống như đàn ông. Yêu thương phụ nữ sẽ làm tăng giá trị bình đẳng giữa đàn ông và phụ nữ. Đã có một sự xuyên tạc sai lầm to lớn về những người mẹ của loài người. Phụ nữ được giao phó những nhiệm vụ cao cả nhất bởi "Đấng Tối Cao", cho sự phát triển của loài người. Vì vậy, tôi khuyên tất cả đàn ông trên Trái Đất, tất cả các vị lãnh đạo quốc gia, tất cả vị thầy tâm linh thay đổi quan điểm về phụ nữ nếu họ chưa làm vậy. Trân trọng và yêu thương phụ nữ là giúp hoàn thành sứ mệnh của những người mẹ của toàn nhân loại. Hãy trao gửi đến những người phụ nữ lòng tin tưởng tuyệt đối và hạnh phúc, sự quan tâm yêu thương, điều kiện vật chất bảo đảm, giúp họ tận hưởng cuộc sống một cách trọn vẹn nhất. Thể hiện sự tôn trọng và bảo đảm đủ vật chất có nghĩa là tất cả phụ nữ đều có khả năng đáp ứng tình thương yêu, nuôi dưỡng những đứa trẻ sắp chào đời trên Trái Đất. Đây là con đường để con người đền đáp những đóng góp của tất cả sự sống trên hành tinh này.

Việc chào đón những đứa trẻ đến với cuộc sống mới là cách báo đáp ông bà chúng ta và tất cả những người tiền nhiệm trọn vẹn nhất, là cách thể hiện lòng biết ơn đến những cống hiến của họ đã đem đến cho cuộc sống hiện tại của chúng ta. Đó là vì tất cả đều trở lại Trái Đất trong hình dạng một đứa bé. Và đừng quên rằng thực vật và động vật đã phải gánh chịu những tổn thất to lớn để đóng góp năng lượng cho quá trình tiến hóa cao hơn của chúng ta, để nhân loại có thể tiến hóa như ngày nay. Muôn loài vạn vật sống đều phát triển, thông qua quá trình tiến hóa cá nhân từng loài cho đến khi chúng đạt đến trình độ trở thành một con người. Thời điểm quý giá nhất để trả ơn họ vì tất cả những gì họ đã giúp đỡ là khi họ phát triển thành hình dạng con người, là những đứa trẻ.

Tất cả những người thầy vĩ đại của nhân loại đã trở lại Trái Đất thông qua hình hài của đứa trẻ sơ sinh xinh đẹp. Việc ý nghĩa nhất mà chúng ta có thể thực hiện được là tỏ lòng biết ơn mỗi khi những đứa trẻ sơ sinh được sinh ra trên khắp Trái Đất. Chu cấp mọi thứ cần thiết cho sự phát triển hạnh phúc và thịnh vượng của mỗi đứa trẻ là cử chỉ yêu thương nhất mà chúng ta có thể dành cho Đấng Tạo Hóa. Quan tâm chăm sóc cho mỗi linh hồn khi đến Trái Đất trên con đường học tập tiến bộ. Những Bậc thầy, Minh Sư cao nhất trở lại Trái Đất này trong một môi trường hoàn hảo sẽ tiếp tục dạy và hướng dẫn chúng ta đạt trình độ trí tuệ nhanh hơn, với tất cả các phương diện cung cấp năng lượng của tình thương yêu. Với sự chào đón nồng nhiệt này, những đứa trẻ sẽ không còn khóc trong sợ hãi, mà sẽ là những nụ cười hạnh phúc khi đến với thế giới tươi đẹp này. Họ sẽ biết rằng nhân loại chào đón họ bằng tình yêu thương và vật chất đầy đủ.

Hoa Kỳ là một đất nước còn rất trẻ. Nhưng hiểu được cách duy trì kết nối với Nền Văn Minh của Đấng Tạo Hóa, làm những gì mà Đấng Tạo Hóa đã yêu cầu ở chúng ta, đã cho Hoa Kỳ cơ hội tạo ra những tiến bộ vượt bậc. Mô hình này được tạo ra để tất cả các quốc gia trên thế giới dựa theo thực hiện, đồng thời chỉ ra con đường tự do thực sự và con đường yêu thương tất cả mọi người.

PHẦN 73: Google Từ Không Gian

Con người trên hành tinh này đã tạo ra Google. Trong hệ thống này bạn có thể tìm kiếm tất cả các loại thông tin. Thông tin tốt và xấu đều tìm thấy trên Google. Thông tin có sẵn để chúng ta xem xét và quyết định thông tin nào sẽ mang lại lợi ích cho chúng ta. NLG cũng giống như Google từ Đấng Tạo Hóa của chúng ta, có tất cả các loại thông tin từ quá khứ, hiện tại và tương lai. Mọi thứ đều ở đó. Những điều tiêu cực cũng nằm trong đó, nhưng bằng cách sử dụng NLG, chúng ta sẽ khôn ngoan để không mang điều đó ra và biết cách xử lý, bởi vì chúng ta biết nó không mang lại lợi ích gì cho chúng ta. Trong quá khứ, con người bị những điều tiêu cực cuốn theo và nghĩ rằng nó mang lại cho họ sức mạnh, nhưng sức mạnh trong tiêu cực không giúp ích gì cả.

Tất cả con người đều muốn giàu sang, và khi một người trở thành tỷ phú anh ta sẽ làm gì? Anh ấy sẽ đầu tư như thế nào? Anh ta sẽ đầu tư vào điều tích cực hay tiêu cực? Nếu một người nào đó đầu tư mang lại những hậu quả tiêu cực thì một ngày nào đó, họ sẽ mất tất cả. Nếu họ đầu tư và đạt kết quả tích cực, thì khoản đầu tư của họ sẽ thu về lợi lạc ngày càng nhiều hơn hơn. Bạn muốn dùng theo cách nào? Khi chúng ta kết nối với tần số NLG, chúng ta được phép sử dụng tần số này để thu được những lợi ích tích cực. Với tần số NLG, chúng ta có thể minh định thông tin nào sẽ giúp ích cho nhân loại. Mọi thứ tốt đẹp đều ở trong đó - nhưng chúng ta chưa biết làm thế nào để đưa nó ra ngoài. Chúng ta sẽ được chỉ dẫn từng bước. Chúng ta sẽ được hướng dẫn cách đưa ra thông tin mang lại lợi ích cho tất cả nhân loại. Nó sẽ kết nối bạn với tâm linh qua nhiều tần số lợi ích bao gồm tất cả các lĩnh vực mang lại lợi ích cho hành tinh của chúng ta cũng như để cho bạn học hỏi.

Bạn có thể sử dụng tần số NLG để học bất cứ điều gì bạn muốn. Trong tương lai, nếu một ai đó nghiên cứu về cách đem lại lợi ích cho nhân loại và bị mắc kẹt bởi một vấn đề nào đó, không biết cách xử lý, họ có thể thực hành tập năm phút để kết nối với tần số NLG. Tần số NLG sẽ chuyển tiếp thông tin đến họ. Họ sẽ sử dụng thông tin này xây dựng bất kỳ thứ gì họ muốn. Thông tin nhận được sẽ rất hữu ích. Nếu sử dụng cho mục đích cá nhân thì thông tin nhận được sẽ rất giới hạn, nhưng sẽ không có giới hạn nếu thông tin dùng để giúp đỡ nhân loại.

Vị Thầy Đặc Biệt của Tình Thương, thông qua sự cho phép của Đấng Tạo Hóa, đã chuẩn bị tất cả mọi thứ cho chúng ta. Nếu bạn muốn có một cuộc sống tốt, một sức khỏe tốt, sống trong một cộng đồng an toàn và một thế giới hòa bình, tất cả mọi thứ đã sẵn sàng. Đấng Tạo Hóa giống với cha mẹ quan tâm nuôi dưỡng con cái. Cha mẹ cất đồ ăn vào tủ lạnh, dự trữ tất cả mọi thứ mà con họ cần để có một bữa ăn dinh dưỡng và yêu thích. Nếu con họ đói bụng, tất cả những gì đứa trẻ cần làm là mở tủ lạnh ra. Cha mẹ đứa trẻ nói rằng, "Hãy nấu và tận hưởng bất kỳ món ăn nào mà con thích". Nền Văn Minh trong không gian đã thiết kế mọi thứ cho chúng ta. Tất cả đều sẵn sàng. Chúng ta muốn nấu hay không là tùy thuộc vào sự lựa chọn của bản thân. Đấng Tạo Hóa không nấu hộ chúng ta. Cha mẹ nào cũng yêu thương con mình. Họ biết rằng con cái họ sẽ gặp rắc rối nếu không còn đồ ăn. Vì vậy, họ chuẩn chuẩn bị đầy đủ mọi thứ cho con mình. Từ thực phẩm hữu cơ đến những loại thực phẩm lành mạnh, không có hóa chất. Con cái họ chỉ cần lấy nguyên vật liệu ra và tận hưởng nó. Cha mẹ không thể làm giúp hơn được nữa nếu con họ không nấu ăn và thưởng thức những gì họ đã chuẩn bị. Điều này cũng giống với Linh Hồn Đấng Tối Cao. Họ dàn dựng một hệ thống NLG cho nhân loại. Tất cả mọi thứ đều có sẵn trong đó. Vì vậy, nếu chúng ta muốn sử dụng những gì được dàn dựng sẵn cho chúng ta, là quyền lựa chọn của chúng ta, loài người. Thế nên đừng nói với Thượng Đế rằng, "Tại sao Ngài không yêu chúng ta? Tại sao không hỗ trợ chúng ta? Tại sao Ngài không giúp nhân loại?". Chúng ta cần hiểu rằng chúng ta phải làm một gì đó. Chúng ta không thể chỉ ngồi đó và chờ được phục vụ. Chúng ta cần phải vào bếp nấu ăn. Chúng ta phải hành động để nhận được lợi ích.

Nếu ai đó nói rằng họ đang theo NLG, yêu thương NLG và muốn có thể sử dụng nó, - nhưng họ lại có những suy nghĩ và sống trong tiêu cực, họ sẽ không nhận được lợi ích của NLG vì tần số này không đồng bộ với tần số NLG. Tần số tiêu cực cần được thay đổi thành tần số tình thương yêu. Bạn phải thật sự làm điều này bằng trái tim và tâm hồn của bạn, không chỉ bằng lời nói suông. NLG biết trái tim và tâm hồn của bạn. Tần số của NLG rất thông minh.

Tôi được phép chia sẻ NLG với tất cả những ai thực hiện Năm Yếu Tố Tình Thương và những người sẽ làm điều đó. Điều cần thiết là họ phải thay đổi tần số của mình để phù hợp với NLG tần số của tình thương. Họ không thể cứ nói "Tôi đã thay đổi", nhưng trong thâm tâm họ không thay đổi gì, và họ cố gắng tận dụng lợi thế từ việc học NLG. Họ sẽ mất hết lợi lạc. Họ sẽ không nhận được gì cả.

Ví dụ, giống như với các nhà khoa học, trí tuệ của họ đến từ năng lượng. Linh Hồn Đấng Tối Cao đã tạo ra hệ thống giao tiếp cho loài người vào thời điểm này bằng cách kết nối với tâm trí của các nhà khoa học để giúp họ phát minh nghiên cứu. Cách thức giao tiếp ấy đến từ tần số, từ mật mã.

Nếu thiếu một số, chúng ta không thể nhận được sự kết nối. Linh Hồn Đấng Tối Cao siêu tinh vi hơn khoa học. Nếu chúng ta cố gắng thay đổi NLG, chúng ta sẽ mất tất cả những lợi ích. Nếu chúng ta nói, "Tôi yêu bạn" với ai đó thì điều đó cần phải xuất phát từ trái tim và tâm hồn của chúng ta. Nếu bên trong chúng ta nghĩ rằng "Tôi ghét bạn" - nhưng bên ngoài lại nói "Tôi yêu bạn", thì điều đó không mang lại điều gì cả. Điều này có thể xảy ra trong kinh doanh hay chính trị, nhưng không thể trong NLG. Khi bạn muốn đạt toàn bộ lợi ích từ NLG bạn phải thay đổi cách ứng xử này. Chúng ta phải thay đổi cách thương yêu và thể hiện đức tính trung thực! Nếu chúng ta làm vậy, chúng ta sẽ đạt nhiều lợi ích hơn. Nếu con người không hiểu điều này, họ đang tự giới hạn bản thân họ. Không một ai có thể lừa dối như vậy. Họ có thể đánh lừa bản thân, họ có thể lừa gạt bạn bè họ, nhưng không thể làm vậy với NLG.

Không một ai có thể lừa gạt tần số của vị Thầy Đặc Biệt của Tình Thương từ Đấng Tạo Hóa. NLG sẽ không bao giờ gây hại cho bạn dù bạn cố gắng lợi dụng nó - nhưng bạn sẽ không nhận được lợi ích từ nó. Nếu bạn nói "tôi không thích NLG, tôi không thích Đấng Tạo Hóa" Ngài sẽ không bao giờ nói "Vậy à, tôi sẽ bắt bạn vào nhà giam hoặc tôi sẽ đưa bạn xuống địa ngục". Không bao giờ. Tất cả chúng ta đều là con trai và con gái của Đấng Tạo Hóa. Ngài luôn dành tình thương yêu lớn nhất cho chúng ta. Chúng ta có một thế giới tâm linh thật sự, không thể nhìn thấy bằng mắt thường, luôn ở ngay bên cạnh chúng ta. Nếu điều tiêu cực đến với bạn, đừng để nó trú ngụ trong bạn. Đừng cho phép nó vào suy nghĩ của bạn. Chưa có khoa học nào phát triển trình độ cao của tình yêu thương. Họ chưa thể phát triển cách sử dụng tình yêu thương để mang lại lợi ích cho mọi người. Trong nhiều lĩnh vực khoa học, nhiều người vẫn bị đối xử như động vật. Nhiều nhà khoa học chỉ yêu thương những người trong gia đình họ.

PHẦN 74: Đầu Tư Đúng Cách

C âu chuyện có thật: Tôi về thăm quê nhà tại Việt Nam. Một cha xứ địa phương đã nhờ một người đến gặp tôi sau khi tôi đã về đó vài ngày. Cha xứ đã gửi tin nhắn muốn gặp tôi. Khi tôi nhận được tin nhắn này, tôi dằn vặt bản thân vì vẫn chưa đến thăm cha xứ được. Tôi đã nghĩ cha xứ chắc là sẽ nói vài câu trách mắng vì điều này. Đó là vị cha xứ chủ trì ở quê nhà của tôi từ rất lâu rồi. Cha rất thân thiết với gia đình tôi từ khi tôi còn là một cậu bé. Tôi biết mình nên đến thăm cha xứ ngay khi đến nơi, nhưng vì rất bận rộn hỗ trợ chữa lành cho những người cần tôi giúp đỡ, tôi chưa sắp xếp được thời gian đến thăm cha. Tôi nói với người đưa tin rằng tôi sẽ đến thăm cha vào ngày mai.

Ngày hôm sau khi tôi đến nhà thờ mà Cha đang chủ trì, tôi thấy khoảng 20 người đang ngồi đó đợi tôi. Tôi đến nói chuyện với cha xứ. Trong cuộc trò chuyện, cha xứ hỏi tôi nếu tôi biết lý do họ đang chờ đợi tôi. Tôi vẫn còn một chút rụt rè về những gì cha xứ nghĩ về những gì tôi đang làm với Năng Lượng NLG. Cha xứ đã nói rằng mọi người đang đợi con vì họ muốn học từ con và Cha cũng vậy. Tôi đã không biết Cha sắp xếp buổi hôm nay để tôi dạy NLG. Tôi không chuẩn bị gì cho buổi học này nhưng vẫn quyết định giảng dạy luôn tại đó.

Trong buổi học, một thành viên tham gia đã hỏi một câu mang tính cá nhân. Anh ấy muốn biết tại sao anh trải qua một cuộc sống tồi tệ. Anh muốn biết tại sao anh lại có nhiều nghiệp xấu trong khi những người khác anh biết thì lại sống tốt? Anh muốn biết tại sao anh lại kém may mắn. Tôi đã trả lời rằng "Cha", Cha Xứ, nên trả lời câu hỏi này cho anh. Cha đã nói với tôi, "Con đến từ Mỹ, con đã học rất nhiều điều mới, nên con hãy trả lời và giải thích tốt nhất con có thể để giúp anh ấy hiểu". Khi tôi được sự cho phép của Cha xứ để trả lời câu hỏi này và anh mong tôi có thể liên hệ câu trả lời với lời dạy trong Kinh thánh. Tôi đưa ra câu trả lời dựa trên những điều được học từ vị thầy tâm linh. Tôi nói với anh ta rằng anh cần chấp nhận hoàn cảnh hiện tại. Nếu anh chấp nhận, điều đó sẽ làm dịu mọi vấn đề. Khi chúng ta chấp nhận những gì đang xảy ra, chúng ta có thể nhìn mọi vấn đề một cách bình tĩnh và nhẹ nhàng hơn. Từ đó chúng ta sẽ không tạo sự tức giận hay tiêu cực, và chúng ta có thể có đủ thời gian để tìm ra phương án tốt hơn.

Sau đó, tôi trả lời tiếp khi chúng ta gặp vấn đề, chúng ta thường cầu nguyện đến Chúa cho chúng ta may mắn, cho chúng ta vật chất, giúp chúng ta giàu có, khỏe mạnh, và tất cả những thức khác. Đôi khi chúng ta thật sự nhận được những thứ chúng ta mong cầu. Chẳng hạn như vật chất có thể đến với chúng ta. Và sau đó chúng ta sử dụng nó vô tội vạ. Một người đàn ông khi có tiền có thể vướng vào phụ nữ, thuốc phiện, rượu bia, nhiều điều tiêu cực khác. Làm những điều tiêu cực này đồng nghĩa với việc tiêu xài tất cả tiền bạc của họ. Sau cùng, họ sẽ quay lại cầu Chúa, "Chúa ơi, giúp con! Giúp con lần nữa. Con đang gặp vấn đề, con cần hạnh phúc lần nữa." Và lần này khi chúng ta cầu nguyện đến Chúa thì Thiên Sứ nói rằng, "Hôm nay Ngài ấy bận rồi!". Nó giống như bạn chuẩn bị nộp đơn xin việc và người quản lý không muốn gặp bạn vì bạn không đủ tiêu chuẩn. Khi chúng ta cầu nguyện với Chúa, Ngài sẽ giúp chúng ta ở một số phương diện nào đó với điều kiện bạn không lạm dụng những món quà của Ngài. Nhiều người đều đang hành xử như thế này. Chúa biết rõ chúng ta. Rất nhiều người sống tiêu cực đến nỗi Chúa không thể giúp họ vào lúc này. Ngài sẽ đợi khi nào chúng ta biết sử dụng sự chân thành và lòng trung thực của mình. Chúng ta cần sử dụng trí tuệ và Chúa sẽ hỗ trợ chúng ta một lần nữa. Nếu bạn tiếp tục cầu nguyện để lừa dối Chúa như ví dụ trên, bạn sử dụng những món quà của Ngài một cách tiêu cực thay vì giúp đỡ bản thân và người khác một cách chân thành, Chúa sẽ trả lời 'không'. Không một ai có thể lừa gạt Thượng Đế. Một ví dụ khác nữa là khi chúng ta đến nhà thờ hoặc đền chùa và quỳ lạy cầu nguyện, khóc lóc, kể lể với Thượng Đế họ yêu thương Ngài rất nhiều, cư xử rất khiêm tốn và mong mỏi Ngài giúp đỡ tiền bạc vật chất. Tuy nhiên, sau khi rời khỏi nhà thờ hay đền chùa, họ trở nên rất thô lỗ, không tử tế và không quan tâm đến những vấn đề trong cuộc sống.

Người đàn ông đã hỏi câu hỏi về nghiệp xấu của anh ta, đã bị một tai nạn từ rất lâu, chân anh bị thương và không thể đi lại. Anh đã học NLG trong lớp đó. Tôi cũng nói với anh ý nghĩa của trái cam. Có một câu tục ngữ "Gieo nhân nào gặp quả nấy". Nếu bạn làm điều thiện, bạn sẽ nhận nhiều việc tốt, bạn làm điều xấu, những việc tội tệ sẽ đến với bạn. Bạn trồng một cây cam, bạn có một cây cam, bạn trồng một cây táo, bạn có một cây táo. Bất luận bạn làm gì, điều tương tự sẽ đến với bạn. Tôi đã nói với anh ấy là anh cần đầu tư tạo nghiệp tốt kể từ bây giờ và anh sẽ có được những điều tốt đẹp. Đây là một công thức khôn ngoan, nếu làm theo, nghiệp xấu sẽ tiêu tan ngay lập tức. Nếu một người tạo nghiệp xấu, điều tồi tệ sẽ trở lại với người đó. Vì vậy, bắt đầu từ ngày hôm nay, bạn chỉ cần đầu tư vào nghiệp tốt. Đó là ý nghĩa của câu chuyện quả cam. Bạn trồng một cây cam và vài năm sau bạn có một cây cam sai trĩu quả. Hai năm sau khi tôi trở lại Việt Nam, đôi chân của người đàn ông này đã trở lại bình thường.

Nếu bạn đầu tư tạo phước đức, vài năm sau nhiều chuyện tốt may mắn đến với bạn. Nếu điều tốt lành đến với bạn là của cải vật chất và bạn sử dụng của cải này vào việc thiện lành thì vòng tròn nghiệp tốt sẽ trở lại với bạn. Điền tốt lành luôn luôn có – vì vậy nếu bạn tiếp tục theo con đường này bạn sẽ không bao giờ gặp trở ngại.

PHẦN 75: Tích Lũy Công Đức

C on người không hiểu rằng tất cả vật chất mà họ đã đạt được dễ dàng là qua những hành động của lòng nhân ái trước đây. Bằng cách cho đi những vật chất đến những ai đang cần và giúp đỡ người khác, chúng ta tạo ra tương lai với nhiều điều tốt lành. Con người ngày nay nghĩ rằng đó chỉ là may mắn. Họ không nhận ra sự may mắn đã được tạo ra như thế nào.

May mắn về vật chất là công đức do chúng ta tích lũy được. Bạn đã đầu tư một cách khôn ngoan qua nhiều kiếp trước. Vì vậy, ngày hôm nay tất cả những may mắn mà bạn có được - và điều bạn nghĩ là tự nhiên - thực ra là do những khoản đầu tư trước đây của bạn và khoản điểm cộng tốt mà bạn đã tạo ra. May mắn đến từ những phước lành bạn đã tích lũy ngay cả khi bạn không nhận ra rằng bạn đang tạo ra điểm cộng tốt này. Bạn có thể đã giúp ai đó và thậm chí không nghĩ về điều đó. Nhưng thực chất điều tốt lành quay trở lại với bạn. Khi bạn gặp xui xẻo, nó cũng đã được tạo ra bởi những hành động trước đó của bạn.

Tất cả mọi thứ chúng ta nhận được, dù tốt hay xấu, đều liên quan đến nghiệp quả của chúng ta. Không có những hành động thiện lành giúp đỡ người khác và thay đổi bản thân đi trên con đường đúng đắn, chúng ta chỉ nhận được những lợi ích cơ bản xung quanh mình. Khi chúng ta phàn nàn không đủ cái ăn cái mặc để sống, là vì chúng ta chưa trau dồi đủ kiến thức và chưa hành động để tạo lợi ích. Nó giống như nhận được phiếu thực phẩm từ sự hỗ trợ của chính phủ, chúng ta có thể tồn tại ở mức rất cơ bản.

Trong Thế Giới Vô Hình khi chúng ta trở thành một con người, chúng ta nhận được sự hỗ trợ cơ bản giống vậy.

Nhưng nếu chúng ta muốn có nhiều hơn mức vật chất cơ bản, chúng ta cần phải làm việc vì nó. Chúng ta cần tạo ra kiến thức, trí tuệ của mình và giúp đỡ người khác. Sau đó chúng ta sẽ có thể phát triển theo cách để nhận được nhiều của cải vật chất và hạnh phúc hơn. Khi chúng ta cho đi và biết giúp đỡ người khác, thì trong tương lai chúng ta sẽ gặp nhiều tốt lành.

Nhiều người đầu tư trong kinh doanh và thu về lợi nhuận cao. Khoản đầu tư về tiền bạc và thời gian được trả lại bằng mức lãi suất cao. Nhưng con người lại không trung thực trong cách vận hành kinh doanh, sử dụng kiến thức của họ không công bằng để lừa gạt người khác, như thể họ đã tìm ra phương pháp kiếm nhiều tiền một cách dễ dàng. Họ tin rằng họ rất thông minh khi tìm ra cách đó. Nhưng trong thế giới tâm linh, điều này là bất hợp pháp khi lợi dụng hoặc lừa gạt người khác. Khi họ lợi dụng một ai đó có nghĩa là họ đang mất đi điểm cộng của mình trong thế giới tâm linh. Họ không kiếm tiền bằng cách đưa ra lợi ích.

Vì vậy, trong vòng một hoặc hai năm, một điều gì đó sẽ xảy ra, và kết cục mất trắng tay bởi vì họ không còn điểm cộng nào cả. Họ đã nói dối, lừa gạt và làm hại con người về thể chất và tình cảm. Với những hành động này, họ đã mất kết nối với Thế Giới Vô hình.

Nó giống như họ đã làm việc cho một công ty và vi phạm các nguyên tắc của công ty, cuối cùng bị sa thải. Khi bị sa thải, họ nói rằng họ không may mắn. Họ nói rằng vận đen đến với họ vì lý do khác và không liên quan gì đến họ. Họ hiếm khi chịu trách nhiệm về hành vi xấu đã mang lại điều không may đến cho họ và bây giờ họ phải trả giá cho điều đó.

Bất luận bạn nhận được gì mỗi ngày, bất luận điều gì đến với bạn đều liên quan đến nghiệp của chúng ta.

Nhiều người không biết cách để có may mắn. Nếu chúng ta sử dụng Năm Yếu Tố Tình Thương, chúng ta sẽ có rất nhiều lợi lạc từ Thế Giới Vô Hình. Khi chúng ta có may mắn hay gặp điều không may, nó liên quan đến nghiệp mà chúng ta đã tạo ra. Khi chúng ta sử dụng Năm Yếu Tố Tình Thương, chúng ta đang làm việc cho một công ty tốt nhất của một quốc gia. Chúng ta sẽ nhận lại những điều tốt nhất.

Khi chúng ta có đầy đủ năng lực trí tuệ, chúng ta sẽ không còn bị căng thẳng – nên sức khỏe của chúng ta sẽ tốt lên. Khi thể chất tinh thần khỏe mạnh, cuộc sống an yên và hạnh phúc, chúng ta sẽ có nhiều thời gian hơn để tận hưởng Thiên Đường mà chúng ta đang tạo ra tại đây trên Trái Đất.

Con người được sinh ra trên Trái Đất là để cải thiện bản thân trong mỗi lần luân hồi chuyển kiếp. Trái Đất được xem là thiên đường cho loài người đến học hỏi và cải thiện bản thân. Tổ tiên chúng ta đã đảo lộn quá trình tiến hóa mà đáng ra sẽ trở thành thiên đường.

PHẦN 76: Trí Thông Minh Và Vật Chất

Sử dụng Năm Yếu Tố Tình Thương, đồng nghĩa với việc chúng ta đang làm việc tại công ty tốt nhất trong nước. Chúng ta sẽ nhận được những thành quả tốt nhất. Khi chúng ta làm việc và cư xử đúng đắn, năng lượng trí tuệ của chúng ta sẽ được tăng lên. Từ đó chúng ta có thể sử dụng trí tuệ để đáp ứng nhu cầu vật chất của mình. Và khi chúng ta có đủ vật chất và có thể chia sẻ kiến thức về cách tạo ra nó, chúng ta sẽ sống tốt hơn. Chúng ta cũng có thể sử dụng năng lượng của mình để cải thiện mối quan hệ và hỗ trợ tất cả mọi người, không chỉ bản thân chúng ta. Trong Năm Yếu Tố Tình Thương, có rất nhiều tần số của trí tuệ dành cho tất cả mọi người. Chúng ta phải nhớ rằng sự kết nối với Linh Hồn Vũ Trụ, Nền Văn Minh của Đấng Tạo hóa phải luôn được duy trì, kết nối với linh hồn của chúng ta, để có biện pháp ứng phó với các tình huống trong thế giới, giải quyết các vấn đề của chúng ta bây giờ và trong mọi thời điểm khẩn cấp.

Nhân loại đã mắc rất nhiều sai lầm và đã đến lúc phải sửa chữa những vấn đề mà chính bản thân con người đã tạo ra. Chúng ta đã gây ra rắc rối này và bây giờ chúng ta cần sửa chữa khắc phục. Đấng Tạo Hóa cho chúng ta năng lượng trí tuệ và tình yêu thương để chúng ta có thể tìm ra cách đối phó với những vấn đề mà chúng ta đang gặp phải hiện nay. Chúng ta phải tìm ra cách tốt nhất để loài người có thể chung sống với nhau. Đấng Tạo Hóa sẽ không làm điều đó cho chúng ta. Chúng ta phải có hành động cần thiết để giải quyết các vấn đề ở đây. Cái ác được nhân cách hóa khi con người nói dối. Chúng ta cần nhận ra những điều tốt đẹp về loài người và những điều tiêu cực về loài người. Đấng Tạo Hóa sẽ cho chúng ta đủ năng lượng để nhận ra những điều này và nó phụ thuộc vào cách chúng ta chọn kiến tạo thiên đường trên Trái đất cho toàn thể nhân loại như thế nào. Chúng ta là những người cần phải nhận ra hướng đi tích cực và hành động tạo ra nó. Đấng Tạo Hóa không bao giờ trách phạt ai cả. Chỉ có con người mới phớt lờ tình thương với nhau và làm đau khổ lẫn nhau.

Trong lịch sử quá khứ của loài người, tổ tiên con người đã nghĩ rằng bản thân mình có đầy đủ trí tuệ và sức mạnh để trở về với Thượng Đế. Họ đã ở một trình độ phát triển và cho rằng mình có thể quyết định Thượng Đế là như thế nào. Họ mô tả Ngài trông như thế nào người khác và sau đó những người khác thì lại nói rằng "Không, Thượng Đế phải như thế này" và nói rằng Ngài như thế khác, cuộc tranh luận tiếp tục như vậy không hồi kết. Họ đã muốn Thượng Đế theo cách mà họ muốn. Họ đã sử dụng kiến thức của bản thân để tạo ra cái mà họ nghĩ là đúng, nhưng thực chất hoàn toàn sai. Sau đó tất cả bực bội vì bất đồng quan điểm với nhau. Tất cả đều không đồng ý. Bạn có thấy điều này giống với thế giới của chúng ta hiện nay? Nó đã xảy ra từ rất lâu rồi. Không một ai có thể sử dụng tần số NLG là đạt lợi ích cho bản thân và người thân xung quanh họ. Nó phải được sử dụng theo cách mà Đấng Tạo Hóa hướng dẫn nên được sử dụng như thế nào. Nó phải được sử dụng bằng Năm Yếu Tố Tình Thương.

Tổ tiên của chúng ta đã muốn sử dụng sức mạnh của Thế Giới Vô hình tạo ra quyền lực của họ. Nếu họ là một vị Vua, họ muốn kiểm soát cuộc đời của tất cả mọi người và sau đó tiếp tục áp đặt quyền hành mãi như vậy và sẽ làm việc vì một triều đại cho gia đình của họ. Họ sẽ nói rằng họ là người có thể làm việc tốt hơn bất kỳ ai khác. Nhưng điều đó không chính xác. Đó là lý do tại sao tổ tiên chúng ta đã gặp vấn đề. Bằng cách sử dụng Năm Yếu Tố Tình Thương, chúng ta đã được phép mở "con mắt thứ ba" của mình chỉ trong giây lát. Nhiều người theo tâm linh dành cả đời thử nhiều cách khác nhau để có thể làm được điều này. Họ không hiểu làm thế nào nó có thể được thực hiện dễ dàng như vậy với NLG. Nhưng nó thật sự có thể, nhờ sử dụng Năm Yếu Tố Tình Thương.

Con người luôn muốn tự do và có cuộc sống riêng tư. Họ muốn tự do làm những điều mình muốn trong cuộc sống riêng tư đó. Chúng ta có thể làm điều đó dưới dạng là con người với gia đình chúng ta. Nhưng trong tâm linh, linh hồn của con người cần được duy trì kết nối 24 giờ một ngày, trong suốt cuộc đời của chúng ta, với Thế Giới Vô Hình. Sự riêng tư trong thế giới vật chất là bình thường. Nhưng sự riêng tư trong thế giới tâm linh thì không. Họ không can thiệp vào cuộc sống chúng ta, họ không quan tâm tới việc đọc suy nghĩ của bạn, nên khi bạn muốn giấu điều gì đó, bạn có thể làm điều đó, nhưng hãy nhớ rằng tần số của tình thương yêu phải luôn được duy trì nếu không chúng ta sẽ lạc hướng.

Lỗi lầm của ông bà tổ tiên chúng ta chính là những suy nghĩ về Thế Giới Tâm Linh giống như thế giới vật chất. Đấng Tạo Hóa luôn theo dõi mọi việc con người làm. Tổ tiên chúng ta đã đi quá xa với tần số của Đấng Tạo Hóa. Qua việc sử dụng tiêu cực, sự kết nối trở nên yếu đi và sau đó họ không thể nhận được lợi lạc từ sự kết nối. Họ đã nghĩ rằng sự kết nối vẫn còn nhưng không phải vậy. Con người không có đủ năng lượng trí tuệ vì họ đã đi quá xa với tần số của Đấng Tạo Hóa do hành xử tiêu cực, làm đau khổ lẫn nhau, tìm kiếm sức mạnh và quyền kiểm soát cho bản thân và gia đình họ thay vì muốn giúp đỡ mọi người để có cuộc sống tốt và thịnh vượng. Chúng ta hạ thấp, vô hiệu hóa hệ thống và không nhận được kết nối chuẩn xác. Những khả năng, kỳ tích trong Thế Giới Vô Hình là vô hạn nhưng nếu không tuân theo sự hướng dẫn của Đấng Tạo Hóa, quan tâm chăm sóc lẫn nhau, sự kết nối sẽ bị giới hạn và vì thế năng lực của chúng ta cũng bị giới hạn.

Trong chu kỳ chuyển kiếp luân hồi, chúng ta tiếp tục trở về Trái đất cho đến khi hành trình tiến hóa được hoàn thiện về trí tuệ và giác ngộ và chỉ khi đó chúng ta mới có thể trở thành một vị "Minh Sư" thực thụ. Chúng ta sau đó có thể tiếp tục giúp đỡ phần còn lại của loài người phát triển để rồi cuối cùng tất cả con người đều có đủ trí tuệ và tỉnh thức. Và rồi con người sẽ có đủ năng lượng để trở về Nền Văn Minh của Đấng Tạo Hóa, mà không bỏ rơi một ai.

Nền văn minh trong không gian gửi thông điệp đến chúng ta, rằng tất cả kiến thức ở đây tên Trái Đất chỉ sử dụng được ở đây, trong cuộc sống vật chất này. Chúng ta không có gì để mang vào không gian giống như kiến thức của Đấng Tạo Hóa. Kiến thức của Nền Văn Minh của Đấng Tạo Hóa rất siêu tinh vi, họ không cần bất kỳ điều gì từ chúng ta, về tâm linh, vật chất hay tinh thần. Trình độ con người đạt được trong thế giới này, cần được sử dụng ngay bây giờ để phát triển loài người. Những triết lý chúng ta có hiện nay gần như không phù hợp với chu kỳ tiến hóa tiếp theo. Những chân lý đó hiện nay có thể có lợi cho bây giờ. Nhưng những chu kỳ sắp tới, sự thật này sẽ phát triển và thay đổi, vì vậy nó sẽ không còn phù hợp khi chuyển sang chu kỳ tiếp theo. Kiến thức phải thay đổi để có được những chân lý mới vì lợi ích mới cho tất cả mọi người. Nhân loại sẽ tiếp tục phát triển với nhiều kiến thức và trí tuệ hơn.

Vì chúng ta sống trong một thế giới vật chất, chúng ta phải có phương tiện vật chất. Chúng ta phải có kỹ thuật và trí thông minh để tạo ra cái chúng ta cần cho cuộc sống vật chất thoải mái hơn. Khi có đủ thì đem chia sẻ phần dư dả cho những người xung quanh bạn. Điều này sẽ tạo phúc đức trong tương lai của bạn. Sử dụng của cải vật chất một cách thông minh để tạo niềm vui cho chính mình và niềm vui cho những người xung quanh bạn. Đấng Tạo Hóa đã sắp đặt một tình huống mà trong đó tất cả sự sống đều có mối liên hệ với nhau. Tất cả mọi người phải cùng đóng góp và mang lại hữu ích cho người khác. Từ tất cả các loài sinh vật cho đến tất cả con người đều có một kết nối rất chặt chẽ, tất cả chúng ta đều trải qua những điều khó khăn. Vì vậy khi có lợi lạc, nó cũng nên được chia sẻ cho tất cả mọi người cùng hưởng. Tất cả con người đều học hỏi và tiến hóa. Khi bản thân bạn có được sự bình an, hãy chia sẻ và trân trọng điều đó. Hãy cho đi những phần dư dả của bạn bằng tình yêu thương thật lòng, lòng khoan dung và thiện lành.

PHẦN 77: Kết Nối Với Đấng Tạo Hóa

Đây là điều rất quan trọng cho tất cả con người để nhận ra sự kết nối với Đấng Tạo Hóa và nhận nhiều lợi ích từ Ngài. Chỉ có những thói quen sống tích cực mới làm được điều này. Chúng ta cần đủ điều kiện để được kết nối với tần số cao hơn và cập nhật kết nối của chúng ta với Thế Giới Vô Hình. Sự kết nối tân tiến này mang lại trí tuệ để chúng ta có thể học cách mang lại lợi ích cho nhân loại một cách chính xác nhất. Khi chúng ta được kết nối với Đấng Tạo Hóa thông qua NLG, chúng ta sẽ nhận được nhiều năng lượng hơn, với tần số hoàn toàn khác so với trước đây để hỗ trợ chúng ta. Chúng ta sẽ nhận được thông tin mới nhất và kết nối này phải được duy trì. Nếu chúng ta hiểu rõ việc sử dụng Năm Yếu Tố Tình Thương, chúng ta có thể ổn định ở mức 99%. Hiện tại đối với những người không có kết nối với tần số cao hơn, trong trường hợp không có vấn đề gì, họ có thể tự lo cho mình. Nhưng nếu họ gặp vấn đề, họ sẽ không biết cách giải quyết. Chúng ta cần được kết nối với Thế Giới Vô Hình để giải quyết tất cả các loại vấn đề đúng đắn nhất. Chúng ta chỉ đang ở giai đoạn đầu của năng lượng này để hỗ trợ giải quyết các vấn đề của con người ở đây trên Trái Đất.

Tại thời điểm này, sự hiểu biết cơ bản của chúng ta về cách mọi thứ hoạt động vẫn còn chưa đúng. NLG có đủ năng lượng để hỗ trợ chúng ta phát triển trí tuệ nếu chúng ta học cách sử dụng hợp lý tất cả các nguồn lực và tình yêu thương mà Đấng Tạo Hóa đem đến cho chúng ta. Cách mỗi cá nhân sử dụng năng lượng NLG để hỗ trợ cuộc sống kể từ bây giờ sẽ tạo nên sự khác biệt chưa từng thấy về lâu dài. Có trí tuệ, không ai có thể thay đổi tần số của bạn hoặc làm bạn khó chịu khi nói những điều tiêu cực với bạn. Bạn có thể duy trì trạng thái tích cực của tình thương đối với bản thân và những người khác, đồng thời hãy hành động mang tính xây dựng, đánh giá các hành động của bản thân trong mọi tình huống một cách tốt nhất để mang lại hạnh phúc cho tất cả những người xung quanh bạn. Không ai trên thế giới này bị bỏ mặc không quan tâm đến.

Khi chúng ta đạt đến vị trí cao nhất, chúng ta cũng phải giúp người khác đạt đến vị trí đó. Với Năm Yếu Tố Tình Thương, chúng ta trở thành vị thầy của kiến thức. Sự kết nối làm cho chúng ta cảm thấy mạnh mẽ và khỏe mạnh. Tất cả những điều chúng ta cần học để phát triển đều có trong tần số nâng cấp khi chúng ta làm việc với nó. Chúng ta cần tìm ra điều gì ảnh hưởng đến suy nghĩ của bản thân, gây ra căng thẳng và các vấn đề của thế giới cũng như làm sức khỏe kém đi. Con người được tạo ra đều có cơ thể khỏe mạnh. Chúng ta cần hiểu các nguyên tắc và sử dụng chúng đúng cách. Các nguyên tắc này không phải là quy định, cũng không phải là một tuyên bố hay luật lệ, chúng dựa trên Năm Yếu Tố Tình Thương. Điều này sẽ làm gia tăng lợi ích và cho chúng ta tần số cao hơn. Hãy cân bằng bản thân bạn trong tình thương này. Chúng ta phải hành động vì lợi ích của mình bằng tình yêu thương và sự tự tin cho chính chúng ta. Chúng ta cần trân trọng những tế bào của cơ thể vật lý. Chúng ta cần yêu thương những người đã hỗ trợ chúng ta trưởng thành đến ngày nay, thương nhiều hơn bao giờ hết, dù chúng ta có xem họ là người tốt hay xấu.

Con người ngày nay, ở bất cứ đâu, sẽ nói rằng họ yêu thương bạn, nhưng rồi vẫn sẽ lợi dụng bạn. Họ không hỗ trợ bạn. Đó là lý do chúng ta đang gặp vấn đề trên thế giới. Chúng ta không cần sử dụng từ ngữ của tình thương quá nhiều. Điều chúng ta cần làm là tạo lợi ích cho bản thân và cho người khác. Chúng ta có thể chia sẻ lợi ích chúng ta nhận được theo cách tốt hơn nhiều so với chúng ta có. Đó mới chính là ý nghĩa thực sự của tình thương yêu.

Hầu hết các triết lý qua lịch sử của chúng ta đã được sử dụng cho đến hôm nay đều được ghi lại trong sách vở. Chúng có rất nhiều sách mà có lẽ cần được đặt trở lại vào thư viện và cất ở đó vì chúng ta không cần nó. Nhiều câu nói và thông tin sai sự thật được sử dụng để lừa gạt con người. Con người đã sử dụng kiến thức của Đấng Tạo Hóa để trục lợi người khác và đối xử tệ bạc với họ. Đó là lý do tại sao chúng ta vẫn chưa thể nhận được nhiều lợi lạc từ kiến thức đến từ Đấng Tạo Hóa. Nếu chúng ta muốn sức mạnh, quyền kiểm soát người khác và chỉ nghĩ đến lợi ích bản thân, thì không thể sử dụng sức mạnh của Đấng Tạo Hóa để hỗ trợ và cải thiện bản thân. Khi chúng ta sử dụng Năm Yếu Tố Tình Thương đúng cách, chúng ta có thể thay đổi rất nhiều điều. Chúng ta có thể tạo ra nhiều lợi ích cho bản thân cũng như người khác giúp nâng cao cải thiện sức khỏe và cuộc sống vật chất. Từ đó chúng ta thể tận hưởng trọn vẹn cuộc sống trên hành tinh này. Điều này rất đơn giản và rất dễ thực hiện. Thay đổi cách xử sự, chúng ta sẽ nhận nhiều lợi ích ngay lập tức. Nếu chúng ta không thay đổi cách sống theo Năm Yếu Tố Tình Thương, chúng ta sẽ chỉ nhận rất ít lợi ích, giống như trong quá khứ. Tất cả chúng ta đều có khả năng thực hiện lựa chọn này.

Trong bài học của NLG, chúng ta biết bản thân đang học từ 'vị Thầy Đặc Biệt', Vị 'Thầy' giảng dạy rằng chúng ta không thể lợi dụng kiến thức Năng Lượng NLG, hoặc bất cứ điều gì Đấng Tạo Hóa ban cho chúng ta. Chúng ta đến với Đấng Tạo Hóa bằng lòng trung thực và tôn trọng. Chúng ta sử dụng những gì Ngài ban cho chúng ta để thật lòng giúp đỡ bản thân và người khác. Con người cùng nhau thực hiện và giúp đỡ lẫn nhau. Chúng ta cần nhận ra điều này để tất cả mọi thứ trên Trái Đất này sẽ tốt đẹp hơn.

Khi bạn học đến trình độ NLG cao hơn, bạn sẽ bắt đầu quyết định cuộc sống của bạn sẽ như thế nào. Tại thời điểm đó bạn sẽ không sử dụng những kỹ thuật cũ để sống trong thế giới này. Bạn sẽ bắt đầu sử dụng kỹ thuật mới, cách sống mới và tiếp tục thực hiện ý nghĩa thực sự của tình thương và ý nghĩa thực sự của lợi ích dành cho bản thân và cho người khác, hoặc ngược lại bạn sẽ dừng tại đó và bắt đầu đi lùi. Bạn sẽ không còn lợi dụng con người như cách bạn từng làm trước đây. Nếu bạn thể hiện hành vi tiêu cực, thì việc bạn sử dụng tần số NLG là vô tác dụng. Quyển sách này không phải đem đến cho bạn lý thuyết để đọc về sự hạnh phúc hay nỗi buồn. Nó là kiến thức để giúp bạn hành động đúng đắn ngay từ bây giờ.

Quyển sách này là để giúp bạn nhận ra những lợi ích của Năm Yếu Tố Tình Thương. Khi chúng ta muốn thay đổi tư duy, chúng ta có thể tìm đến giảng huấn NLG được công nhận, người có thể kết nối bạn với tần số để nhận được lợi lạc. NLG không chỉ là lời nói và lý thuyết suông để con người có thể muốn nói gì cũng được. Nó không dành cho điều này. Việc nói suông không làm mọi thứ tốt hơn. Hành động đúng cách mới làm cho mọi thứ tốt hơn. Và sau đó người khác sẽ cùng tham gia và sống hạnh phúc chung với bạn. Bạn sẽ thực hiện cùng với Đấng Tạo Hóa – người đã cho bạn đầy đủ lợi ích mà Ngài dành cho toàn bộ nhân loại và muôn loài vạn vật.

Khi bạn làm điều gì đó với tần số NLG, việc áp dụng thông tin cơ bản về việc sử dụng tần số NLG để nhận lợi ích là điều cần thiết. Sau khi học NLG, nhiều người chỉ nói về những gì học được, nhưng họ không thay đổi cách ứng xử cũ. Họ vẫn hận thù, họ vẫn cảm thấy tức giận, vẫn chấp nhận sự tiêu cực. Sau đó họ không hiểu tại sao họ không nhận được lợi ích nào từ tần số NLG và việc tập luyện. Nếu họ thật sự chậm thay đổi những cách ứng xử này, họ nhận được lợi ích chậm. Nếu họ thay đổi nhanh, họ nhận được lợi ích của NLG nhanh hơn. Họ có quyền tự do lựa chọn về việc nhận lợi lạc.

Nhiều người vẫn chưa hiểu Năm Yếu Tố Tình Thương thật sự. Họ nói rằng họ tuân theo Năm Yếu Tố Thương vì họ quyên góp từ thiện, nhưng sau đó họ không nhận lại được gì. Họ nói rằng họ cho đi tình thương, nhưng họ không nhận lại được tình thương yêu nào cả. Đây là do chưa hiểu Năm Yếu Tố Tình Thương thật sự. Họ phải có tình thương thật sự dành cho những người mà họ muốn mang lại lợi ích. Khi con người có trí tuệ, nhưng họ sử dụng theo hướng tiêu cực thì chỉ đơn thuần làm rỗng tài khoản trí tuệ của họ.

NLG có thể giúp con người về sức khỏe thể chất, nhưng năng lượng không tạo ra của cải vật chất. Điều này tùy thuộc vào mỗi cá nhân tạo của cải vật chất thông qua hành động yêu thương và lòng nhân ái với người khác. NLG có thể cho con người năng lượng để cân bằng sức khỏe và phát triển trí tuệ. Những giảng huấn NLG hỗ trợ về sức khỏe và cung cấp thông tin, sự kết nối cho tất cả mọi người đến với NLG. Không có phân loại những người đến học dù là người tốt hay xấu. Chúng ta yêu thương tất cả mọi người.

Bất kỳ ai có thể dạy bạn về tình yêu thương – hãy học từ họ! Nếu tình thương đó có thể đem lại lợi ích cho bản thân và những người khác, hãy sử dụng nó! Đây là lời khuyên từ những linh hồn có trí tuệ siêu tinh vi. Năng lượng trong vũ trụ đang thay đổi. Chúng ta cần bắt kịp theo. Mỗi tần số mà con người nhận được – và đã luôn nhận được – là đều từ Đấng Tạo Hóa, từ vị Thượng Đế Duy Nhất.

Điều quan trọng đối với tất cả loài người là nhận ra mối liên hệ của chúng ta với Thượng Đế và nhận được lợi ích từ Ngài. Chỉ có sống tích cực mới giải quyết được vấn đề. Nếu ai đó làm điều gì tiêu cực với bạn, hãy tìm cách giúp đỡ họ hoặc thoát khỏi tình huống đó, nhưng đừng cố chấp, nếu không bạn sẽ thua cuộc. Khi hành động tích cực, chúng ta sẽ chiến thắng. Khi chúng ta hành động tiêu cực, hoặc sử dụng quyền lực để bảo vệ mình, chúng ta sẽ thua cuộc. Chúng ta thua về mặt thể chất, và thua về khả năng tăng cường trí tuệ của mình. Nếu bạn tuân theo Năm Yếu Tố Tình Thương, bạn sẽ không bao giờ có xung đột với người khác. Nếu bạn cảm thấy bắt đầu có tranh chấp, bạn cần biết dừng lại và làm điều đó một cách trung thực. Bạn cần trân trọng người đã đem lại cho bạn bài học này. Tiêu cực chỉ làm hạn chế con người. Nếu bạn đánh nhau bạn nghĩ bạn sẽ thắng nhưng thực chất là bạn thua. Đây mới là NLG, đây là mới là Năm Yếu Tố Tình Thương. Nếu bạn sử dụng tiêu cực, thì bạn đang giới hạn phần lợi ích mà đáng ra bạn có thể nhận được từ NLG.

Trong quá khứ, khi nhiều thông tin và lợi ích có trong NLG được phát hiện, tổ tiên của chúng ta không muốn đưa thông tin này ra công chúng. Họ chỉ muốn sở hữu lợi ích cho bản thân mình. Ví dụ, một người Thầy sau nhiều năm tu thành chính quả, và trở thành một trong những người có sức mạnh, một trong những người có thể giúp đỡ người khác. Nhưng vị Thầy đó chỉ giảng dạy khoảng 80% kiến thức đã có. Thầy giữ lại 20% kiến thức cho bản thân. Thầy sẽ không bao giờ dạy tất cả mọi thứ vì sợ rằng nếu mọi người sẽ trở nên mạnh hơn, và lấy đi sức mạnh từ mình. Đó không phải là cách thực hiện đúng. Quyết định của vị Thầy không giúp ích được cho nhân loại hay bản thân. Với nguồn kiến thức từ NLG, chúng ta sẽ luôn đi đúng đường và không bao giờ hành xử giống như vị thầy đó, giữ kín thông tin cho riêng mình vì sợ mất đi sức mạnh của bản thân. Chúng ta sẽ không bao giờ trở lại con đường như thế lần nữa. Khi chúng ta cho đi kiến thức, Thế Giới Vô Hình sẽ cho bạn kiến thức khác tân tiến hơn để bạn tiếp tục phát triển, nên bạn sẽ đạt được trình độ cao hơn của trí tuệ giác ngộ. Bạn có thể giúp được nhiều người hơn qua việc giúp họ tiến bộ hơn và từ đó bạn có thể nhận được nhiều kiến thức hơn mà bạn có thể dạy và phát triển. Vòng Tròn của Cuộc Sống tiếp tục phát triển giống như một cái cây, hình thành nhiều lớp vỏ mới qua hàng ngàn năm. Và cứ thế tiếp nối phát triển hơn nữa vì cuộc sống chúng ta không bao giờ kết thúc. Chúng ta tiếp tục phát triển tiến tới những cấp độ cao hơn của tri thức và trí tuệ giác ngộ đẹp đẽ, yêu thương. Chúng ta không chết đi, chúng ta là vĩnh cửu, chúng ta tiếp tục phát triển. Chúng ta sẽ tiếp tục cập nhật những tần số của chúng ta và nhận tần số cao hơn để tạo kiến thức mới. Chúng ta sẽ tiếp tục gầy dựng vật chất và tần số của chúng ta qua Vòng Tròn của Cuộc Sống.

Một số người trên hành tinh này muốn rời khỏi hệ thống Trái Đất và trở về với Đấng Tạo Hóa. Đấng Tạo Hóa nói với họ rằng họ chưa thể làm điều đó. Những người này cần phải hiểu Năm Yếu Tố Tình Thương một cách trọn vẹn. Họ phải biết làm thế nào để nhận được những lợi ích từ Thế giới Vô Hình và làm thế nào để đền đáp tất cả sự sống đã giúp họ thăng tiến đến trình độ hiện tại trên Trái Đất. Chúng ta phải biết rằng chúng ta đang sống cùng nhau, rằng chúng ta cùng một hệ thống sinh sống ở đây trên Trái Đất. Khi đạt đến trình độ cao nhất của trí tuệ giác ngộ, chúng ta phải biết cách hoàn thành hành trình của mình. Chúng ta sống dựa trên hệ thống của Đấng Tạo Hóa. Chúng ta chưa có khả năng tạo ra hệ thống theo cách chúng ta muốn. Loài người chịu trách nhiệm điều hành hành tinh này. Khi chúng ta đạt đến cấp độ cao nhất, trách nhiệm của chúng ta là giúp đỡ những người khác đạt đến trình độ phát triển trí tuệ cao nhất. Nếu chúng ta muốn rời đi và không giúp đỡ những người đang gặp khó khăn, thì chúng ta sẽ mất đi sự khôn ngoan của mình và trở về trình độ phát triển thấp hơn.

Khi chúng ta đạt được kết nối ở cấp độ cao hơn của tần số NLG, chúng ta đang ở giai đoạn đầu của việc quyết định về cuộc sống của mình. Đây là lý do tại sao chúng ta có thể gửi tần số để kích thích tế bào gốc hoạt động. Nó giải thích cho việc tại sao chúng ta có thể đưa những linh hồn trở về khối sáng. Đó là lý do tại sao chúng ta có thể hỗ trợ người khác kích thích tế bào gốc của họ và cân bằng năng lượng để hỗ trợ sức khỏe của họ. Tần số NLG sẽ tìm được hướng đi chấm dứt nghèo đói và giúp muôn loài nhân sinh bằng cách chấm dứt chiến tranh giữa con người. Có thể làm được những điều này chính là sức mạnh của Thế Giới Vô Hình. Đây là sức mạnh khi chúng ta trở thành một với Đấng Tạo Hóa.

50.000 năm trước, trong các triều đại Ai Cập cổ đại, các nhà lãnh đạo muốn có sự kết nối này với Đấng Tạo Hóa nhưng không thể vì họ không đủ khả năng. Họ đã không tuân theo Năm Yếu Tố Tình Thương một cách chính xác. Họ đã có một số kết nối và đang cố gắng nhận kết nối đầy đủ.

Tổ tiên của chúng ta đã xây dựng Hoa Kỳ, một nơi nhận được sự giúp đỡ bởi những Thiên Sứ. Họ đã sử dụng mật mã có ở trong kim tử tháp ở Ai Cập. Những Thiên Sứ đã giải mật mã cho những người sáng lập có trái tim thiện lành, đã sử dụng nó để phát triển các nguyên tắc của đất nước mới.

Chính phủ Hoa Kỳ đang sử dụng mật mã từ kim tự tháp. Mật mã này được sử dụng để hỗ trợ Hoa Kỳ trở thành quốc gia thành công nhất trên thế giới. Nhưng đây không phải là mật mã chính. Mật mã chính là ở trong NLG. NLG đã đủ điều kiện để sử dụng mã chính để hỗ trợ loài người. Chúng ta đủ khả năng vì chúng ta sử dụng Năm Yếu Tố Tình Thương cho nhân loại. Đó là lý do tại sao chúng ta có thể sử dụng chìa khóa chính từ những kim tự tháp.

Ở Ai Cập họ nghĩ rằng nếu họ giải được mật mã này, họ sẽ nhận được sức mạnh từ Thượng Đế và trở thành vị Vua quyền lực của các vị vua. Nhưng họ đã sai. Họ nói rằng họ có quyền năng này, nhưng thực tế thì không. Họ giống như những diễn viên trong một bộ phim, chỉ diễn nhưng không có gì thật đằng sau cuộc nói chuyện. Chúng ta cần sự kết nối thực sự ngay bây giờ. Chúng ta có thể làm được ngay bây giờ. Chúng ta có chìa khóa chính trong NLG.

Những vị Thiên Sứ, những tần số năng lượng đã và đang giúp đỡ hành tinh này từ rất lâu rồi, nói rằng nếu bạn muốn sử dụng mật mã này, chìa khóa chính bạn phải tuân theo là Năm Yếu Tố Tình Thương. Thế nhưng con người đã không hiểu được tại sao họ lại cần áp dụng Năm Yếu Tố Tình Thương. Họ nói rằng, "Tại sao tôi phải đem kiến thức, sức mạnh của tôi, và những điều tốt đẹp cho người khác? Lý do là gì? Đây là cho người thân, cho công dân đất nước tôi và bản thân tôi! Tôi không muốn đem đi cho những người khác!" Vì vậy, Thiên Sứ đã trả lời, "Tôi sẽ để kiến thức này cho bạn ở đây và bất cứ khi nào bạn bắt đầu giác ngộ và sử dụng tình thương yêu, tôi sẽ chỉ cho bạn cách mở mật mã". Đây là cách tình thương yêu được đưa vào Hiến Pháp của Hoa Kỳ, nhưng họ chỉ sử dụng Bốn Yếu Tố Yếu Thương.

Họ chưa thể đi xa hơn để đạt được Năm Yếu Tố vì họ đã giới hạn bản thân bằng sự ích kỷ.

Những Thiên Sứ là những vị duy nhất có thể mở được mật mã. Nếu con người để linh hồn của họ hỗ trợ loài người bằng tình yêu thương, những Thiên Sứ sẽ mở khóa cho người đó. Mở được khóa có nghĩa là có thể sử dụng sức mạnh của Đấng Tạo Hóa. Trong tâm linh, con người hiểu lầm về hệ thống của Thế Giới Vô Hình. Tổ tiên của chúng ta đã nghĩ họ có thể tạo ra sức mạnh và tần số năng lượng cho bản thân. Họ đã không muốn làm tất cả mọi thứ theo yêu cầu từ Thế Giới Vô Hình để giữ kết nối với Đấng Tạo Hóa. Chúng ta đã có rất nhiều vấn đề xảy ra trên Trái Đất kể từ khi tổ tiên chúng ta quyết định ngắt kết nối với Thượng Đế Tối Cao, Đấng Tạo Hóa.

Các Thiên Sứ đã chỉ ra cho chính phủ Hoa Kỳ một biểu tượng để sử dụng, biểu tượng này tương ứng với sự mất kết nối với Nền Văn Minh Tối Cao của Thượng Đế, Đấng Tạo Hóa. Chúng ta tìm thấy biểu tượng trên tờ một đô la của Hoa Kỳ. Đó là hình vẽ một kim tự tháp Ai Cập với phần đáy và phần đỉnh của kim tự tháp bị tách rời khỏi nhau, và phần đỉnh thể hiện hình 'Con mắt của Thượng Đế'. Người Ai Cập cổ đại đã không sử dụng chính xác Năm Yếu Tố Tình Thương, vì vậy họ không được phép có sức mạnh từ Đấng Tạo Hóa. Họ được cho biết rằng khi trưởng thành và sử dụng tình thương yêu đích thực, họ sẽ được chỉ dẫn cách kết nối với quyền năng của Thượng Đế Tối Cao. Sau đó, phần đỉnh kết nối với phần dưới cùng sẽ kết nối lại. Chúng ta đang nhận được sự kết nối lần nữa thông qua tần số NLG.

PHẦN 78: Yêu Thương Trẻ Em Chân Thành

Q ua lịch sử loài người từ rất lâu rồi cho đến ngày nay, nhiều cha mẹ khắp thế giới vẫn chưa cho con cái họ thấy được ý nghĩa thực sự của tình yêu thương. Các bậc cha mẹ đã không dạy con cái của họ một cách đúng đắn. Họ chưa nói cho con cái họ biết sự thật. Và họ đã lợi dụng con cái của họ. Điều này dạy cho con cái của họ lần lượt lợi dụng cha mẹ chúng. Cha mẹ đã nói với con cái rằng họ yêu thương chúng và chăm sóc chúng rất tốt, trong khi cho con cái họ rất ít lợi ích. Đây không phải là tình yêu thực sự. Tình thương yêu thực sự là mang lại lợi ích cho người chúng ta yêu. Đây là lý do tại sao nhân loại rất bối rối về rất nhiều thứ. Chúng ta không biết sự khác biệt giữa cách làm đúng và sai để xử lý vấn đề. Chúng ta không thực sự biết cách chăm sóc tốt cho nhau.

Hầu hết những lần con người nói yêu thương một ai đó, nó mang ý nghĩa trái ngược – họ không yêu thương người đó. Họ nói họ có tình yêu thương, nhưng nó không mang lại điều gì, mà còn lấy đi lợi ích từ người mà họ thương. Nó đi ngược lại những gì họ đang làm. Họ không sử dụng các hướng dẫn đúng đắn để mang lại lợi ích cho người khác. Cách tốt nhất để diễn tả điều này, là họ đang lừa dối nhau bằng cách nói về tình yêu thương này. Ngay cả chồng và vợ, cha, mẹ, con cái cũng lợi dụng lẫn nhau. Họ không giúp đỡ nhau một cách trung thực, từ trong tâm, thật sự ý nghĩa và có lợi ích khi giúp đỡ lẫn nhau. Dù họ nói gì về việc yêu thương bạn, họ chỉ đang chứng minh tình thương yêu với bạn qua những lời nói suông. Tình yêu thương bên trong họ chưa đủ lớn để dành cho những người họ thương. Con người đang đào tạo con người cách lợi dụng nhau, hơn là đào tạo cách yêu thương nhau đúng đắn.

Khi trẻ em được sinh ra trong thế giới này, các bậc cha mẹ cho con cái biết rằng chúng phải hành động và làm những điều mà cha mẹ mong muốn. Họ mong đợi những đứa trẻ sẽ đền đáp lại cho họ. Những bậc cha mẹ này không sử dụng ý nghĩa thực sự của tình yêu thương với con cái họ. Ý nghĩa thực sự của tình thương yêu mà tôi học được từ vị Thầy Đặc Biệt của Tình Thương Yêu, là chúng ta cần phải cho nhau lợi ích. Đó là tình yêu thực sự. Chỉ nói suông chẳng mang lại lợi ích gì. Chúng ta làm gì cho nhau mới là điều quan trọng. Tình yêu thương đích thực không phải là che giấu ý định thực sự của chúng ta hoặc lừa dối người khác. Đem đến lợi ích là câu trả lời cho tất cả những vấn đề mà con người đang gặp phải. Chúng ta cần nhận ra điều này. Khi bạn cung cấp lợi ích cho con cái của bạn, con bạn hiểu điều này và chúng sẽ trả lại lợi ích cho bạn vì cách bạn đã giúp chúng. Khi bạn nói rằng bạn yêu thương ai đó, bạn phải mang lại lợi ích cho người đó. Khi bạn nói rằng bạn thương mà không cho đi thì điều đó chẳng có nghĩa lý gì. Thực hiện Năm Yếu Tố Tình Thương sẽ giúp chúng ta gia tăng năng lượng bằng cách kết hợp tần số năng lượng của não bộ với tần số NLG phát triển trí tuệ. Để yêu bản thân đúng cách nhất, là chúng ta phải biết cách duy trì mối quan hệ thân thiết, gần gũi với nền văn minh của Đấng Tạo Hóa.

Khi xem xét các phương tiện kỹ thuật mà chúng ta có từ điện thoại và máy tính, việc giữ kết nối với công ty cung cấp dịch vụ để nhận tín hiệu cho các thiết bị của chúng ta hoạt động là điều cần thiết. Nếu bạn không nhận được sóng, thiết bị của bạn sẽ trở nên vô dụng. Năng lượng là yếu tố then chốt. Tần số NLG chứa tất cả các tần số mà bạn yêu cầu để thực hiện mong muốn của mình.

Tất cả thông tin từ tần số đều có thể hỗ trợ phát triển thương mại và kinh doanh, cải thiện kinh tế để giúp đỡ nhân loại. Giữ kết nối của bạn là điều cần thiết. Khi năng lượng tâm linh phát triển, năng lượng trí tuệ hình thành sự kết hợp các tần số cao hơn, đủ điều kiện cho chúng ta tiếp tục mở rộng khám phá thế giới của mình với tốc độ nhanh chóng về khả năng và vị trí của con người trong vũ trụ.

PHẦN 79: Năm Yếu Tố Tình Thương

Vì tần số NLG là tần số của tình thương từ Linh Hồn Đấng Tối Cao, con người vốn có trái tim yêu thương có thể kết nối với nó dễ dàng. Một người biết yêu thương, nghĩa là thể hiện yêu thương qua năm khía cạnh, được gọi là Năm Yếu Tố Tình Thương, Khi một người có thể sống và thể hiện Năm Yếu Tố Tình Thương, tình thương này được kích hoạt bằng tần số NLG.

Phát triển bản thân để sống với Năm Yêu Tố Tình Thương một cách trọn vẹn thường là cả một quá trình, mặc dù một số người đã có thể hoàn toàn kết nối ngay tức khi họ vừa bắt đầu học vì tần số của họ đã rất gần với tần số yêu thương. Tình thương yêu là nguồn dinh dưỡng của con người. ADN của chúng ta sử dụng tình thương để hoạt động đúng cách.

Để phát triển đúng bản chất thực sự của tình thương yêu, chúng ta sử dụng "Năm Yếu Tố Tình Thương". Năm Yếu Tố của Tình Thương là yêu bản thân, yêu gia đình, yêu cộng đồng - đất nước, yêu nhân loại và thế giới, và yêu nhân sinh muôn loài vạn vật.

Yếu Tố Tình Thương đầu tiên là biết cách yêu thương bản thân. Điều này có một ý nghĩa rất sâu sắc. Một người có thể nói rằng, "Dĩ nhiên là tôi yêu thương bản thân mình rồi."

Nhưng cần xem lại cách bạn thật sự yêu thương bản thân là như thế nào. Bạn có nuôi dưỡng chăm sóc bản thân? Bạn có nói những điều tốt đẹp cho bản thân? Bạn có cung cấp cho bản thân nguồn dinh dưỡng tốt và ngủ đủ giấc? Bạn có dành thời gian với những người tốt, những người đã hỗ trợ, nâng đỡ bạn và những người đang sống theo những giá trị tốt đẹp? Bạn có giữ thỏa thuận với chính mình không? Bạn có đáng tin cậy với chính mình không? Nếu bạn không tạo ra không gian nhân ái bên trong mình, thì làm sao các tế bào trong cơ thể bạn có thể hỗ trợ bạn hoạt động để giữ cho bạn khỏe mạnh làm tốt công việc của mình?

Bạn sẽ hiểu rõ hơn về tình yêu thương bản thân thực sự, khi bạn tìm hiểu khái niệm này bên trong bản thân mình với tần số duy nhất của riêng bạn.

Yếu Tố Thứ Hai của Tình Thương là tình yêu thương gia đình. Khi bạn thật sự sống đúng với Yếu Tố Tình Thương Thứ Nhất qua sự hiểu biết và thể hiện tình yêu thương thiện lành cho bản thân, thì bạn đã sẵn sàng mở rộng tình thương đến gia đình. Đây là Yếu Tố Tình Thương Thứ Hai. Bạn giúp đỡ gia đình, chăm sóc người thân và đảm bảo giúp họ tự chăm sóc bản thân tốt. Sống và thực hành những ý nghĩa sâu sắc hơn của tình yêu thương này, bằng cách quý trọng những gì gia đình bạn làm cho bạn, ủng hộ và hỗ trợ gia đình bạn trong tất cả các hành động tích cực của họ.

Khi Yếu Tố Tình Thương Thứ Hai được phát triển, bạn đã sẵn sàng đi đến Yếu Tố Tình Thương Thứ Ba, là yêu thương cộng đồng và quốc gia của bạn. Có rất nhiều cách để thể hiện sự hỗ trợ và tình thương đến cộng đồng của bạn, nhưng trên hết, bạn phải thực hiện với lý tưởng yêu thương cộng đồng và muốn tất cả trở nên tốt hơn. Điều này có nghĩa là bạn muốn cộng đồng, và đất nước của bạn, đều được hỗ trợ bằng những hành động thiện lành vì lợi ích chung của tất cả mọi người sống trong cộng đồng và đất nước bạn.

Sau khi bạn thể hiện rõ Tình Thương của ba yếu tố đầu tiên, bạn áp dụng Yếu Tố Thứ Tư là yêu thương Nhân Loại và Thế Giới. Điều nãy cũng có thể mang ý nghĩa chú ý tới hành tinh, hoặc những vấn đề liên quan đến hòa bình thế giới và tinh thần đoàn kết, hay bất cứ điều gì thúc đẩy cho một thế giới tốt đẹp hơn và đem lại nhiều lợi ích cho tất cả mọi người.

Yếu Tố Tình Thương Thứ Năm rất cần những người có quyền lực lan tỏa tình thương đến nhân sinh muôn loài vạn vật trong thế giới thông qua việc thiết lập nhiều hệ thống tổ chức khác nhau, giúp đỡ tất cả mọi người và toàn hành tinh phát triển mạnh mẽ. Sau đó, bằng hình mẫu của họ, Yếu Tố Tình Thương Thứ Năm sẽ dễ dàng được lan rộng không chỉ cho tất cả mọi người, mà cho tất cả sự sống trên hành tinh.

NLG cung cấp một tần số yêu thương, mà bạn tiếp tục điều chỉnh năng lượng yêu thương của mình, vì vậy tình yêu thương bên trong bạn phù hợp với tần số NLG. Tâm bạn ngày càng thiện lành và sống giàu tình cảm hơn. Tình thương thực sự là điều cần thiết. Đây không phải là tình thương sử dụng mối quan hệ với ai đó để điều khiển hoặc trục lợi. Tình yêu thương đích thực không phải là sử dụng quyền lực hoặc kiểm soát con người. Nó nghĩa là giúp mọi người phát triển theo cách tốt nhất có thể, tràn ngập Tình Thương trong tất cả Năm Yếu Tố.

Tần số NLG sẽ chỉ hoạt động hiệu quả khi Năm Yếu Tố Tình Thương được thực hiện đầy đủ. Nếu bạn là người không quan tâm đến bản thân hay những người xung quanh, bạn sẽ không có đúng tần số để kết nối với tần số NLG, và rồi sẽ bị mất kết nối.

Khi kết hợp với Năm Yếu Tố Tình Thương, tần số Năng Lượng NLG có thể cung cấp năng lượng nhiều hơn cần thiết cho tế bào gốc của bạn để giúp bạn mạnh khỏe và gia tăng trí tuệ. Phát triển tình yêu thương của bản thân cùng với kiến thức NLG có nghĩa là yêu thương bản thân bằng cách sử dụng trí tuệ. Điều này có nghĩa là bạn không giới hạn tình thương của bạn chỉ cho bản thân và gia đình bạn.

Một người khôn ngoan là một người mong ước có thể kết nối với NLG, biết rằng không thể chỉ nói, "Tôi yêu bản thân mình, nên tôi không cần yêu thương một ai khác. Tôi chỉ sử dụng tình thương của tôi để bảo vệ bản thân và gia đình tôi và mặc kệ những người khác". Tình yêu thương này không đúng vì nó bị giới hạn và sẽ không cung cấp chính xác kênh và tần số để nhận từ vị Thầy Đặc Biệt của NLG.

Loại tình yêu cá nhân, giới hạn này là sự hiểu lầm của Năm Yếu Tố Tình Thương. Con người nói rằng "Tôi là người Việt Nam nên tôi chỉ phải bảo vệ người Việt Nam", hoặc "Tôi là người Mỹ nên tôi chỉ bảo vệ người Mỹ" là sai lầm. Cách duy nhất để hoàn toàn trả lại hành tinh này về một ngôi nhà yêu thương, hòa bình, hòa thuận là chúng ta phải biết quan tâm đến tất cả mọi người ở mọi quốc gia khác. Chỉ yêu thương "đồng hương của tôi" là suy nghĩ không đúng. Nó rất sai lầm, nhầm lẫn và sẽ không dẫn chúng ta đến một cách sống tốt đẹp hơn.

Khi con người ở Hoa Kỳ học NLG họ sẽ nhận được lợi lạc cho Hoa Kỳ đầu tiên, nhưng sau đó họ phải chia sẻ lợi ích này với tất cả con người toàn cầu. Điều này đúng với mọi người ở tất cả các quốc gia. Chúng ta chia sẻ 100% với tất cả mọi người. Nếu chúng ta không chia sẻ với toàn nhân loại, chúng ta sẽ gặp phải những bế tắc tương tự như chúng ta đã gặp trước đây.

Trong khi học với vị Thầy NLG ở một không gian khác, tôi đã nhận được sự cho phép từ Thầy, trở về khoảng thời gian khi con người đã quyết định không tuân theo Năm Yếu Tố Tình Thương. Tôi đã hỏi chuyện gì đã xảy ra; Tôi đã điều tra, tìm hiểu xem nhân loại đã sai lầm như thế nào và nhân loại cần điều gì để sửa chữa hiện trạng. Tôi đã nhìn thấy một số tổ tiên và một số nhà lãnh đạo của chúng ta đã hiểu sai khái niệm yêu bản thân trong khôn ngoan, thay vì yêu thương một cách ích kỷ. Vì vậy, họ không thể kết nối và nhận được quyền lợi từ Thế Giới Vô Hình, Đấng Tạo Hóa. Đây là vấn đề đã xảy ra rất nhiều năm tại đây trên Trái Đất.

Tổ tiên của chúng ta, khi họ đã có tần số năng lượng cao hơn, họ nghĩ rằng nếu họ đem quyền lợi của những tần số này cho người khác, họ sẽ mất quyền kiểm soát cuộc sống người khác. Nhưng suy nghĩ này rất sai, hoàn toàn không chính xác. Khi chúng ta biết cho đi, biết giúp đỡ người khác, chúng ta học nhiều hơn. Chúng ta đã được cho nhiều kiến thức và sự trợ giúp từ Thế Giới Vô hình. Đây là cách phát triển Cuộc Sống trên Trái Đất, thông qua tình thương và hỗ trợ người khác. Mỗi lần chúng ta giúp người khác, chúng ta trưởng thành hơn, mở rộng kiến thức và tài năng, đem lại nhiều điều tốt đẹp hơn cho tất cả mọi người.

Năng lượng NLG mà chúng ta đang sử dụng cải thiện Năm Yếu Tố Tình Thương của chúng ta, giúp kết nối chúng ta với năng lượng đến từ Linh Hồn Đấng Tối Cao trong vũ trụ. Nó không đến từ bất kỳ hệ thống Trái Đất nào. Đây là tần số tân tiến từ Linh Hồn Vĩnh Cửu của Vũ Trụ. Năng lượng này hỗ trợ trí tuệ tốt hơn để chúng ta có hiểu biết sâu sắc hơn về tình yêu thương và hình thành khả năng để kích thích các tế bào gốc. Tế bào gốc của chúng ta sẽ liên kết với năng lượng NLG mà chúng ta đang được phép sử dụng. Tần số năng lượng NLG này nắm giữ kiến thức để tăng cường trí tuệ và sức khỏe của chúng ta.

Trong tương lai gần, sẽ có một thời điểm vị Thầy NLG sẽ cho phép chúng ta thay đổi cấu trúc ADN để chúng ta có thể sống thọ hơn. Các nhà khoa muốn thay đổi cấu trúc ADN nhưng vẫn chưa thành công. Thay đổi ADN là món quà từ Thượng Đế, Linh Hồn Đấng Tối Cao. Chỉ có Thượng Đế mới có quyền thay đổi ADN của chúng ta. Ngài sẽ cho phép chúng ta thay đổi ADN và nhiều khả năng khác, kiến tạo nhiều hạnh phúc hơn cho con người.

Năng lượng của NLG có thể hỗ trợ nhân sinh và muôn loài vạn vật trên hành tinh này. Nó sẽ tạo ra những khám phá khoa học mới, nhiều của cải vật chất hơn, hỗ trợ nâng cao kiến thức cho nông nghiệp, cũng như các chính trị gia sử dụng những hệ thống chuẩn xác cho nhân loại, giúp nền kinh tế phát triển và cơ thể chúng ta luôn được khỏe mạnh. Với tần số năng lượng này, tất cả mọi thứ cần có để những linh hồn phát triển khỏe mạnh và hạnh phúc trên hành tinh Trái Đất này đều được đáp ứng.

Năng lượng của NLG cùng với Năm Yếu Tố Tình Thương sẽ làm điều này cho toàn nhân loại. Khi nhân loại nhận thức được những gì đang được Đấng Tạo Hóa ban cho chúng ta qua tần số NLG này, tất cả các dạng bệnh tật trên hành tinh của chúng ta rồi sẽ không còn nữa. Chúng ta sẽ sống một cuộc sống không có bệnh tật.

Để điều này xảy ra, Năm Yếu Tố Tình Thương cần phải được hiểu và đưa vào hành động trên hành tinh này.

Khi bạn học NLG, bạn sẽ nhận ra những lợi ích tuyệt vời từ Năm Yếu Tố Tình Thương. Khi loài người nhận ra lợi lạc của Năm Yếu Tố Tình Thương, họ sẽ sẵn sàng thay đổi hệ thống hiện có ở đây. Điều quan trọng là họ sẽ không thay đổi chỉ vì một ai đó đang sử dụng quyền lực với họ hoặc buộc họ phải thay đổi.

Họ thấy được những lợi ích và nhanh chóng thay đổi, bởi vì Năm Yếu Tố Tình Thương là thực hiện trên tinh thần tự giác, rằng sự lựa chọn của bạn sẽ luôn làm điều tốt nhất để mang lại lợi ích cho tất cả mọi người và muôn loài vạn vật. Mọi người sẽ chứng kiến niềm hạnh phúc mà cách sống mới này sẽ tạo ra. Mỗi khi một cái gì đó được thay đổi để tốt hơn, mọi người sẽ nhận được nhiều lợi ích hơn. Mỗi cá nhân có thể sử dụng Năm Yếu Tố Tình Thương, và khi họ làm được điều này, họ sẽ nhận được lợi ích và cuộc sống ngày càng tốt đẹp hơn.

Con người có thể tin vào bất cứ hệ thống, triết học hay tôn giáo nào họ muốn. Nếu họ quyết định tìm hiểu và sử dụng Năm Yếu Tố Tình Thương, họ có thể nhận được tần số NLG, khỏe mạnh và sống lâu cùng với trí tuệ. Đối với những người duy trì tần số NLG ở mức 99%, tế bào gốc của họ sẽ mạnh khỏe và có khả năng giải quyết mọi vấn đề về sức khỏe.

Bạn càng áp dụng Năm Yếu Tố Tình Thương thì tần số bạn nhận được càng cao hơn để giữ cho mình khỏe mạnh. Bạn sẽ tìm ra ra những ý nghĩa sâu sắc hơn ở mỗi Yếu Tố Tình Thương khi bạn tìm hiểu bằng sự hiểu biết của chính mình, thể hiện tình yêu thương trên mọi khía cạnh. Nhờ thế bạn sẽ phát triển, nâng cao sức khỏe, trí tuệ, và hạnh phúc.

PHẦN 80: Triển Khai NLG

R ất nhiều người đã được giúp đỡ chữa lành bằng tần số NLG – Năng lượng gốc kể từ khi bộ môn được chia sẻ rộng rãi ra cộng đồng từ năm 2015. Những kết quả đạt được rất đáng khích lệ. Sự kết nối với NLG đã giúp nhiều người phục hồi và trở lại trạng thái mạnh khoẻ, hạnh phúc. Nhiều bệnh nhân đã bị từ chối hỗ trợ bởi Đông Y và Tây Y nay đã cải thiện sức khỏe. Bằng chứng về những câu chuyện chữa lành có thể được tìm đọc trên website NLG – Năng Lượng Gốc. Đây là những minh chứng chắc chắn về hiệu quả của NLG.

Một trong những điểm nổi bật của khóa học NLG – Năng Lượng Gốc là hỗ trợ người học kích thích tế bào gốc, dẫn tới sản sinh ra các tế bào mạnh khoẻ và duy trì sức khỏe của bạn trong trạng thái tốt nhất. Các lớp học đặc biệt giúp đỡ những người lớn tuổi quay trở về sức khỏe ổn định. Khoa học ngày nay đang nghiên cứu phát triển phương pháp kích thích tế bào gốc nhưng vẫn chưa có khả năng làm điều này.

NLG trong tương lai sẽ cung cấp rất nhiều thông tin bổ ích có thể áp dụng để tạo lợi ích cho toàn nhân loại. Nhưng vào lúc này và trong tương lai gần chúng ta sẽ tập trung vào những gì có thể làm. Khi chúng ta đã phát triển hoàn thiện một lợi ích, chúng ta sẽ bắt đầu đến cấp độ tiếp theo. Nếu chúng ta có thể nhanh chóng đưa NLG Lớp 3 đến với nhân loại, chúng ta sẽ bắt đầu làm việc với tần số cao hơn nữa. Chúng tôi không biết liệu điều này sẽ mất năm năm, mười năm hay bốn mươi năm. Ngay bây giờ, chúng ta cần hỗ trợ tất cả mọi người hiểu rõ cách sống lành mạnh và cách yêu thương nhau.

Phần 81: Bạn Có Thể Làm Gì Với NLG

NLG tạo ra sức sống hoàn hảo cho cơ thể. Ngay cả khi bạn đang trải qua bệnh tật, NLG giúp bạn trải nghiệm đầy đủ sức mạnh của sự hấp thụ năng lượng của các tế bào, để giúp phục hồi các tế bào trong thời gian nhanh nhất.

Năng Lượng Gốc dành cho tất cả những người có trái tim thiện lành đầy tình yêu thương. NLG làm phong phú thêm khả năng chữa lành thân bệnh. Đồng thời, nó cung cấp đủ năng lượng cho trí não để phát triển trí tuệ tốt hơn. Nó giúp ích cho mọi người và cho mọi sự sống trong môi trường tự nhiên để tiếp tục khôi phục sức khỏe. Năng Lượng Gốc có thể giúp người cao tuổi trở lại tươi trẻ, giúp tinh thần của họ vững vàng để sống lâu hơn, khỏe mạnh hơn. Có một phương pháp của NLG có thể giúp vợ chồng tăng xác suất sinh con khỏe mạnh, thông minh, xinh đẹp, và cung cấp nguồn năng lượng tự nhiên dồi dào, giúp đảm bảo hạnh phúc cho các cặp đôi. Các tần số NLG này cũng giúp trẻ tăng trí tuệ tinh thần và đạt được sức sống đầy đủ của chúng.

Tập luyện công thức NLG trong 5 phút mỗi ngày là một phương pháp đơn giản để phòng ngừa và duy trì sức khỏe tối ưu. Các môn học của NLG giúp ta thực sự hiểu hết ý nghĩa của cuộc sống, và giúp ta trân trọng mối quan hệ giữa nhân sinh và muôn loài vạn vật.

NLG không đòi hỏi nhiều thời gian để tìm hiểu và thực hiện. Bạn sẽ thấy ngay kết quả mỗi ngày, qua mỗi cấp học. Sự thực hành của bạn sẽ duy trì sức khỏe và giúp tránh hầu hết các bệnh nan y. Học NLG giúp bạn hiểu giá trị của lòng từ bi, đem lợi ích cho việc làm giàu, và tìm thấy hạnh phúc gia đình. Một gia đình hạnh phúc là nền tảng cho một cộng đồng hạnh phúc, dẫn đến một đất nước hạnh phúc, và một nhân loại đầy thân thiện. Điều này sẽ dẫn chúng ta đến một lĩnh vực cao hơn, khai sáng trí tuệ, để tạo một chu kỳ tiến hóa mới. Con người trên Trái Đất sẽ được tràn đầy ân sủng từ Đấng Tạo Hóa của chúng ta, và từ nền Văn Minh trong Vũ Trụ.

PHẦN 82: Năng Lượng Cho Thực Vật Và Động Vật

Thực vật và động vật là nguồn năng lượng chính cho sự tồn tại của con người trên hành tinh này. Năng Lượng Gốc, NLG, có tần số phù hợp để giúp thực vật và động vật phát triển nhanh hơn mà không cần hóa chất, hormone tăng trưởng hoặc thay đổi ADN của chúng. Việc cải tiến này có thể giúp tạo ra một nguồn cung cấp thực phẩm hữu cơ lớn, lành mạnh, đáp ứng nhu cầu năng lượng cho con người. Chúng ta đã thử nghiệm và đã thành công với điều này. Chúng ta sẽ tiếp tục có những thử nghiệm lớn hơn trong tương lai. Phương pháp này rất dễ dàng và sẽ giúp gia tăng sản xuất thực phẩm lành mạnh cho con người.

Hiện nay, có hàng triệu người đang lo lắng vì tình trạng thiếu lương thực trên khắp thế giới. Chúng ta đang mong muốn tìm ra một giải pháp cho vấn đề này. Tôi mong rằng những người có trái tim thiện lành sẽ hưởng ứng và tham gia cùng chúng ta. Cùng chung tay giúp tạo ra một hệ thống có ý nghĩa để khắc phục tình trạng này. Chúng ta đã có kỹ thuật, vì vậy chỉ cần sản xuất với số lượng lớn hơn, đáp ứng mọi nhu cầu cấp thiết của con người. Đây không phải là một giấc mơ mà là hiện thực đã bắt đầu. Chúng ta cần các nhà tài trợ muốn đóng góp và tham gia vào việc mở rộng Kỹ Thuật NLG cho nông nghiệp vì lợi ích của nhân loại. Khi kỹ thuật NLG đã được thành lập, việc đào tạo áp dụng phương pháp nông nghiệp NLG này cho các nhà lãnh đạo nông nghiệp sẽ được mở rộng ở địa phương, trong nước và cả quốc tế. Chúng ta sẽ sử dụng tất cả các khoản đóng góp để đào tạo nhân viên và mở các trường học để dạy các kỹ thuật NLG này cho nhiều người hơn.

PHẦN 83: Tinh Thần Phi Lợi Nhuận

N LG – Năng Lượng Gốc được thành lập và hoạt động là một tổ chức phi lợi nhuận. Đó là nền tảng với kiến thức và năng lượng từ một thế giới siêu phàm để hỗ trợ chúng ta thay đổi những hiểu biết của mình về cuộc sống để nhân loại thu được vô số lợi ích. Tất cả kiến thức, trí tuệ và tần số năng lượng của NLG đều đến từ Nền Văn Minh của Đấng Tạo Hóa trong Vũ Trụ. Thông qua NLG, chúng ta được cung cấp kiến thức và năng lượng để giúp vạn vật muôn loài nhân sinh. Tất cả hoạt động học tập được dựa trên những yếu tố của tình thương, để tạo ra hạnh phúc cho từng cá nhân, đồng thời mở ra nhiều khả năng để thể hiện tình yêu thương và nuôi dưỡng nhân phẩm đạo đức thiện lành. NLG dạy chúng ta cách xây dựng một hành tinh trở thành ngôi nhà của sự gần gũi, thân thiện thực sự, lan tỏa từ bản thân chúng ta đến tất cả những người thân yêu, đến cộng đồng của chúng ta và toàn thế giới. Chúng ta sẽ cảm nhận được Tình Yêu Thiêng Liêng vĩ đại mà Đấng Tạo Hóa ban tặng cho tất cả mọi người. Chúng ta sẽ truyền lại kiến thức này như một di sản vô giá. Điều này không đòi hỏi chúng ta phải dành nhiều thời gian để học những triết lý cao siêu mới. Nó không tốn quá nhiều sức lực hay trở thành một nhiệm vụ khó khăn nằm xa với quan điểm suy nghĩ về một xã hội đạo đức.

NLG – Năng Lượng Gốc là một kỹ thuật rất lâu đời, đã tồn tại từ ba tỷ năm trước. Nó đã tạo ra tất cả sự sống trên hành tinh này. Cuộc sống đến từ năng lượng này của Đấng Tạo Hóa, và được mang tới Trái Đất bởi các Thiên Sứ tình nguyện. Khi nó được mang đến với Trái Đất, không có một sự sống vật lý ở bất cứ nơi nào trong vũ trụ. Sau đó, từ con số không, nó đã tiến hóa thành 7,7 tỷ con người trên hành tinh cùng với số lượng đáng kinh ngạc của các sinh vật sống khác. Nó là thứ lâu đời nhất trên hành tinh này, và hoạt động hoàn hảo qua mọi thời đại và thời gian. Nó vẫn còn lưu giữ thông tin vô cùng tuyệt vời cho nhân loại. Nó là vô hạn và vẫn đang tồn tại. Chúng ta cần nhận ra và kết nối với tần số này vì sự kết nối hiện tại của chúng ta đang bị hạn chế. Đó là lý do tại sao có rất nhiều bế tắc trên khắp thế giới vẫn đang diễn ra.

Tôi làm một bài toán so sánh sử dụng năng lượng này với sự phát triển của công ty kinh doanh cà phê, một công ty có lợi nhuận toàn cầu và trị giá hàng tỷ đô, được mở rộng khắp bốn châu lục. Tôi đang nói về 'Starbucks'. Chúng ta đã biết đến cà phê từ hàng ngàn năm nay. Làm thế nào mà có thể làm giàu từ một thứ như cà phê mà tất cả mọi người đều đã biết đến? Nhưng chủ sở hữu của Starbucks đã làm được. Tại sao anh ta có thể làm được điều đó? Đó là nhờ năng lượng trí tuệ. Với năng lượng trí tuệ anh có thể sáng tạo, thay đổi hệ thống, cách dùng cà phê, anh đã khiến nhiều người muốn dùng loại cà phê đó. Khách hàng cảm thấy hạnh phúc khi họ uống cà phê Starbucks. Làm được điều này, chủ sở hữu đã thành tỷ phú.

Vì vậy, hãy so sánh khả năng này của Starbucks với năng lượng của NLG; hay xa xưa còn gọi là Tiên Thiên Khí cung cấp tần số cho sự sống và tiến hóa cho hành tinh của chúng ta. Nó đã ở đây từ khi cuộc sống được bắt đầu. Nó cung cấp kỹ thuật hoàn chỉnh cho cuộc sống thăng tiến. Tuy nhiên, vẫn chưa có nhiều người có thể nhận được đầy đủ lợi ích từ nó. NLG giống như một sản phẩm cũ mà con người đã sử dụng trong ba tỷ năm qua. Nhưng không ai biết làm thế nào để gặt hái được tinh hoa của năng lượng. Tuy nhiên giờ đây chúng ta đã tìm ra phương pháp - bằng cách thêm tần số Năm Yếu Tố Tình Thương. Và bây giờ tất cả mọi người, cộng đồng loài người, có thể trở thành những tỷ phú của hòa bình và hạnh phúc. Chúng ta sẽ có sự giàu có về sức khỏe thể chất và tinh thần. Việc kết nối tần số NLG và Năm Yếu Tố Tình Thương sẽ cho chúng ta nguồn năng lượng được nâng cấp để có thể hoạt động với toàn bộ năng lực trí tuệ và sức khỏe vì lợi ích của tất cả nhân loại. Sự thật ngay tại thời điểm này là năng lượng của tình yêu thương từ Vũ Trụ. Đó là món quà quý giá nhất từ Thượng Thiên, Đấng Tạo Hóa của chúng ta. Chúng ta đang được cho phép kết nối với năng lượng của Đấng Tạo Hóa, miễn là chúng ta tuân theo Năm Yếu Tố Tình Thương dành cho nhau. Đấng Tạo Hóa đã đến dưới dạng một tần số của tình yêu thương. Giờ đây, chúng ta được phép kết nối với tần số năng lượng này, cung cấp bởi tình thương yêu rộng lớn của Đấng Tạo Hóa.

Đây là thời điểm mà con người trên hành tinh này cần hiểu ra và nhận những lợi lạc từ Nền Văn Minh của Đấng Tạo Hóa trong Vũ Trụ. NLG mang lại lợi ích to lớn cho loài người. Tôi chia sẻ điều này với tất cả những người có may mắn đến với NLG. NLG là một món quà tuyệt vời cho hành tinh của chúng ta đến từ Năng Lượng Vũ trụ của Tạo Hóa. Tất cả ông bà tổ tiên của chúng ta và toàn thể nhân loại đã cầu nguyện cho năng lượng này. Ngày hôm nay, năng lượng này hiện diện nơi đây cho tất cả chúng ta. NLG - Năng Lượng Gốc cung cấp câu trả lời cho tất cả các vấn đề của nhân loại. Nó là câu trả lời cho tất cả các loại bệnh tật. Nó bao gồm cả câu trả lời của tất cả các câu hỏi về tôn giáo, kinh tế và chính trị. Những tiến bộ trong khoa học cũng được đưa vào tần số NLG. Các giải pháp cho nạn đói trên thế giới cũng ở đó. Nó sẽ giúp ích cho tất cả mọi người trên hành tinh này.

Tổ tiên của chúng ta đã tin rằng sức mạnh của vũ trụ đến từ Đấng Tạo Hóa và họ đã mong cầu giúp đỡ và sự hỗ trợ. Tuy nhiên, sự hỗ trợ đã không đến trực tiếp với họ. Nó đến với hình thức NLG. Tổ tiên của chúng ta đã muốn Thượng Đế trực tiếp đến đây, hoặc là dưới hình dáng con người hoặc một loại sức mạnh, có lẽ là trong một tàu vũ trụ hoặc một thứ gì đó ngoài Trái Đất. Kinh Thánh có nói rằng một ngày nào đó Đức Chúa Trời từ thiên đường đến đây, và tất cả mọi người đều phải cúi chào vì sức mạnh của Ngài, và sau đó Ngài sẽ quyết định ai là người tốt và người xấu, Ngài sẽ đưa tất cả người xấu xuống địa ngục. Một vài người nghĩ rằng Đức Chúa Trời sẽ đến Trái Đất với những con ngựa trắng, có xe ngựa và quân đội. Họ nghĩ rằng Ngài sẽ đến với sức mạnh trừng phạt những người mà Ngài cho là xấu. Những người viết Kinh Thánh muốn Đức Chúa Trời trông giống như thế. Một vài người muốn Đức Chúa Trời trông giống như vậy, nhưng Ngài là không thể xác định và làm theo yêu cầu từ những mong ước của con người, làm điều này hay điều kia. Ngài có cách của riêng mình.

Hiện nay Đấng Tạo Hóa, Thượng Thiên, đã đến đây với năng lượng của Ngài cùng với những Thiên Sứ để hỗ trợ tất cả con người, dù tốt hay xấu. Và Ngài hỗ trợ muôn loài vạn vật. Ngài nâng cấp những lợi ích của chúng ta để thể hiện tình thương của Ngài đến tất cả mọi người. Ngài đang gửi tần số năng lượng cấp cao hơn hỗ trợ loài người và cũng để thể hiện tình thương của Ngài. Thượng Đế yêu mến con người vô điều kiện. Ngài đã đến đây với chúng ta thông qua năng lượng của Ngài, chứ không phải dưới hình dáng con người, trong cơ thể vật lý.

Tôi là một người bình thường giống như tất cả mọi người. Tôi không biết tại sao Ngài tin tưởng và giao cho tôi sứ mệnh này, để chia sẻ những lợi lạc của năng lượng từ Ngài đến toàn thể nhân loại. Tôi đơn giản chỉ đang làm những gì Ngài yêu cầu. Ngài đã chỉ cho tôi kỹ thuật để hướng dẫn con người, trong một thời gian ngắn họ cũng có thể có năng lượng và khả năng như tôi. Tôi đã thành công làm việc đó. Tôi rất hạnh phúc về điều này. Tôi vẫn đang nhận hướng dẫn từ Ngài. Ngài hướng dẫn tôi cần phải làm gì và hỗ trợ tôi chia sẻ nhiều thông tin hơn, có ích cho nhân loại. Tôi chỉ hỏi Ngài những gì Ngài muốn tôi làm. Ngài ấy đã dạy tôi NLG để tôi mang nó đến hỗ trợ loài người. Tôi sẽ chia sẻ thông tin với bất kỳ ai đến với NLG, những người muốn nhận được thông tin để biết cách sống khỏe và sống thọ. NLG có sức mạnh hỗ trợ tất cả mọi người đến tìm hiểu học và áp dụng nó. NLG có Năng Lượng của vị Thầy Đặc Biệt của Tình Thương. Nó có thể giúp tất cả nhân loại. Nó thậm chí có thể hỗ trợ những linh hồn đã thoát khỏi cơ thể vật lý. Khi đó chúng ta có thể dễ dàng hỗ trợ những linh hồn lang thang, lạc lối quay về khối sáng. Đây là sức mạnh của Đấng Tạo Hóa thông qua vị Thầy Đặc Biệt của Tình Thương. Những học viên NLG, sử dụng tình yêu thương và lòng nhân ái, được phép hỗ trợ và mang lại lợi ích cho tất cả mọi người. Trong lịch sử nhân loại, đây là lần đầu tiên con người có được khả năng này. Việc chấp nhận kiến thức này hay không là tùy thuộc vào mỗi cá nhân. Chúng ta không sử dụng bất kỳ loại quyền lực nào về việc mọi người có chấp nhận điều này hay không. Chúng ta chỉ công khai và nói sự thật để mọi người quyết định xem liệu họ có muốn đến với NLG hay không. Mỗi con người có quyền tự do và quyền lựa chọn bởi vì tất cả chúng ta đều có ý chí tự do.

PHẦN 84: Sử Dụng NLG

D ù bạn có quyết định sử dụng NLG hay không thì các nguyên lý trong quyển sách này là một kiến thức cơ bản cần được hiểu rõ bởi tất cả những người có trái tim và linh hồn thiện lành.

Năng lượng NLG được kích hoạt thông qua tình thương của bản thân chúng ta. Trong các lớp học NLG, học viên được hướng dẫn về cách sử dụng năng lượng này. Giảng Huấn NLG, là những người nhận được và có sự cho phép truyền tần số năng lượng cao này đến từng học viên. Mỗi học viên phải hiểu rằng chính quá trình tâm lý của bản thân sẽ tác động vào nguồn năng lượng này có hỗ trợ bản thân họ hiệu quả hay không.

Nếu không yêu thương bản thân thì năng lượng không thể giao tiếp với tế bào trong cơ thể chúng ta. Chúng ta càng yêu thương bản thân và trao yêu thương đến người khác càng nhiều, tần số năng lượng chúng ta có thể nhận được càng cao ở mỗi cấp lớp chúng ta học được. Những gì chúng ta học được trong lớp chỉ mới là khởi đầu.

Khi nhận được năng lượng này, chúng ta tiếp tục nuôi dưỡng năng lượng bằng cách giúp bản thân ngày càng trở nên biết yêu thương nhiều hơn. Khi đạt mức năng lượng cao hơn ở tần số hiện tại mà chúng ta đang sử dụng, chúng ta có thể tham gia cấp lớp cao hơn và nhận được mức năng lượng cao hơn để phát triển bản thân. Hiện tại, NLG được phân theo cấp độ năng lượng từ Lớp 1 đến Lớp 5.

Trong hành tinh chúng ta còn nhiều phương pháp khác để nhận và luyện tập với tần số cao của tình thương yêu. Những tu sĩ Sadhu ở Ấn Độ đã ngồi trong hang động trong nhiều năm để kết nối với tần số năng lượng cao là một ví dụ điển hình. Với những tần số năng lượng NLG nếu bạn tập trung tập luyện, hỗ trợ cải thiện bản thân và sự dụng tình thương đích thực, thì bạn có thể đạt được những khả năng như các tu sĩ Sadhu trong thời gian ngắn hơn và thậm chí ở trình độ cao hơn. Trình độ bạn đạt được càng cao thì bạn ngày càng thiện lành hơn.

Ở giai đoạn này năng lượng NLG tập trung vào sức khỏe con người. Kế hoạch ban đầu hướng đến là con người luôn có sức khỏe tốt. Đến với với năng lượng NLG, chúng ta đến với con đường tình yêu thương đã định sẵn. ADN trong cơ thể chúng ta nhận được sự nuôi dưỡng từ tình yêu thương.

Một yếu tố khác mà năng lượng NLG hướng đến là phát triển trí tuệ của con người một cách nhanh chóng. Với năng lượng này, chúng ta sẽ thấy rõ sự tranh cãi, bất hòa và sát phạt nhau là những điều điên rồ. Hành vi này như bạn đã biết sẽ giới hạn năng lực của riêng bạn.

Thay vì ưu tiên quyền lực và quyền kiểm soát người khác, con người nên sử dụng trí tuệ của mình để đưa tất cả nhân loại đến cuộc sống thoải mái qua cách sử dụng tình yêu thương sẵn có của họ cho bản thân và những người khác, giúp xã hội trở nên phồn thịnh. Lúc đó, tần số yêu thương và lòng nhân ái sẽ ngày càng cao hơn, qua hành động của con người, Trái Đất sẽ phát triển như thiên đường, vốn được Đấng Tạo Hóa dàn dựng từ ban đầu cho con người.

Chúng ta sẽ có những khả năng mà trước đây từng xuất hiện trong những giấc mơ và thậm chí vượt ra ngoài những gì chúng ta có thể mơ vào lúc này. Những năng lực này sẽ tiếp tục tạo ra sự hài hòa, niềm vui và cuộc sống an yên cho tất cả mọi người.

Thế giới sẽ ở trong một trạng thái thương yêu như anh chị em thực sự, cùng nâng đỡ nhau tiến đến những khả năng cao nhất về tình yêu thương.

Thông qua sự phát triển của công nghệ, các lớp học NLG ở trình độ cơ bản được giảng dạy trực tuyến, trình độ cao hơn được dạy trực tiếp trong lớp học. Các lớp học được mở không thu phí, chỉ thông qua quyên góp. Khi con người phát triển và cải thiện chăm sóc bản thân ngày càng tốt hơn, những người có điều kiện hơn sẽ cống hiến ở mức cao hơn để các lớp NLG và giảng huấn được hỗ trợ tốt, để họ có thể đáp ứng phục vụ cho nhân loại. Hãy cho đi những gì trái tim bạn mách bảo tùy thuộc vào tài chính của bạn.

Điều quan trọng là tất cả các nhu cầu của bạn phải được đáp ứng đầy đủ, trước khi bạn bắt đầu đóng góp vào việc quan tâm người khác. Tuy nhiên, cách tích trữ dành dụm đã được thực hiện trên hành tinh của chúng ta sẽ chỉ gây ra vấn đề. Khi bạn có một lối sống thoải mái, đủ thức ăn và chỗ ở, hãy bắt đầu đóng góp để giúp đỡ người khác. NLG hy vọng rằng quỹ tài trợ từ công ty, các khoản tài trợ và quyên góp của Trung tâm NLG sẽ tăng theo cấp số nhân vì sự tốt đẹp hơn của hành tinh chúng ta, khi mọi người nhận ra trí tuệ và lợi ích của năng lượng NLG trong cuộc sống của họ.

Con người thật ra rất quen thuộc với những gì NLG giảng dạy. Khi họ tìm hiểu, họ công nhận có điều gì đó quen thuộc đang khơi dậy bên trong họ. Những thông điệp về cách sống hòa thuận đã có trong nhiều thời đại.

Tuy nhiên, đây là lần đầu tiên phần giảng dạy bằng một phương pháp dễ dàng, có thể kết nối với tần số năng lượng cao từ bên ngoài Trái Đất, hỗ trợ chúng ta theo con đường của tình yêu thương. Năng lượng này rất thông minh và nó bắt nguồn từ tình yêu thương.

Phúc Lê

Phụ Lục I: Chú Lê Phúc & NLG Việt Nam

Chú Phúc đã về Việt Nam vào tháng Ba, 2020 trước khi lệnh phong tỏa vì đại dịch Covid-19 bắt đầu. Chú đã giảng dạy NLG cho nhiều nhóm từ năm 2016. Chú thường về thăm Việt Nam khoảng một đến ba tháng mỗi năm để dạy NLG và thăm gia đình. Vì phong tỏa nên Chú ở lại với thời gian dài hơn. Trong khoảng thời gian này, rất nhiều người đã đến học NLG. Vào Tháng Một, 2021 sau tầm 10 tháng giảng dạy NLG, có khoảng 100,000 người tại Việt Nam đang áp dụng năng lượng và thực hành Năm Yếu Tố Tình Thương.

Có nhiều lời tiên tri rất quen thuộc với người Việt Nam. Trong đó có một lời tiên tri liên quan đến các ký hiệu được tìm thấy trên các chiếc trống của Việt Nam, đã được khai quật từ thời cổ đại. Những chiếc trống này được gọi là Trống Đồng trong tiếng Việt. Những chiếc trống này thể hiện bảng thời gian tiến hóa của con người. Chúng là biểu tượng của sự truyền bá tâm linh, trí tuệ và kiến thức. Chúng thể hiện loài người phát triển trong một nền văn minh rất tân tiến. Khi được kích hoạt, trống có thể truyền và nhận thông tin liên lạc về tần số năng lượng từ nền văn minh trong không gian, Nền Văn Minh của Đấng Tạo Hóa. Những chiếc trống chứa những mật mã mà nhân loại có thể giải mã để thăng tiến trong mọi lĩnh vực. Nhân loại cần đạt trình độ hiểu biết phù hợp với Năm Yếu Tố Yêu Thương để khả năng của những chiếc trống này được khai mở. Lời tiên tri nói rằng khi điều này xảy ra, hòa bình sẽ đến với hành tinh của chúng ta.

Trong suốt thời gian Chú Phúc ở Việt Nam, vào ngày 10 tháng Sáu, 2020, Chú đã đến thăm Yên Tử ở phía Bắc Việt Nam cùng với năm người nữa. Trên đường trở về nhà cả sáu người đã vô cùng kinh ngạc khi chứng kiến và có quay phim lại những đám mây óng ánh nhiều màu tạo thành hình ảnh Trống Đồng nằm ngang gần nửa bầu trời. Những đám mây đã tạo thành một biểu tượng không thể nhầm lẫn với hình ảnh hiện trên bề mặt Trống Đồng. Hình ảnh của một trong những mặt trống này đính kèm ở trang cuối sau của cuốn sách này. Khi cả đoàn đang trên xe và quay phim về sự hình thành đám mây này, phía bên phải của trống bắt đầu xuất hiện ánh sáng từ trên trời chiếu xuống hình thành một con Chim Hạc. Hình ảnh Chim Hạc là biểu tượng bao quanh vành ngoài của các mặt Trống Đồng. Đây là một lời tiên tri khác của người Việt nói rằng khi Chim Hạc xuất hiện và đến Trái Đất, hòa bình sẽ đến với hành tinh của chúng ta. Một con Chim Hạc trong đám mây ở vành ngoài tiếp tục hình thành và bắt đầu hạ xuống. Độ dài của đoạn phim này là 13 phút 13 giây cũng mang ý nghĩa tâm linh. Sự hình thành này là một sự báo trước về những gì sắp xảy ra. Năng lượng Trống Đồng dành cho nhân loại là năng lượng cao nhất mà Trái Đất đã được ban tặng để mang lại lợi ích của Tình Thương cho tất cả mọi người bằng lòng nhân ái trong trái tim họ. Thế Giới Vô Hình của Linh Hồn Đấng Tối Cao đã cho dấu hiệu cho thấy tính hợp lệ và thiêng liêng của món quà này bên trong tần số năng lượng Trống Đồng dành cho nhân loại.

Ngày 28 tháng Mười Hai, 2020, Chú Phúc đã bắt đầu giảng dạy và gửi tần số năng lượng cao hơn, gia tăng hiệu quả cao hơn có sẵn ở trong NLG – tần số Năng Lượng Gốc được diễn tả trong cuốn sách này. NLG giờ đây được gọi là NLG Trống Đồng: Năm Yếu Tố Tình Thương.

Hình ảnh trích từ đoạn phim đám mây Trống Đồng và Chim Hạc, ngày 10 tháng Sáu, 2020.
Website: https://nlgenergysource.org/

Phụ Lục II: Mẫu Số Chung

Phương pháp kích thích tế bào gốc và chữa lành của NLG nằm ngoài tầm hiểu biết của khoa học hiện nay. Tương tự như vậy vào năm 1964 khi Giáo sư Peter Higgs viết một bài báo trên tờ tạp chí Physical Riview Letters, nó đã tạo ra sự hoài nghi.

Tuy nhiên, sau khi hàng ngàn các nhà khoa học nghiên cứu và tốn hàng tỷ đô la Mỹ, vào ngày 4 tháng Bảy, 2012 CERN (Hội Đồng Nghiên Cứu Hạt Nhân Châu Âu) đã phát hiện ra sự tồn tại của nguồn gốc khối lượng của các hạt hạ nguyên tử và nó được đặt theo tên Giáo Sư Peter Higgs. Hạt Higgs còn được gọi là Hạt của Chúa.

Chỉ với sáu năm hoạt động, NLG đã có hàng trăm ngàn học viên cùng với vô số chứng thực về sức khỏe trên khắp thế giới. Chúng tôi tin rằng NLG có thể sẽ được nhiều người nghiên cứu và ứng dụng rộng rãi để mang lại những giá trị tốt đẹp cho con người như sức khỏe, thịnh vượng và chung sống hòa bình.

Trong 35 năm, Chú Phúc đã nghiên cứu và thực hành nhiều phương pháp chữa bệnh khác nhau nhưng sau 5 năm học với vị Thầy Đặc Biệc gọi là Thầy của TÌNH THƯƠNG, Chú bắt đầu chia sẻ NLG với thế giới. Chú tin rằng NLG là món quà từ Đấng Tạo Hóa cho toàn thể nhân loại, và hy vọng rằng con người sẽ sử dụng Năm Yếu Tố Tình Thương để kết nối với năng lượng, đem lại sức khỏe tốt, trí tuệ và thịnh vượng.

Phụ Lục III: Chia Sẻ Từ Kevin Fernandes
(Học Viên Lớp 4)

Patient details: *July 26, 2022*

Kevin Fernandes, 57 years from Mumbai, India
Suffering from the following diseases:
1. Diabetes - For the past 32 years
2. High blood pressure - for the past 25 years
3. Diabetic foot (part)amputation: 2008 (14 years)
4. Chronic Kidney Disease - For the last 10 years
5. Hearing disorder due to nerve damage due to diabetes and medication- 2 years.
   Left ear : 30% hearing   Right ear : 60% hearing.
   Began using hearing aids from March 2022

TESTIMONY

Ms. Carol Ferns, NLG level 4 practitioner has been transmitting NLG to me since July 1st 2022.
Since Ms.Carol began NLG with me through direct healing method on July 01 and indirect healing method through video call online from July 2nd, 2022, I have been experiencing the warmth in my spine, below my rib cage, in my legs and feet and tingling in my fingertips.

My family and I have also noticed the following physical changes :
a) My palms, fingers and soles of my feet have changed color.... from white to reddish pink.
b) My toenails in the normal foot have changed color..... from black to white and one nail has fallen off to reveal a fresh nail below.
c) The skin color on my feet and legs have improved drastically....from black to a wheatish color.

From thereon, the following **MIRACLES** have taken place:
- July 19th : Sugar levels began to drop. My insulin dose has reduced.
- July 20th, : I got a popping sound in the left ear (damaged one)
- July 21st, : I got a few popping sounds in my left ear during and after Carol's healing session.
  At 4 pm, I stopped using my hearing aids. I could hear and understand my family talking from a distance, and also from another room WITHOUT my aid.
  I can hear the TV clearly and can also hear others talking with the TV on. This wasn't possible before the hearing aids. My wife and son had to come close to the healthier ear and talk loudly.
  I can hear the sound of the microwave, washing machine, running water, the rooster crowing, and the sound of children playing at a distance. I was unable to hear all these sounds even with my hearing aids.
  I haven't used my hearing aids till date.
  <u>This is truly a MIRACLE!</u>

Thank you very much Ms.Carol for being a **BLESSING** in my life. You did not miss a single day in transmitting the energy. You have undertaken your mission of love with dedication, determination, goodness of heart and purity. You have not charged me a penny and yet you have given of your time and energy to heal me. God bless you and your family with abundant blessings from above.

I would also like to thank your NLG Master, your mentors and the NLG team who have trained and guided you on this beautiful path of <u>**LOVE, SELFLESSNESS**</u> and <u>**HEALING**</u>. May God shower his abundant blessings on all of them too.

I am attaching a copy of my past and present blood sugar tests and the 3 months average blood sugar test as well. It can be observed that Ms. Carol's healing has brought down my sugar levels along with a decrease in insulin dosage.

A million thanks and heartfelt gratitude,

Kevin Fernandes and family

Thông Tin Chi Tiết Về Bệnh Nhân (7/26/2022)

Kevin Fernandes, 57 tuổi đến từ Mumbai, Ấn Độ.

Bị các chứng bệnh sau:

1. Bệnh tiểu đường - Trong 32 năm qua

2. Cao huyết áp - trong 25 năm qua

3. Bệnh tiểu đường cắt cụt chân (một phần): 2008 (14 năm)

4. Bệnh thận mãn tính - Trong 10 năm qua

5. Rối loạn thính giác do tổn thương dây thần kinh do bệnh tiểu đường và thuốc - 2 năm.

6. Tai trái: 30% thính lực Tai phải: 60% thính giác.

Bắt đầu sử dụng máy trợ thính từ tháng 3 năm 2022

LỜI CHỨNG NHẬN

Cô Carol Ferns, học viên NLG cấp 4 đã truyền Năng Lượng Gốc cho tôi bắt đầu ngày 1 tháng 7 năm 2022.

Kể từ khi cô Carol bắt đầu truyền Năng Lượng Gốc cho tôi qua phương pháp chữa bệnh trực tiếp, bắt đầu từ ngày 01 tháng 7 và sau đó dùng phương pháp chữa bệnh gián tiếp qua video trực tuyến từ ngày 2 tháng 7 năm 2022, tôi đã cảm thấy nóng ở cột sống, bên dưới lồng ngực, ở chân và bàn chân và ngứa ran trong đầu ngón tay của tôi.

Tôi và gia đình cũng đã nhận thấy những thay đổi về thể chất sau đây:

a) Lòng bàn tay, ngón tay và lòng bàn chân của tôi bị đổi màu .... từ trắng sang đỏ hồng.

b) Móng chân ở bàn chân bình thường của tôi đã đổi màu từ đen sang trắng và một móng tay mới mọc bên dưới móng bị rụng.

c) Màu da ở bàn chân và chân của tôi đã được cải thiện từ màu đen sang màu váng sữa.

Từ đó, các phép lạ đã tiếp tục diễn ra:

• Ngày 19 tháng 7: Lượng đường bắt đầu giảm. Liều insulin của tôi cũng giảm theo.

• Ngày 20 tháng 7: Tôi có tiếng lục cục trong lỗ tai trái (trước đây, lỗ tai trái của tôi bị điếc).

• Ngày 21 tháng 7: Ngay trong khi và sau buổi chữa bệnh của Carol, tôi cũng đã nghe một vài âm thanh lộp độp bên trong lỗ tai trái. Đến 4 giờ chiều, khi tôi ngừng sử dụng máy trợ thính, tôi có thể nghe và hiểu gia đình tôi đang nói chuyện từ xa, và cũng có thể từ một phòng khác mà không cần đến máy trợ thính.

Tôi có thể nghe rõ tiếng nói trong TV và cũng có thể nghe thấy những người khác đang nói chuyện bên ngoài cùng một lúc. Trước khi tôi đeo máy trợ thính, vợ và con trai tôi phải ghé sát lỗ tai không bị hư của tôi và nói thật to thì tôi mới có thể nghe được.

Tôi có thể nghe âm thanh phát ra từ Microwave (lò vi sóng), tiếng máy giặt, tiếng nước chảy, tiếng gà trống gáy và tiếng trẻ em chơi đùa ở khoảng cách xa. Trước đây, tôi không thể nghe thấy tất cả những âm thanh này ngay cả khi đeo máy trợ thính.

Kể từ được NLG chữa lành cho đến nay, tôi đã không cần sử dụng máy trợ thính nữa.

Đây thực sự là một phép lạ!

Cảm ơn cô Carol rất nhiều vì đã đem phúc lành trong cuộc đời tôi. Cô Carol đã có mặt mỗi ngày để giúp tôi trong việc truyền năng lượng. Cô ấy đã thực hiện sứ mệnh tình yêu của mình bằng sự tận tụy, quyết tâm, lòng tốt và trong sáng. Cô Carol đã không tính cho tôi một xu nào và đã dành thời gian và năng lượng của mình để chữa lành cho tôi. Xin Chúa ban phước lành cho cô và toàn thể gia đình của cô. Tôi cũng muốn gửi lời cảm ơn đến Chú Phúc và Ban Phụng Sự NLG, là những người đã đào tạo và hướng dẫn mọi người trên con đường con đường đẹp đẽ của tình yêu thương, vị tha, và chữa lành. Cầu xin Thượng đế ban thật nhiều phước lành cho họ.

Tôi có đính kèm một bản sao xét nghiệm đường huyết trong quá khứ và hiện tại và cả xét nghiệm đường huyết trung bình của tôi trong 3 tháng. Qua các bản xét nghiệm này, mọi người có thể thấy rằng cô Carol đã giúp làm giảm lượng đường cùng với việc giảm liều lượng insulin của tôi.

Xin được gửi đến cô Carol ngàn lời cảm ơn và lòng tri ân chân thành của tôi.

Kevin Fernandes và gia đình

(Ký tên)

Phụ Lục IV: PHÂN TÍCH CHÌA KHÓA MẬT MÃ

Bác sĩ Linh Xuân

PHÂN TÍCH:

- **Chìa khóa** (Mật mã);

- **Kỹ thuật** (Cách mở khóa);

- **Đường dẫn** (Kết nối Wifi);

- **Kho báu** (Nguồn năng lượng gốc)

1 . **Chìa khóa** (**Mật mã**);

Như chú Lê Phúc đã nói: một tay nắm chắc "đạo đức", một tay nắm chắc "5 yếu tố tình thương"

Như vậy, **"mật mã"** hay còn gọi là **"chìa khóa"** để đi đến với Nguồn năng lượng tình yêu thương NLG- - của Nền văn minh ngoài không gian chính là **đạo đức và 5 yếu tố tình thương"** của mỗi bản thể con người chúng ta, không có bất kỳ người nào khác, hay bất kỳ ai tự mạo danh xưng mình là Đấng Tối Cao để có thể làm thay mỗi chúng ta được. Vậy nên, mỗi chúng ta phải minh định sáng suốt để không bị mắc sai lầm.

2. **Kỹ thuật (Cách mở khóa):**

Chính là các **công thức NLG** theo từng cấp lớp, được chú Lê Phúc hướng dẫn cho chúng ta.

3. **Đường dẫn** {**Kết nối Wifi**}:

Chính là phần **kích hoạt não bộ** theo từng cấp lớp được chú Lê Phúc thực hiện kích hoạt não bộ từ lớp 1, lớp 2, lớp 3, lớp 4 và như chú nói là hiện tại chú chỉ mới kích hoại được đến lớp 5.

4. **Kho báu**:

Như chú Lê Phúc đã nói, NLG là Năng lượng gốc. Chính là **nguồn năng lượng tình yêu thương NLG của nền văn minh ngoài không gian**.

Là một kho báu vô tận, không bao giờ cạn kiệt, mà chúng ta có thể khai thác bao nhiêu cũng được, Ngài không hề tính toán bất kỳ một điều kiện gì với chúng ta, miễn là chúng ta đảm bảo các yếu tố sau:

- **Đạo đức và 5 yếu tố tình thương**,

- **Thực hiện, thực hành chuẩn các công thức NLG theo từng cấp lớp được chú Lê Phúc hướng dẫn**,

- **Được kích hoạt não bộ (kết nối wifi) theo thứ tự tuần tự các cấp lớp, bắt đầu từ lớp 1, không được nhảy lớp.**

Như vậy chúng ta sẽ khai thác (lấy – nhận) được nguồn nặng lượng tình yêu thương NLG vô tận của nền văn minh ngoài không gian. Từ đó chúng ta sẽ có vô vàn lợi lạc (hiệu quả) trong cuộc sống.

PHÂN TÍCH TỔNG HỢP:

Mật mã và **chìa khóa** đó đã được chú Lê Phúc khai mở (chỉ ra) cho chúng ta, từ trống đồng và cũng là từ kim tự tháp chính là đạo đức và 5 yếu tố tình thương.

Tri thức, kiến thức được tồn tại dưới dạng năng lượng, chính là trí tuệ, sự hiểu biết, sự minh định sáng suốt để phân biệt đúng sai, xấu tốt một cách chuẩn xác nhất, từ đó đưa ra các quyết định đúng đắn và được đo đạc xác định bằng hiệu quả năng suất làm việc.

Kỹ thuật mở khóa chính là công thức, các công thức NLG theo từng cấp lớp, các công thức NLG linh quang vũ trụ kỷ nguyên mới theo từng cấp lớp được chú Lê Phúc hướng dẫn. Những công thức đó quy định vô cùng chi tiết, chặt chẽ đúng nguyên tắc chuẩn mực nhất của NLG linh quang vũ trụ. Đó chính là những công thức NLG tối khoa học!

Vì vậy, chúng ta không được thêm bớt, càng không được tự pha chế hay tự pha trộn. Và chúng ta cũng không thể được dùng những công thức đó, tri thức đó, kiến thức đó để đưa vào bất kỳ phương pháp nào khác.

Vậy nên, chú Lê Phúc luôn nhắc nhở chúng ta rằng: Tuyệt đối không được "**trộn pháp, trộm pháp**" để chúng ta không bị sai lầm, không bị đi chệch hướng. Vì nếu chúng ta đi sai lầm, chệch hướng là chúng ta sẽ bị tụt năng lượng NLG, bị mất năng lượng, mất kết nối, thậm chí là chúng ta sẽ bị "**mất pháp**".

Vì vậy, chúng ta phải tuân thủ nguyên tắc, tuyệt đối không được trộn pháp, trộm pháp, phải học tuần tự từ lớp 1, lớp 2, lớp 3, lớp 4, lớp 5 một cách nghiêm túc, chăm chỉ, với sự hiểu biết minh định sáng suốt. Tuyệt đối không được nhảy lớp.

Điều quan trọng nhất ở đây là: Trau dồi, rèn giũa, nâng cấp chìa khóa: Đạo đức và 5 yếu tố tình thương của mỗi bản thân chúng ta ngay và luôn tại thời khắc này, theo từng giây, từng phút, từng giờ, từng ngày và mãi mãi... càng ngày càng tinh khiết khiết, thuần khiết, sáng trong mỹ lệ hơn. Có như vậy chúng ta mới có được hiệu quả và thành công cao trong mọi lĩnh vực của đời sống khi đến với bộ môn siêu khoa học tâm linh NLG của nền văn minh ngoài không gian.

Đạo đức và 5 yếu tố tình thương nguyên thủy sơ khai, chính là nguồn năng lượng thiêng liêng từ bố mẹ, ông bà tổ tiên chúng ta truyền lại cho chúng ta bằng tình yêu thương linh thiêng vô điều kiện được gắn kết bởi sợi dây kết nối tình yêu thương chính là "lực hấp dẫn" "Đồng thanh tương ứng, đồng khí tương cầu" từ nguyên thủy sơ khai tinh trùng của một người nam và noãn bào (trứng) của một người nữ khi trao nhau tình yêu thương nồng thắm trong giây phút thiêng liêng đã tạo nên một hợp tử có phần tế bào vật chất (thể xác) và phần tế bào năng lượng (phần linh hồn – tồn tại dưới dạng năng lượng). Đây chính là phần ý thức, phần tinh thần, và có thể gọi chính là "tế bào gốc" phôi thai nguyên thủy đầu tiên, được nền văn minh ngoài không gian dàn dựng theo một bản thiết kế cực kỳ hoàn hảo. Và từ đó sản sinh ra hàng chục ngàn tỷ tế bào đầy đủ các chức năng, nhiệm vụ khác nhau, tạo nên một chỉnh thể con người hoàn hảo! Vì thế, chúng ta cần phải biết nâng niu trân quý để rèn giũa, nâng cấp đạo đức và 5 yếu tố tình tình yêu thương của mỗi chúng ta với một ý thức, hiểu biết, minh định sáng suốt trong từng giây phút để chúng ta không bị mắc sai lầm, không bị chệch hướng (không nóng giận, không sân si, không ích kỷ, không ganh ghét, không đố ky, không nên nghi ngờ thái quá, không tham lam, không lười biếng, không ỷ lại, không tiêu cực....), mà chúng ta phải luôn luôn cố gắng trong mọi lúc mọi nơi để hoàn thiện bản thân theo hướng tích cực, ngày một tốt lên để chúng ta có được cuộc sống an lành và "hạnh phúc trong từng hơi thở".

Chúng ta có được cuộc sống khỏe mạnh, trẻ trung, xinh đẹp, ấm no, giàu mạnh. Có được sức sống, thanh xuân và trường thọ.

Phụ Lục V: Chia Sẻ Từ Châu Ngọc Chương (Học Viên Lớp 4)

Kính chào chú Phúc,
Kính chào đại gia đình NLG toàn cầu,

Tên cháu là Châu Ngọc Chương, 49 tuổi, là học viên vừa hoàn thành lớp 4 Malaysia. Cháu đã từng sống và làm việc ở California Mỹ 12 năm. Cơ duyên đưa cháu đến với NLG là nhờ người quen của ba má cháu, cô Hằng và chú Công nhóm NLG Nha Trang đã giới thiệu và khuyên cháu nên tìm hiểu môn học này, vì lúc đó tình trạng sức khỏe của cháu đang rất xấu.

Khi xem các buổi học online trên YouTube, cảm giác khó tả khi lần đầu được nhìn thấy và nghe chú Phúc nói. Không hiểu sao nước mắt cháu cứ tuôn ra và cháu đã có câu trả lời của chú về sau, khi tham dự khóa học lớp 4.

Bệnh trạng trước khi học năng lượng gốc: Tháng 4/2019, trong khi đang sống và làm việc tại California cháu phải nhập viện cấp cứu do tiểu cầu trong máu xuống rất thấp, chỉ số chỉ còn 22/150-500 vì vậy hệ miễn dịch rất yếu. Nếu như bị chảy máu thì không tự cầm máu được, đi lại có thể té xỉu bất cứ lúc nào. Bác sĩ đã truyền tiểu cầu cấp cứu nhưng cũng chưa tìm ra nguyên nhân làm cho mất tiểu cầu.

Sau khi xuất viện về nhà, cháu tiếp tục điều trị uống thuốc trong nhiều tháng, mà lượng tiểu cầu vẫn không tăng. Sức khỏe rất kém, không làm được việc gì, nên cháu đã quyết định trở về Việt Nam để dưỡng bệnh vào tháng chín 2019.

Đến Tết năm 2020, thêm một cơn đau khác lại ập đến. Cháu bị đau ở vùng thắt lưng hai bên hông và kéo xuống đau nhức hai chân, giống như đau thần kinh tọa; đi đứng nằm ngồi rất khó khan, ngồi xuống không thể tự đứng lên được; không cuối xuống mặc quần được; không bước lên được dù chỉ một bậc thang; và cũng không thể mang xách gì nặng.

Khi đi khám và chụp MRI, bác sĩ phát hiện có một "ổ áp xe" rất lớn nằm ngay vị trí hai đốt sống L4 L5, đã chạm vào xương làm hẹp ống xương sống gây mất thăng bằng, xẹp đĩa đệm, mất nước, chèn dây thần kinh, gây tê và đau nhức kéo xuống hai chân, và bị teo cơ. Nguyên nhân do vi trùng lao xâm nhập lâu ngày. Bác sĩ yêu cầu phải phẫu thuật, nhưng vì tiểu cầu xuống quá thấp nên không thể, phải điều trị bằng thuốc kháng lao và trụ sinh, thời gian có thể sẽ kéo dài tới 2 năm với gần 20 viên thuốc các loại mỗi ngày.

Sau 6 tháng uống thuốc Tây điều trị, những cơn đau vẫn không giảm, ăn ngủ đều không được. Rồi cơ duyên đến. Sau thời gian tìm hiểu, cháu bắt đầu ghi danh học lớp 1 rồi lớp 2. Vào khoảng tháng 9/2021, trong thời gian uống thuốc điều trị cháu theo học và luyện tập NLG, nhưng vẫn chưa thấy kết quả khả quan, và cũng không có cảm giác ấm nóng khi tập các công thức, duy chỉ có ăn được và ngủ được. Nghe lời chú Phúc dạy quyết giữ niềm tin và cố gắng luyện tập, và rồi với duyên lành cháu đã được tham dự lớp 3 trực tiếp San Jose, Mỹ. Trong thời gian học lớp 3 thì cơn đau vẫn còn, nhưng có phần đỡ hơn.

Được chú giảng dạy và nhận năng lượng trực tiếp từ chú sau khóa học trở về, cháu càng có thêm nhiều niềm tin và hiểu biết thấu đáo hơn mọi việc, nhưng kết quả nhận được cũng chỉ là ăn được và ngủ được. Không nản lòng, cháu vẫn tiếp tục luyện tập, vì kết quả chưa rõ ràng nên không dám lan tỏa hay tự tin truyền năng lượng hỗ trợ chữa lành cho ai hết.

Khi thông tin lớp 4 sắp đến mà hiệu quả lớp 3 thì chưa có, trong lòng hơi lo lắng, nhưng vẫn tập luyện đều đặn mỗi ngày. Dù sao cũng vẫn quyết tâm tham gia lớp bốn giữa tháng 4, 2022. Vì sự sử dụng quá nhiều thuốc Tây đã hơn một năm, nên cơ thể rất khó chịu vì bị ảnh hưởng đến gan và thận, nên phải hốt thêm thuốc Bắc bên Đông y để hỗ trợ cho gan và thận.

Rồi cháu đi tái khám chụp lại MRI và thử máu. Kết quả là ổ áp xe đã thu nhỏ lại, chỉ số tiểu cầu trong máu đã lên được 179/150-500 (thuốc kháng lao sẽ làm giảm tiểu cầu và tiểu cầu sẽ tăng tự nhiên khi cơ thể phục hồi và do chế độ dinh dưỡng) lúc này cơn đau đã biến mất từ lúc nào không hay. Bây giờ mọi sinh hoạt gần như đã trở lại bình thường.

Nhân đây cháu cũng xin gửi lời cảm ơn đến với tất cả các y bác sĩ tận tâm giúp đỡ, phát hiện và điều trị, cho dù kết quả có như thế nào.

Rồi ngày lên đường sang Malaysia học lớp 4 cũng đến. Một lần nữa gặp chú, và được nghe chú tận tình giảng dạy. Mọi thứ càng được mở ra nhiều hơn, năng lượng của tình yêu thương cũng được chú trao tặng thêm nhiều hơn nữa. Sự tự tin đã dần hình thành khi cháu tận mắt chứng kiến rất nhiều học viên đã được hỗ trợ chữa lành, cùng với sự giúp đỡ hết lòng của Ban Phụng Sự. Tất cả học viên lớp 4 đã mang về rất nhiều lợi lạc.

Sau 5 ngày học tập, cháu đi tham quan cùng đoàn NLG Nha Trang của nhóm chú Công cô Hằng. Để khẳng định sức khỏe đã trở lại bình thường, cháu đã leo lên được 272 bậc thang có độ dốc cao hơn 42m, lên hang động Batu ở Malaysia mà trước đó không lâu dù một bậc thang cháu cũng khó mà bước lên được.

Cảm ơn ba má đã yêu thương lo lắng và hỗ trợ tất cả mọi thứ, rồi con được đi học cả lớp 3 và lớp 4. Xin chân thành cảm ơn mọi sự hỗ trợ của gia đình NLG, sự vất vả của ban phụng sự yêu thương, và sự ủng hộ của tất cả mọi người đã dành cho cháu.

Cháu xin chú Phúc nhận nơi đây lòng chân thành biết ơn của cháu.

Châu Ngọc Chương

Phụ Lục VI: Hình Ảnh Lớp 4 Malaysia 2022

Các điệu vũ từ học viên lớp 4 trong ngày mãn khóa

Lớp 4 Malaysia - 2022

Các học viên lớp cao hơn thiện nguyện hỗ trợ truyền NLG chữa lành tiếp sức cho các học viên sức khỏe yếu.